ദേശീയ വിദ്യാഭ്യാസനയം
പൊരുളും പ്രത്യയശാസ്ത്രവും

INSIGHT PUBLICA®

INSIGHT PUBLICA
Nadakkavu, Kozhikode, Kerala
Tel:0495–4020666
www.insightpublica.com
e-mail: insightpublica@gmail.com

Deseeya Vidyabhyasa Nayam
Porulum Prathyaya Sasthravum
(Malayalam Essays)
Edited by Sanal Haridas

Book Design: kjvj@insight
First Edition: December 2020
This Edition: August 2022

ISBN 978-93-90535-42-2
Printed and Published by
Insightinpublica Printers & Publishers Pvt. Ltd.
₹ 230

ദേശീയ വിദ്യാഭ്യാസനയം
പൊരുളും പ്രത്യയശാസ്ത്രവും

എഡിറ്റർ: സനൽ ഹരിദാസ്

INSIGHT PUBLICA ®

തൃശ്ശൂർ സ്വദേശി. തൃശ്ശൂർ ശ്രീ കേരളവർമ്മ കോളേജിൽ നിന്ന് മലയാളത്തിൽ ബിരുദം. മധുരൈ കാമരാജ് യൂണിവേഴ്സിറ്റി ക്യാംപസിൽ നിന്ന് ബിരുദാനന്തര ബിരുദം. MES Mampad College -ൽ താൽക്കാലിക അധ്യാപകനായിരുന്നു.

'ഒരു സബാൾട്ടേൺ യുവാവിന്റെ വനിതാദിനക്കുറിപ്പ്', 'കീഴാള ഭൂതകാലത്തിന് ഒരാമുഖം, കൃപാ ജോണുമായി ചേർന്നെഴുതിയ 'തിയോഡോറിയൻ ഫ്യൂചർ ഷോക്ക്' എന്നീ പുസ്തകങ്ങൾ ഈ-ബുക്ക് ആയി പ്രസിദ്ധീകരിച്ചു. അച്ചടിച്ച ആദ്യ പുസ്തകം 'റെബൽ നോട്സ്.'

സനൽ ഹരിദാസ്

ഉള്ളടക്കം

ചിന്തയുടെ സാക്ഷിവിസ്താരം
സനൽ ഹരിദാസ്..9

പുത്തൻവിദ്യാഭ്യാസനയം:
ലിബറൽ വിദ്യാഭ്യാസത്തിന് ഒരു ചരമക്കുറിപ്പ്
സച്ചിദാനന്ദൻ..13

എൻ ഇ പി 2020 :
ധനാധിഷ്ഠിത മികവും വ്യവസ്ഥാപിത
അരികുവൽകരണങ്ങളും അപ്ഡേറ്റ് ചെയ്യപ്പെടുമ്പോൾ
മൃദുലാദേവി എസ്..24

മുണ്ടകൻ വിതച്ചാൽ പൊക്കാളി കൊയ്യാമോ?
കെ.ഇ.എൻ...32

വിദ്യാഭ്യാസത്തിന്റെ മാറ്റങ്ങൾ
ഡോ. പി.കെ.പോക്കർ..50

ദേശീയ വിദ്യാഭ്യാസനയവും (എൻ. ഇ. പി. 2020)
ഇന്ത്യയുടെ ഭാവിയും
ഡോ. അജയ് ശേഖർ..60

വിദ്യാഭ്യാസ നയത്തിന്റെ രാഷ്ട്രീയവും മുസ്ലിം ചോദ്യങ്ങളും
ലദീദ ഫർസാന..87

കോർപ്പറേറ്റ് കാവിവൽക്കരണത്തിന്
ആശയാടിത്തറ പാകുന്ന പുതിയ വിദ്യാഭ്യാസ നയം
പി.ജെ. ജെയിംസ്..99

ദേശീയ വിദ്യാഭ്യാസ നയം:
തീവ്ര വലതുവൽകരണത്തിന്റെ നവ മാനിഫെസ്റ്റോ
മുഹമ്മദലി പുത്തൂർ..112

ദേശീയ വിദ്യാഭ്യാസ നയവും
ഹിന്ദുത്വ രാഷ്ട്ര നിർമ്മിതിയും
മുനീർ എം...120

ദേശീയ വിദ്യാഭ്യാസ നയം: പ്രയോഗവും പ്രത്യയശാസ്ത്രവും
ഡോ. കെ എസ് മാധവൻ..137

ചിന്തയുടെ സാക്ഷിവിസ്താരം

അച്ചടക്കം ഫാസിസത്തിലേക്ക് നയിക്കുന്നു
- ചാരുനിവേദിത

സനൽ ഹരിദാസ്

അറിവിന്റെ ഓരോ നുറുങ്ങുകളും ആധിപത്യത്താൽ/അധികാരത്താൽ സ്വാധീനിക്കപ്പെടുകയോ അവയാൽ തന്നെ ഉൽപാദിപ്പിക്കപ്പെടുകയോ ചെയ്യുന്നു എന്നും അധികാരാധിപത്യം നിർമിച്ച/നിർമിച്ചുകൊണ്ടേയിരിക്കുന്ന യാഥാർത്ഥ്യത്തിന്റെ നിർമിതിയാണ് നമ്മളോരുരുത്തരെന്നുമുള്ള (ഏറിയും കുറഞ്ഞും) സൈദ്ധാന്തിക നിഗമനം ഫ്രഞ്ച് തത്ത്വചിന്തകനായ മിഷേൽ ഫൂക്കോയുടേതാണ്. ഇക്കാരണത്താൽ തന്നെ അദ്ദേഹം അറിവിന്റെ നിഷ്പക്ഷതയെ തള്ളിക്കളയുകയും അറിവും അധികാരവും തമ്മിലുള്ള പരസ്പര ബന്ധത്തെ സാധൂകരിക്കുന്ന വാദങ്ങളുയർത്തുകയും എല്ലാ അറിവുകളും ആത്യന്തികമായി അധികാരത്തിൽ ചെന്നുചേരുന്നതായി നിരൂപിക്കുകയും ചെയ്യുന്നു.

ഇറ്റാലിയൻ തത്ത്വചിന്തകനായ അന്റോണിയോ ഗ്രാംഷിയുടെ 'Cultural hegemony' (സാംസ്കാരിക ആധിപത്യം) എന്ന ആശയം ഇതുമായി ചേർത്തു വയ്ക്കാവുന്ന മറ്റൊന്നാണ്. "സമൂഹത്തിൽ നിലകൊള്ളുന്ന അധീശ പ്രത്യയശാസ്ത്രം (Dominant ideology), അധീശ വിഭാഗത്തിന്റെ വിശ്വാസങ്ങളേയും താൽപര്യങ്ങളേയും പ്രതിഫലിപ്പിക്കുന്നു" എന്ന മാർക്സിയൻ പരികൽപനയുടെ പരിണിത

രൂപമായിരുന്ന പ്രസ്തുത ഗ്രാംഷിയൻ സങ്കൽപനം. പ്രത്യയശാസ്ത്ര പരമോ സാംസ്കാരികമോ ആയി നിലനിർത്തപ്പെട്ടു പോരുന്ന മേൽക്കോയ്മയാണ് 'സാംസ്കാരിക ആധിപത്യം' എന്ന സംജ്ഞ കൊണ്ട് ഇവിടെ വിവക്ഷിക്കപ്പെടുന്നത്.

ഫാക്ടറികൾ, സ്കൂളുകൾ, പട്ടാളത്താവളങ്ങൾ, ആശുപത്രികൾ എന്നിവയുടെ ഘടനയും പ്രവർത്തനങ്ങളും ആത്യന്തികമായി ജയിലുകളോട് സാദൃശപ്പെട്ടിരിക്കുന്നു എന്ന ഫൂക്കോയുടെ പ്രസ്താവവും സാംസ്കാരികാധിപത്യത്തെ നിറവേറ്റുന്നത് സാമൂഹിക സ്ഥാപനങ്ങളാണെന്ന ഗ്രാംഷിയൻ നിരീക്ഷണവും ഒട്ടേറെ സമാനമായ വൈഷണിക പരിസരത്തിന്റെ ഇരുധാരകളെ വെളിവാക്കുന്നവയുമാണ്. ഇവയിൽ നിന്നും സ്കൂളുകൾ/വിദ്യാഭ്യാസ സ്ഥാപനങ്ങൾ എന്നിവയെ പ്രത്യേകമായെടുത്ത്, മേൽപ്പറഞ്ഞ വിധമുള്ള അവയുടെ ഭൗതിക-ബൗദ്ധിക പ്രവർത്തനങ്ങളെ ഇഴകീറിപ്പരിശോധിച്ചാൽ അദൃശ ബന്ധനങ്ങളുടെ നിർമാണശാലയായി അവ വിവർത്തനം ചെയ്യപ്പെടുന്നതു കാണാം. സ്ഥിരം സമയക്രമങ്ങൾ, നിർബന്ധിതമായ അദ്ധ്വാനം, അച്ചടക്കം, നിരീക്ഷണ സംവിധാനങ്ങൾ, ഏറ്റുവാങ്ങേണ്ടിവരുന്ന ആജ്ഞകൾ തുടങ്ങി പകർത്തൽ-ഓർമിക്കൽ-ആവർത്തിക്കൽ എന്നിവയിലൂടെ ഒരു ഉപകരണമായി പരിവർത്തിപ്പിക്കപ്പെടുന്ന വിദ്യാർഥികൾ, വിദ്യാദാനം വഴി വിതരണം ചെയ്യപ്പെടുന്നതും ആധീശ വിഭാഗത്തിന്റെ ബൗദ്ധികമായ സമ്മർദ്ദോപാദികളുമായ മൂല്യങ്ങൾ, ആശയങ്ങൾ, അഭിലാഷങ്ങൾ, ലോക വീക്ഷണം, എന്നിവയാൽ തങ്ങളുടെ 'പൗരത്വ' ഗുണങ്ങൾ ഉറപ്പിക്കുകയാണ് വിദ്യയുടെ അഭ്യസനം വഴി സംഭവ്യമാകുന്നത് എന്ന യാഥാർത്ഥ്യ ബോധമാണ് ഈ മൊഴിമാറ്റക്ഷണത്തിനു പിന്നിൽ.

വിദ്യാഭ്യാസം എന്ന ഈ പ്രത്യയശാസ്ത്ര ഉപകരണത്തെ തുറന്നുകാട്ടുന്നതും വിമോചന വിദ്യാഭ്യാസത്തിന്/വിദ്യാർജനത്തിനേൽക്കേണ്ടി വരുന്ന ഹിംസകളെ അവതരിപ്പിക്കുന്നതുമായ, സർഗാത്മക-രാഷ്ട്രീയ-സിദ്ധാന്തേതര മറ്റുമൂല്യങ്ങൾ കാലാകാലങ്ങളിൽ ഉദിച്ചസ്തമിച്ചിട്ടുണ്ട്.

'ക്ലാസ് മുറി ഒരു പെരുമ്പാമ്പിന്റെ വായയാണ്. അതിനകത്തെ ഇരകളുടെ പൊരുത്തപ്പെടലാണ് അദ്ധ്യാപകനും വിദ്യാർത്ഥിയും തമ്മിലുള്ളത്'' എന്നു പ്രസ്താവിച്ച 1978 ലെ തൃശ്ശൂർ ക്രൈസ്റ്റ് കോളേജ് മാഗസീനും 'We don't need no education. We don't need no thought control' എന്നു തുടങ്ങുന്ന Pink Floyd ന്റെ 'Another brick on the wall' എന്ന മ്യൂസിക്കൽ ആൽബവും തുടങ്ങി ഏറ്റവുമൊടുവിൽ, കേരളത്തിലെ പ്രാരംഭ യുവത്വം കൊണ്ടാടിയ Sex Education എന്ന

ഇനിയും പൂർത്തിയാവാത്ത വെബ്സീരിസും വരെ വ്യവസ്ഥാവിരുദ്ധതയുടെ ഈ വെള്ളിവെളിച്ചങ്ങളിൽ ചിലതാണ്.

ഇന്ത്യയുടെ നവ വിദ്യാഭ്യാസ നയത്തിലേക്കു വന്നാൽ അത് മനുഷ്യാവബോധത്തിന്റെ നിർമിത സ്വഭാവത്തെ പാരമ്യത്തിലെത്തിക്കാൻ തക്ക രീതിയിൽ ആസൂത്രണം ചെയ്യപ്പെട്ട ഒന്നാണെന്നു കാണാം. രാമരാജ്യ നിർമാണമെന്ന അതാര്യമായ ഗാന്ധിയൻ പരികൽപനയെ അതിന്റെ ഹിംസാത്മകമായ ഹൈന്ദവരൂപത്തിൽ പടുത്തുയർത്താൻ തറക്കല്ലിട്ടുകഴിഞ്ഞ സംഘപരിവാറിന്റെ തന്നെ ഭാഷ കടമെടുത്താൽ ഒരു കൂട്ടം രാമന്മാരേയും കോടിക്കണക്കിന് വാനരപ്പടകളേയും സൃഷ്ടിക്കാനുള്ള ശ്രമമായി ഇതിനെ വിശേഷിപ്പിക്കാം. ഏറ്റവും വിശ്വസ്തനായ ഭൃത്യർ (ഹനുമാൻ) ആരാകുമെന്നതിനുള്ള മത്സരങ്ങൾ ഇതിന്റെ മുഖ്യ ആർഷണങ്ങളിലൊന്നുമാകുന്നു.

ബൗദ്ധികമായ മേഖലകളിൽ നിന്നും അസവർണ-അസമ്പന്ന വിഭാഗങ്ങളെ പൂർണമായും കുടിയൊഴിപ്പിക്കാനും, 'എന്റെ എഴുപതുകൾ' എന്ന തന്റെ സമാഹാരത്തിൽ സി.ആർ പരമേശ്വരൻ അടയാളപ്പെടുത്തുന്നതുപോലെ "ഒന്നാം തലമുറ ബിരുദധാരികളുടെ മുഖത്ത് ആമരണം നിലനിൽക്കുന്ന പകപ്പുമായി" സരസ്വതീക്ഷേത്രങ്ങളെ അശുദ്ധമാക്കാൻ "അശ്രീകരങ്ങൾ" കെട്ടിയെടുക്കാതിരിക്കാനും വേണ്ട നടപടികൾ ഈ നയത്തിലൂടെ വരേണ്യ പ്രതിനിധികൾ ഉറപ്പാക്കിയിട്ടുണ്ട്.

വിദ്യാഭ്യാസ നിയന്ത്രണത്തിന്റെ പരിപൂർണ്ണ കേന്ദ്രീകരണം, അനുബന്ധമായി വരാനിരിക്കുന്ന പാഠപുസ്തക പരിഷ്കരണം, കലാലയങ്ങളുടെ സ്വയംഭരണത്താൽ "കുനിഞ്ഞു കുനിഞ്ഞ് നിവരാൻ മറന്നുപോയേക്കാവുന്ന" (പ്രയോഗത്തിന് കടപ്പാട് യു.പി ജയരാജിനോട്) അവശ വിദ്യാർത്ഥി ശിരസ്സുകൾ, പ്രാദേശിക ഭാഷാ പ്രോത്സാഹനത്തിന്റെ ഗൂഢ ഹിംസ തുടങ്ങി രാജ്യം ഇതുവരെ സാക്ഷ്യം വഹിച്ചിട്ടില്ലാത്തത്ര തീവ്രമായ മസ്തിഷ്കാധിനിവേശമാണ് National Education Policy 2020 എന്ന പേരിലും ത്രിവർണപ്പുറംചട്ടയോടെയും നമുക്കു മുൻപിലുള്ളത്.

പ്രസ്തുത നയത്തിന്റെ പ്രത്യയശാസ്ത്രപ്പൊരുളുകൾ അതിനായി മാത്രം നിർമിക്കപ്പെട്ടതോ വളരെപ്പെട്ടെന്ന് അവതരിച്ചതോ ആയ ഒന്നല്ലെന്നും പറയട്ടെ. കാലങ്ങളായിത്തുടരുന്ന അനുകൂല ഘടകങ്ങളും സംവരണമെന്ന ജനാധിപത്യ അവകാശത്തെത്തന്നെ അട്ടിമറിച്ച സവർണ സംവരണത്തിനടക്കം ഇതര പാർലമെന്ററി പാർട്ടികളിൽ നിന്നും ലഭിച്ച ഹർഷാരവങ്ങളുമെല്ലാം ഇത്തരമൊരു മാനിഫെസ്റ്റോ നിർമിതിയുടെ പുറകിലുണ്ട്. ഈ സമാഹാരത്തിലെത്തന്നെ ഒരു

ലേഖികയുടെ തലക്കെട്ട് കടമെടുത്തു പറഞ്ഞാൽ, "ധനാധിഷ്ഠിത മികവുകളും വ്യവസ്ഥാപിത അരികുവൽകരണങ്ങളും 'അപ്ഡേറ്റ്' ചെയ്യപ്പെടുക"യാണ്.

പുതിയതായി ഒരൊറ്റ ഉൽക്കയും ഇവിടെ പതിച്ചിട്ടില്ല. ആയിരക്കണക്കിനാണ്ടുകളായി അനുഭവിച്ചുപോന്ന പീഡന പരമ്പരകൾക്ക് ഐക്യരൂപമുണ്ടാവുകയും കരുത്തേറുകയും ചെയ്യുന്നെന്നു മാത്രം. പുതിയ വിദ്യാഭ്യാസനയത്തെ രാഷ്ട്രീയമായും ചരിത്രപരമായും തത്ത്വചിന്താപരമായും ദാർശനികമായും അവലോകനം ചെയ്യുന്ന ഈ സമാഹാരത്തിലെ ലേഖനങ്ങളെ, ഉറച്ചു പോയ നിർമ്മിത ബോധ്യങ്ങളുടെ മഞ്ഞുകട്ടക്കുമേൽ മഴവെന്നപോലെ വായനക്കാർക്കായി സമർപ്പിക്കുന്നു.

പുത്തൻവിദ്യാഭ്യാസനയം: ലിബറൽ വിദ്യാഭ്യാസത്തിന് ഒരു ചരമക്കുറിപ്പ്

സച്ചിദാനന്ദൻ

ഒരു ദേശീയവിദ്യാഭ്യാസനയത്തെയും അത് അവതരിപ്പിക്കുന്ന ഭരണകൂടത്തിന്റെ സ്വഭാവം,സന്ദർഭം, സാമ്പത്തിക-സാംസ്കാരിക നയങ്ങൾ, ദേശത്തെക്കുറിച്ചു തന്നെ അത് പുലർത്തുന്ന സങ്കല്പം എന്നിവയിൽ നിന്നും വേർപെടുത്തി കാണാനാവില്ല. 'ദേശീയവിദ്യാഭ്യാസനയം' എന്ന ആശയം ആദ്യമായി മുന്നോട്ടു വെയ്ക്കപ്പെട്ടത് 1968-ൽ ഇന്ദിരാഗാന്ധിയുടെ കാലത്താണ്. പൊതുമേഖല കുറെ ശക്തിപ്പെട്ട ഒരു കാലം കൂടിയായിരുന്നു അത്. ഉത്തരവാദിത്തമുള്ള പൌരരെ സൃഷ്ടിക്കുക, ദേശീയോദ്ഗ്രഥനം സാധിക്കുക,പതിനാലു വയസ്സ് വരെയുള്ള കുട്ടികൾക്ക് സൌജന്യ-നിർബന്ധിത വിദ്യാഭ്യാസം നടപ്പാക്കുക, അദ്ധ്യാപകർക്ക് കൂടുതൽ പരിശീലനം നൽകി യോഗ്യത വർദ്ധിപ്പിക്കുക, ത്രിഭാഷാപദ്ധതി (പ്രാദേശിക ഭാഷ, ഇംഗ്ലീഷ്, ഹിന്ദി) നടപ്പാക്കുക, ഇന്ത്യൻ സാംസ്കാരികപാരമ്പര്യം മനസ്സിലാക്കാൻ സംസ്കൃത പഠനം പ്രോത്സാഹിപ്പിക്കുക എന്നിവയായിരുന്നു അതിന്റെ കാതലായ നിർദ്ദേശങ്ങൾ. പത്തു വർഷം സ്കൂൾ, രണ്ടു വർഷം പ്രീ-ഡിഗ്രി, മൂന്നു വർഷം ബിരുദം എന്ന ഘടനാനിർദ്ദേശവും മുന്നോട്ടു വെയ്ക്കപ്പെട്ടു. എന്നാൽ വിദ്യാഭ്യാസം സംസ്ഥാന ലിസ്റ്റിൽ ആയിരുന്നതിനാൽ അന്നത് എല്ലായിടത്തും നടപ്പിലായില്ല.

1976-ൽ വിദ്യാഭ്യാസം കേന്ദ്ര-സംസ്ഥാന സംയുക്താധികാരങ്ങളിൽ പെടുത്തിയപ്പോഴാണ് അത് നടപ്പാക്കാൻ സംസ്ഥാനങ്ങൾ നിർബന്ധിക്കപ്പെട്ടത്; അപ്പോഴും തമിഴ്നാട്, ഹിന്ദിയോടും അതിലൂടെ വരാവുന്ന ഉത്തരേന്ത്യൻ അധീശത്വത്തോടുമുള്ള വിരോധം മൂലം ത്രിഭാഷാസൂത്രം നടപ്പിലാക്കിയില്ല എന്നും കാണേണ്ടതുണ്ട്.

കൂടുതൽ സമഗ്രമായ ഒരു പൊതുനയം ഈ മേഖലയിൽ ഇന്ത്യയ്ക്കുണ്ടാകുന്നത് കോത്താരി കമ്മീഷന്റെ നിർദ്ദേശങ്ങൾക്കനുസൃതമായി രാജീവ് ഗാന്ധിയുടെ കാലത്ത്, 1986-ൽ നിലവിൽ വന്ന നവദേശീയ വിദ്യാഭ്യാസ നയത്തിന്റെ കാലത്താണ്. നടപ്പാക്കലിൽ വീഴ്ചകൾ ഉണ്ടായിരുന്നെങ്കിലും പൊതുവേ ലിബറൽ സ്വഭാവമുള്ള ഒരു വിദ്യാഭ്യാസ നയമായിരുന്നു ഇത്. സ്വതന്ത്ര ചിന്ത , ശാസ്ത്രീയസമീപനം, മതേതരത്വം, ജനാധിപത്യം, സമത്വം സ്വാശ്രയത്വം, ദേശീയ ഐക്യം , വ്യക്തിത്വത്തിന്റെ സർവ്വതോമുഖമായ വികാസം തുടങ്ങിയ തത്വങ്ങളിൽ അത് ഊന്നി. സ്വാതന്ത്ര്യ സമരചരിത്രം, ഇന്ത്യൻ ജനത പങ്കിടുന്ന പൊതുപാരമ്പര്യം, ഭരണഘടന തുടങ്ങിയവയുടെ പഠനം പൊതുവായ പാഠ്യപദ്ധതിയുടെ ഭാഗമായിരുന്നു. സാമൂഹ്യമായ ഉച്ചനീചത്വങ്ങളുടെ ഉച്ചാടനം, ലിംഗ സമത്വം, പരിസ്ഥിതിസംരക്ഷണം, അവസരസമത്വം മുതലായവയും മുന്നോട്ടു വെയ്ക്കപ്പെട്ടു. ജനിച്ച ജാതി, മതം, വംശം, വർഗ്ഗം മുതലായവ വിദ്യാഭ്യാസം ലഭിക്കാൻ തടസ്സമാകരുതെന്നും സ്കൂൾ നിർമ്മാണം എല്ലാത്തരം ഇടങ്ങളിലും നടക്കണമെന്നും ഇന്ത്യൻ ഭാഷകളിൽ പുസ്തകങ്ങളുടെ അന്യോന്യപരിഭാഷ പ്രോത്സാഹിപ്പിക്കണമെന്നും സ്ത്രീശാക്തീകരണം, ആദിവാസികളുടെ സംസ്കാരസംരക്ഷണം, പിന്നോക്കവിഭാഗങ്ങളിൽ നിന്ന് കൂടുതൽ അദ്ധ്യാപകരുടെ നിയമനവും ആ വിഭാഗങ്ങളിലെ അദ്ധ്യേതാക്കൾക്ക് പഠിക്കാൻ സാമ്പത്തികസഹായവും, പ്രായപൂർത്തിയായവരുടെ തുടർ വിദ്യാഭ്യാസം, ഗ്രാമീണ വിദ്യാഭ്യാസം, തൊഴിലഭ്യസനം, കലാഭ്യസനം, ഭാഷ, ഗണിതം, ശാസ്ത്രം, സാമൂഹ്യശാസ്ത്രങ്ങൾ, പരിസ്ഥിതി തുടങ്ങിയ വിഷയങ്ങളിലെ ജ്ഞാനവികസനം, സ്വന്തം ഇടങ്ങളിൽ സ്വന്തം വേഗതയിൽ പഠിക്കാനുള്ള സൗകര്യം, ബാലവാടികളുടെയും അനൗപചാരിക വിദ്യാകേന്ദ്രങ്ങളുടെയും വികസനം, ഗോത്രപ്രദേശങ്ങളിൽ മാദ്ധ്യമമായി ഗോത്രഭാഷകളുടെ ഉപയോഗം, എത്തിപ്പെടാൻ പ്രയാസമായ ഇടങ്ങളിൽ വിദ്യാലയങ്ങളുടെ സ്ഥാപനം, ന്യൂനപക്ഷങ്ങളുടെ ഭാഷകളും സംസ്കാരങ്ങളും സംരക്ഷിക്കൽ, ഭിന്നശേഷിക്കാരായ കുട്ടികൾക്ക് പ്രത്യേക സൌകര്യങ്ങൾ, ദരിദ്രവിദ്യാർത്ഥികൾക്ക് സ്കൂളുകളിൽ പ്രീ-മെട്രിക് സ്കോളർഷിപ്പുകൾ -ഇങ്ങിനെ സോഷ്യലിസ്റ്റ് ആഭിമുഖ്യമുള്ള ആശയങ്ങൾ പദ്ധതി

മുന്നോട്ടു വെച്ചു. ഗവേഷണസ്ഥാപനങ്ങളുടെ പരസ്പര സഹകരണമായിരുന്ന മറ്റൊരു നിർദ്ദേശം. സ്കൂളിൽ 5+3+2, തുടർന്ന് 2+3 എന്നിങ്ങനെയുള്ള ഘടനയും മുന്നോട്ടു വച്ചു. തൊഴിലാളികൾക്ക് വിദ്യാഭ്യാസം നൽകുക തൊഴിലുടമകളുടെ ചുമതലയായി ഗണിക്കപ്പെട്ടു, ഒപ്പം പതിന്നാലു വയസ്സ് വരെയുള്ള സൌജന്യ- നിർബന്ധ വിദ്യാഭ്യാസം സർക്കാരിന്റെ ഉത്തരവാദിത്തമായി . UGC, NCERT, NIEPA, AICTE, ICAR, IMC തുടങ്ങിയ സ്ഥാപനങ്ങളും വിദ്യാഭ്യാസത്തിന്റെ മേൽനോട്ടത്തിന്നായി രൂപീകരിക്കപ്പെട്ടു.

1992-ൽ വിദ്യാഭ്യാസ മന്ത്രാലയത്തിന്റെ പേര് 'മനുഷ്യവിഭവ'മന്ത്രാലയം എന്ന് മാറ്റപ്പെട്ടു. പി. വി. നരസിംഹറാവു നടപ്പിൽ വരുത്തിയ, മൻമോഹൻ സിംഗ് പിന്തുടർന്ന, ഈ മാറ്റം വെറുമൊരു പുനർനാമകരണമായിരുന്നില്ല, വിദ്യാഭ്യാസസങ്കൽപ്പത്തിൽ തന്നെ വന്ന ഒരു മാറ്റത്തിന്റെ പ്രതിഫലനമായിരുന്നു. നിയോ-ലിബറൽ സാമ്പത്തികനയവും ഈ പെരുമാറ്റവും ഒന്നിച്ചാണുണ്ടായതെന്നത് യാദൃച്ഛികമല്ല. മൂലധനം ജനാധിപത്യത്തിൽ നടത്തിയ ഇടപെടൽ ആയിരുന്നു അത്. മനുഷ്യൻ 'മനുഷ്യവിഭവ'മായി മാറുന്നത് മൂലധനത്തിന്റെ ആവശ്യമായിരുന്നു. പ്രത്യേക സാമ്പത്തിക മേഖലകൾ, നികുതിയിളവുകൾ, തൊഴിലാളികളുടെ മേലുള്ള നിയന്ത്രണങ്ങൾ, ലൈസൻസ് അനായാസമാക്കൽ, പരിസ്ഥിതിനിയമങ്ങളിൽ ഇളവുകൾ-ഇങ്ങിനെ മുതലാളിത്തത്തിന് അനുകൂലമായ ഒട്ടേറെ പരിഷ്ക്കാരങ്ങൾ നടപ്പിലാക്കിയതിന്നൊപ്പമാണ്, മുതലാളിത്തം ആവശ്യപ്പെടുന്ന, ചോദ്യം ചെയ്യാത്ത അദ്ധ്വാനികളെയും സാങ്കേതിക വിദഗ്ധരെയും സൃഷ്ടിക്കാൻ വിദ്യാഭ്യാസം പൊളിച്ചെഴുതപ്പെട്ടത്. പ്രൊഫഷനൽ-സാങ്കേതിക കോഴ്സുകൾക്ക് ദേശീയതലത്തിലും സംസ്ഥാന തലത്തിലുമുള്ള പ്രവേശനപ്പരീക്ഷകൾ (JEE, AIEE, SLEEE) ഏർപ്പെടുത്തുന്നതും ഇക്കാലത്താണ്. മാനവിക വിഷയങ്ങൾ ഇതോടെ പിന്നോട്ടുപോകുാൻ തുടങ്ങി.

ഈ മാതൃകാപരിവർത്തനത്തിന് (Paradigm Shift) ആക്കം കൂട്ടുകയും പുതിയ രാഷ്ട്രീയ അജണ്ടകൾ അതിൽ കൂട്ടിച്ചേർക്കുകയും സ്വകാര്യവത്കരണത്തിന് വേഗം വർദ്ധിപ്പിക്കുകയും സൌജന്യ-നിർബന്ധ വിദ്യാഭ്യാസത്തിന്റെ ചുമതല സർക്കാരിൽ നിന്ന് പൂർണ്ണമായും എടുത്തു മാറ്റുകയുമാണ് 2020 -ലെ പുത്തൻ വിദ്യാഭ്യാസനയം ചെയ്യുന്നത്.

ഇതിന്റെ രാഷ്ട്രീയപശ്ചാത്തലം അജ്ഞാതമല്ല. ഹിന്ദുമഹാസഭയുടെ കാലം മുതൽ ആരംഭിച്ച ഹിന്ദുരാഷ്ട്രനിർമ്മാണത്തിന്റെ ഒരു പുതിയ അദ്ധ്യായമാണിത്. ആ ഹിന്ദുരാഷ്ട്രം എല്ലാ

ഇന്ത്യക്കാരുടേതുമല്ലെന്നതു പോകട്ടെ, ഹിന്ദുക്കളുടേതു പോലുമല്ല; ഹിന്ദുമതത്തെക്കുറിച്ച് വിദേശികളും സവർണ്ണരും പ്രചരിപ്പിച്ച ഒരു പൌരസ്ത്യവാദസങ്കൽപ്പത്തിൽ വിശ്വാസമർപ്പിച്ച ഒരു കൂട്ടം 'ഹിന്ദു'ക്കളുടേതുമാത്രമാണ്. അതിൽ ഇന്ത്യയിൽ നിലനിന്ന അനേകം ചിന്താധാരകൾക്കും ജീവിതവീക്ഷണങ്ങൾക്കും സ്ഥാനമില്ല. ചാർവാകം, സാംഖ്യം, ബൌദ്ധം, ജൈനം തുടങ്ങിയ ചിന്താപദ്ധതികൾ, ആദിവാസികളുടേതുൾപ്പെടെ പല തരം ആചാര-വിശ്വാസ ക്രമങ്ങൾ, എല്ലാ തരം മാംസങ്ങളും ഉൾപ്പെട്ട ഭക്ഷണരീതികൾ, നിരന്തരമായ ദർശന സംവാദങ്ങൾ ഇവയെ കണക്കിലെടുക്കാത്ത, മനുസ്മൃതിയെ നിയമമായും അർത്ഥശാസ്ത്രത്തെ സാമ്പത്തിക ശാസ്ത്രമായും അംഗീകരിക്കുന്ന, ജ്യോതിഷം ഉൾപ്പെടെയുള്ള കപടജ്ഞാനരൂപങ്ങളെയും ബ്രാഹ്മണരുടെ ആചാരവിധികളെയും വർണ്ണ വ്യവസ്ഥയെയും അംഗീകരിക്കുന്ന, ഒരിക്കലും നില നിൽക്കാതിരുന്ന ഒരു 'സുവർണ്ണയുഗ'ത്തെ ക്കുറിച്ച് അഭിമാനം കൊള്ളുകയും 'ആര്യർ' എന്നൊരു വംശമാണ് ഇവിടെ ആദ്യം ഉണ്ടായിരുന്നതെന്നും ഇന്ത്യൻ സംസ്കാരത്തിന്റെ നിർമ്മാതാക്കൾ അവരാണെന്നുമുള്ള, അനേകം തവണ ഗവേഷകർ തെറ്റെന്നു തെളിയിച്ച, അഹന്ത പുലർത്തുന്ന, മറ്റു മതങ്ങളെയും വിശ്വാസങ്ങളെയും പ്രത്യയശാസ്ത്രങ്ങളെയും 'വിദേശി'യായി കാണുന്ന, ഗാന്ധിജിയും ടാഗോറും മുതലുള്ള ദേശീയവാദികൾ നിരാകരിച്ചിരുന്ന, പ്രയോഗത്തിലുള്ള വിവിധവും സങ്കീർണ്ണവുമായ ഹിന്ദുസമ്പ്രദായങ്ങളുമായി ഒരു ബന്ധവുമില്ലാതെ കൃത്രിമമായി നിർമ്മിക്കപ്പെട്ട, ഒരു രാഷ്ട്രീയ പ്രത്യയശാസ്ത്രമാണ് ഈ ഹിന്ദുത്വം.

ഇന്ത്യാവിഭജനത്തിനു ശേഷം ഗാന്ധിയുടെ വധം, ബാബറി മസ്ജിദിൽ രാം ലല്ലയുടെ വിഗ്രഹം ഒളിച്ച് കടത്തൽ, മസ്ജിദിന്റെ ധ്വംസനം, (രണ്ടും ഇന്ത്യ ഭരിച്ചിരുന്ന കോൺഗ്രസ് പാർട്ടിയുടെ മൌനാനുമതിയിലൂടെ), ടി.വി. രാമായണപരമ്പര, ഗുജറാത്ത് കൂട്ടക്കൊല, (ഏറെയും വടക്കേ ഇന്ത്യയിൽ നടന്ന) ആസൂത്രിതമായ അനേകം വർഗ്ഗീയലഹളകൾ, ബോധപൂർവ്വം വളർത്തിയെടുത്ത ഇതരമത വിദ്വേഷം, അസത്യപ്രചാരണത്തിന്നായി പൊതു മാദ്ധ്യമങ്ങളുടെയും സൈബർ മാദ്ധ്യമങ്ങളുടെയും ആസൂത്രിതവും സംഘടിതവുമായ ദുരുപയോഗം, രാമനവമി, കൃഷ്ണാഷ്ടമി തുടങ്ങിയവയുടെ രാഷ്ട്രീയമായ ഉപയോഗം, മിത്തുകളെ ശാസ്ത്രവും ചരിത്രവുമാക്കി മാറ്റൽ- ഇവയിലൂടെയെല്ലാം പടിപടിയായി വളർന്ന് അധികാരം നേടിയതാണ് ഈ ഹിന്ദുത്വരാഷ്ട്രീയം. എന്നാൽ അതിനു തനിച്ച് അധികാരലബ്ധി സാദ്ധ്യമാക്കിയതിൽ കോർപ്പറേറ്റുകളുടെയും വിദേശങ്ങളിലെ ഹിന്ദു സംഘടനകളുടെയും സാമ്പത്തികപിന്തുണയുടെ

പങ്ക് കുറച്ചു കാണാനാവില്ല. അങ്ങിനെ ചങ്ങാത്തമുതലാളിത്തവും രാഷ്ട്രീയ ഹിന്ദുത്വവും ചേർന്നുള്ള ഒരു അധീശശക്തിയെ നിലനിർത്തണമെങ്കിൽ വരുംതലമുറകളെ ആ സമ്മിശ്ര പ്രത്യയശാസ്ത്രത്തിനു പാകപ്പെടുത്തിയെടുത്തേ തീരൂ.

ആ ലക്ഷ്യം നേടുന്നതിന് ആദ്യം ഭരണകൂടം ചെയ്തത് സാംസ്കാരിക സ്ഥാപനങ്ങളെ സ്വന്തം പ്രത്യയശാസ്ത്രക്കോളണികളാക്കി മാറ്റുകയാണ്. ഇന്ത്യൻ ചരിത്ര ഗവേഷണ കൌൺസിൽ , ഇന്ത്യൻ സാമൂഹ്യശാസ്ത്ര ഗവേഷണ കൌൺസിൽ, ഇന്ത്യൻ സാംസ്കാരികക്കൈമാറ്റ കൌൺസിൽ, ഇന്ത്യൻ തത്വചിന്താ ഗവേഷണ കൌൺസിൽ, കേന്ദ്ര അക്കാദമികൾ, നാഷണൽ ബുക്ക് ട്രസ്റ്റ്, പബ്ലിക്കേഷൻ വിഭാഗം തുടങ്ങി നെഹ്രുവിന്റെ കാലത്ത് സ്ഥാപിക്കപ്പെട്ട ലിബറൽ വിജ്ഞാനകേന്ദ്രങ്ങളെയും നെഹ്റു മ്യൂസിയം, ഐ.ജി.എൻ.സി.ഏ. എന്നിവ ഉൾപ്പെടെയുള്ള സ്ഥാപനങ്ങളെയും മിക്കപ്പോഴും പ്രത്യക്ഷമായും ചിലപ്പോൾ പരോക്ഷമായും സ്വന്തം അജണ്ട നടപ്പിലാക്കാനുള്ള ഉപകരണങ്ങളാക്കി പരിവർത്തിപ്പിച്ചത് ഇതിന്റെ ആരംഭമായിരുന്നു. പൂനയിലെ ഫിലിം ആൻഡ് ടെലിവിഷൻ ഇൻസ്റ്റിറ്റ്യൂട്ട് , വിവിധ കേന്ദ്ര സർവ്വകലശാലകൾ ഇവയായിരുന്നു അടുത്ത ലക്ഷ്യം. ആദ്യം മുതൽ തന്നെ എതിർശബ്ദങ്ങളെ ശകാരം, ഭീഷണി, പ്രലോഭനം, കേസ്സുകൾ, അറസ്റ്റുകൾ, കൊലപാതകം ഇവയിലൂടെയെല്ലാം നിശ്ശബ്ദമാക്കാനുള്ള ശ്രമങ്ങൾ നടന്നു, അവ മഹാമാരിയുടെ മറവിൽ കൂടുതൽ ശക്തിയായി തുടരുന്നത് നാം ദിവസം തോറും കാണുന്നു. എം. എഫ്. ഹുസ്സൈനിൽ ആരംഭിച്ച അത് ടി. എം. കൃഷ്ണയിൽ എത്തി നിൽക്കുന്നു. ഇതേ മഹാമാരിയുടെ മറവിൽ വനനിയമവും പരിസ്ഥിതി സംരക്ഷണനിയമവും കോർപ്പറേറ്റുകൾക്കു അനുകൂലമായി ഭേദഗതി ചെയ്യപ്പെടുന്നു. പൌരാവകാശ നിയമഭേദഗതിയ്ക്കെതിരെ ഉയർന്ന ശബ്ദങ്ങൾ പല രീതിയിൽ മൂകമാക്കപ്പെടുന്നു. . ഈ പശ്ചാത്തലത്തിൽ നിന്ന് പുതിയ വിദ്യാഭ്യാസ നയത്തെ അടർത്തി മാറ്റി കാണുക സാദ്ധ്യമല്ല. അത് നടപ്പിലാക്കപ്പെട്ട രീതി ഫെഡറൽ തത്വത്തിന്റെ നഗ്നമായ ലംഘനമാണെന്നത് ഇതിന്നകം ശ്രദ്ധിക്കപ്പെട്ടിട്ടുണ്ട്.

2014 -ലെ ഭാരതീയജനതാപ്പാർട്ടി മാനിഫെസ്റ്റോയിൽ തന്നെ ഈ നയത്തെക്കുറിച്ച് പറഞ്ഞിരുന്നു. ടി. എസ്. ആർ. സുബ്രഹ്മണ്യൻ, കൃഷ്ണസ്വാമി കസ്തൂരിരംഗൻ എന്നിവർക്ക് നയരൂപീകരണത്തിന്റെ ചുമതലയും നൽകപ്പെട്ടിരുന്നു. ഇപ്പോഴാണ് അദ്ധ്യേതാക്കളെയും ഗവേഷകരേയും തങ്ങൾക്കുതകുന്ന രീതിയിൽ പൂർണ്ണമായും പാകപ്പെടുത്തിയെടുക്കുന്ന ഒരു നയം പരിസമാപ്തിയിൽ എത്തിയത്

എന്നേയുള്ളൂ . ഔപചാരികമായി നിർദ്ദേശങ്ങൾ ക്ഷണിക്കപ്പെട്ടുവെങ്കിലും, വിമർശനാത്മകമായ നിർദ്ദേശങ്ങൾ അയച്ചിരുന്നവരെല്ലാം തന്നെ പറയുന്നത് തങ്ങളുടെ ഒരു വിമർശനവും ശ്രദ്ധിക്കപ്പെട്ടില്ല എന്നാണ്. ഭാരതീയജനതാപാർട്ടി ഭരിക്കാത്ത സംസ്ഥാനങ്ങളിലെ ഭരണകർത്താക്കളും അതു തന്നെ പറയുന്നു.

മഹാമാരിയുടെ മറയുപയോഗിച്ച് വിപുലമായ അഭിപ്രായ പ്രകടനങ്ങൾക്ക് അവസരം നൽകാതെ ഫെഡറൽ തത്വം ലാഘവത്തോടെ ലംഘിച്ചു കൊണ്ട് നിലവിൽ വരുത്തിയ ഈ നയത്തെ അതിന്റെ സാന്നിദ്ധ്യങ്ങൾക്കൊപ്പം അസാന്നിദ്ധ്യങ്ങളിലൂടെ കൂടി വായിക്കേണ്ടതുണ്ട്. മുൻ നയപ്രസ്താവങ്ങളിൽ ധാരാളമായി ഉണ്ടായിരുന്ന സ്വാതന്ത്ര്യം, ജനാധിപത്യം, മതേതരത്വം, സാമൂഹ്യ തുല്യത, വിമർശനബുദ്ധി, സേവനമനസ്ഥിതി, ശാസ്ത്രീയസമീപനം, മാനുഷിക മൂല്യം തുടങ്ങിയ പദങ്ങൾ ഒന്നും തന്നെ ഇവിടെ കാണുന്നില്ല. മറ്റു പല വാക്കുകളുടെയും അർത്ഥമാകട്ടെ തികച്ചും മാറുകയും ചെയ്തിരിക്കുന്നു. ദേശം, ദേശീയത, പാരമ്പര്യം, വിദ്യ തുടങ്ങിയ വാക്കുകളാണ് ഞാൻ ഉദ്ദേശിക്കുന്നത്. വിമർശകരെയെല്ലാം ദേശദ്രോഹികളും ന്യൂനപക്ഷങ്ങളെ വിദേശികളും ബുദ്ധിജീവികളെ അർബൻ നക്സലുകളും ചൂഷണവിരോധികളെ ഭീകരവാദികളും മനുഷ്യാവകാശപ്രവർത്തകരെ ജനശത്രുക്കളുമായി വിവരിക്കുന്ന ഒരു മറുഭാഷ തന്നെ സൃഷ്ടിച്ചവർ ഈ സംജ്ഞകൾ കൊണ്ട് എന്താണ് ഉദ്ദേശിക്കുന്നതെന്ന് നമുക്ക് ഊഹിക്കാവുന്നതേയുള്ളൂ. ഈ നയം 'ഇന്ത്യാ-കേന്ദ്രിതം' (India-centric) ആണെന്ന് ആമുഖത്തിൽ പറയുമ്പോൾ അത് ആരുടെ ഇന്ത്യയാണ് എന്ന് നമുക്ക് ചോദിക്കേണ്ടി വരുന്നു. ഗാന്ധിയും നെഹ്രുവും ഉൾപ്പെടെയുള്ള നമ്മുടെ ദേശീയനേതാക്കൾ രൂപീകരിച്ചിരുന്ന വൈവിദ്ധ്യസമ്പന്നവും മതാതീതവും സമാധാനകാംക്ഷിയും സമത്വോന്മുഖവുമായ ഇന്ത്യ എന്ന ആശയത്തെ കുഴിച്ചു മൂടിയവരാണ് ഇപ്പോൾ മറ്റൊരു 'ഇന്ത്യ'യെക്കുറിച്ച് സംസാരിക്കുന്നത് എന്ന് മറന്നുകൂടാ.

സ്കൂൾ വിദ്യാഭ്യാസം

സ്കൂൾ വിദ്യാഭ്യാസത്തെ സംബന്ധിച്ചുള്ള നിർദ്ദേശങ്ങളിൽ നാം ശ്രദ്ധിക്കേണ്ട ചില കാര്യങ്ങൾ ഇവയാണ്:

ഇതുവരെ പതിന്നാലു വയസ്സ് വരെയുള്ള സൌജന്യവും നിർബന്ധവുമായ വിദ്യാഭ്യാസം ഭരണകൂടത്തിന്റെ ചുമതലയായാണ് വിഭാവനം ചെയ്യപ്പെട്ടിരുന്നത്. എന്നാൽ ഇപ്പോൾ പബ്ലിക് സ്കൂൾ എന്ന സങ്കല്പ്പത്തെത്തന്നെ ചോദ്യം ചെയ്തുകൊണ്ട് , ബദൽ സ്ഥാപനങ്ങൾക്ക് ആ

ച്ചുമതല ഏൽപ്പിച്ച് ഭരണകൂടം കൈ കഴുകുകയാണ്. ഏതാണ് ഈ 'ബദൽ സ്ഥാപനങ്ങൾ'? സരസ്വതീ വിദ്യാലയങ്ങൾ, ഗുരുകുലങ്ങൾ, മഠങ്ങൾ, വേദപാഠശാലകൾ, മദ്രസകൾ തുടങ്ങിയവയിലൂടെ ലഭിക്കുന്ന മതപരമായ ശിക്ഷണത്തിന് പൊതുവിദ്യാലയത്തിൽ നിന്ന് ലഭിക്കുന്ന വിദ്യാഭ്യാസത്തിനു പകരം നിൽക്കാൻ കഴിയുമോ? ഒരു പൊതു ഇടത്തിൽ നിന്ന് ലഭിക്കുന്ന സാമൂഹ്യബോധം, മതസഹവർത്തിത്വം, സമത്വശിക്ഷണം, അടിസ്ഥാനപരമായ ശാസ്ത്ര പഠനം, ഭാഷാപഠനം, സാമൂഹ്യ ശാസ്ത്രപഠനം, കലാഭ്യസനം, സംവേദന സാമർത്ഥ്യം, മാനുഷിക മൂല്യങ്ങളിൽ ഊന്നിയ സ്വഭാവരൂപീകരണം, സഹാനുഭൂതി തുടങ്ങിയവ ഈ ഇടുങ്ങിയ ഇടങ്ങളിൽ നിന്ന് ലഭിക്കുമോ? മറിച്ച് സ്വതന്ത്രചിന്ത അസാദ്ധ്യമാക്കുന്ന അന്ധമായ വിശ്വാസങ്ങളും ഇതര വിശ്വാസങ്ങളിൽ പെട്ടവരെ 'അപര'രായി കാണുന്ന സങ്കുചിത മനോഭാവവുമല്ലേ കുട്ടികളിൽ വളരുക?

സ്കൂൾ വിദ്യാഭ്യാസം അടിസ്ഥാനപഠനങ്ങളുടെ കാലമാണ്. എന്നാൽ ഈ നയത്തിൽ തൊഴിലഭ്യസനത്തിന് ഊന്നൽ നൽകപ്പെട്ടിരിക്കുന്നു. മറ്റു പഠനങ്ങൾക്കൊപ്പം അദ്ധ്യേതാക്കൾക്ക് ചില കരകൗശലങ്ങൾ കൂടി പഠിപ്പിക്കുന്ന രീതി മുന്നേ ഉണ്ട്; അതല്ല ഇവിടെ ഉദ്ദേശിക്കുന്നത്. വിദ്യാർത്ഥികൾ സ്വാഭാവികമായും തിരഞ്ഞെടുക്കുക തങ്ങളുടെ പരമ്പരാഗതതൊഴിലുകൾ തന്നെയായിരിക്കും. ഇത് ജാതിവ്യവസ്ഥയെ ശക്തിപ്പെടുത്തുകയാണ് ചെയ്യുക. തൊഴിൽ പഠനം, വിദ്യാഭ്യാസത്തെ ഉപജീവനവിദ്യ മാത്രമാക്കി ചുരുക്കി അവരുടെ കൊഴിഞ്ഞുപോക്ക് വർദ്ധിപ്പിക്കുകയും ചെയ്യും.

പുതിയ നിർദ്ദേശങ്ങളിൽ സമർത്ഥമായി മറച്ചു വെയ്ക്കപ്പെട്ട മറ്റൊരു വിപത്ത് ത്രിഭാഷാസൂത്രത്തിലെ മാറ്റമാണ്. ഇംഗ്ലീഷ് പഠനം ഇപ്പോൾ നിർബന്ധമല്ല, ഹിന്ദി പഠനവും അല്ല. പെട്ടെന്ന് ഇത് ആകർഷകമായി തോന്നാം. മാതൃഭാഷയിൽ വിദ്യാഭ്യാസം നല്ലതാണല്ലോ. എന്നാൽ ഇതിന്റെ സാമൂഹ്യ പ്രത്യാഘാതങ്ങൾ ദൂരവ്യാപകമാണ്. ഇംഗ്ലീഷ് നിർബന്ധമല്ലാതാകുന്നതിന്റെ വിപത്തുകൾ ദളിത് ചിന്തകർ ഇതിനകം എടുത്തു കാട്ടിയിട്ടുണ്ട്. ഒന്ന്, പണമുള്ള കുട്ടികൾ പബ്ലിക് സ്കൂൾ വിട്ടു വലിയ ഫീസ് ഈടാക്കുന്ന, ഇംഗ്ലീഷ് മാധ്യമമായുള്ള, വിദ്യാലയങ്ങളിൽ ചേരും.അങ്ങിനെ അവർ ഉന്നതോദ്യോഗങ്ങൾക്കും സിവിൽ സർവീസിനും ആഗോളമായ ഇടപാടുകൾക്കും പ്രാപ്തി നേടും. ഇംഗ്ലീഷ് കൊണ്ടുള്ള ശാക്തീകരണത്തിൽ നിന്ന് പുറത്താക്കപ്പെടുക ദരിദ്രരും ദളിതരും ആദിവാസികളും മറ്റുമായ പാർശ്വവത്കൃതവിഭാഗങ്ങളിലെ അദ്ധ്യേതാക്കളായിരിക്കും. ദളിത് വിമോചനത്തിൽ ഇംഗ്ലീഷിന്റെ പ്രാധാന്യം ഡോ. ഭീംറാവു

അംബേദ്കർ സ്വാനുഭവവും പരാനുഭവവും വെച്ച് മുൻപേ എടുത്തു പറഞ്ഞിട്ടുണ്ടെന്നോർക്കുക. ഹിന്ദിക്ക് പകരം തമിഴോ കന്നഡയോ തെലുങ്കോ മറ്റു പ്രാദേശിക ഭാഷകളോ പഠിക്കുന്നവർക്ക് മദ്ധ്യേന്ത്യയിലും ഉത്തരേന്ത്യയിലും ജോലി ലഭിക്കുക പ്രയാസമാകും. (ഇപ്പോൾ ആ 'ജോലി'കളിൽ ദേശഭരണം കൂടി ഉൾപ്പെടുന്നു എന്ന് മറക്കാതിരിക്കുക: പല മൂന്നാംകിട നേതാക്കളെയും 'ദേശീയ' നേതാക്കളാക്കിയത് ഹിന്ദിയുടെ ബലം മാത്രമാണ്.) ചുരുക്കത്തിൽ, ക്രമേണ ദേശീയവും സാർവ്വദേശീയവുമായ വേദികളിൽ ദക്ഷിണേന്ത്യൻ സാന്നിദ്ധ്യം പൊതുവെയും കീഴാളവർഗ്ഗ സാന്നിദ്ധ്യം പ്രത്യേകിച്ചും, കുറയ്ക്കുകയായിരിക്കും ഈ ഭാഷാനയത്തിന്റെ പരിണത ഫലം. കർണ്ണാടകത്തിൽ വിദ്യാഭ്യാസക്കമ്മീഷണർ ആയിരുന്നപ്പോൾ യു. ആർ. അനന്തമൂർത്തി നൽകിയ നിർദ്ദേശമാണ് എനിക്ക് കരണീയമായി തോന്നുന്നത്: പ്രൈമറി ഘട്ടം മുതലേ മാതൃഭാഷയും ഇംഗ്ലീഷും പഠിപ്പിക്കുക. അത് ഇംഗ്ലീഷ് വിഷമമുള്ളതോ മേലേക്കിടയിലുള്ളതോ ആയ ഭാഷയാണെന്ന തെറ്റായ ബോധം ബാല്യത്തിൽ തന്നെ മനസ്സിൽ നിന്ന് നീക്കുകയും കുട്ടികൾക്ക് ആത്മവിശ്വാസം നൽകുകയും കോളേജിലും മറ്റും എത്തുമ്പോൾ ഇംഗ്ലീഷ് മാദ്ധ്യമത്തിൽ പഠിച്ച വിദ്യാർത്ഥികൾക്കു മുന്നിൽ മാതൃഭാഷാ മാദ്ധ്യമത്തിൽ പഠിച്ചവർക്ക് പലപ്പോഴും തോന്നാറുള്ള അനാവശ്യമായ അധമബോധം മാറ്റുകയും ചെയ്യും. (ഈ ലേഖകന്റെ കാൽ നൂറ്റാണ്ടിലെ അദ്ധ്യാപനപരിചയം പറയുന്നത് മലയാളം മാധ്യമത്തിൽ നിന്നു വന്ന കുട്ടികളാണ് കൂടുതൽ നല്ല ഇംഗ്ലീഷ് എഴുതുന്നത് എന്നാണ്; ആദ്യത്തെ ആഴ്ച ഇംഗ്ലീഷ് മീഡിയത്തിൽ പഠിച്ചവർ ഒഴുക്കുള്ള – എന്നാൽ പലപ്പോഴും തെറ്റായ- സംസാരത്തിലൂടെ നല്ല 'പ്രകടനം' കാഴ്ച വെയ്ക്കുമെങ്കിലും. ഞാൻ സ്വയം സാധാരണ നാട്ടിൻപുറങ്ങളിലെ പൊതുവിദ്യാലയങ്ങളിൽ മലയാളം മാദ്ധ്യമമായി പഠിച്ചയാളാണെന്നും അത് ഇംഗ്ലീഷ് കൈകാര്യം ചെയ്യാനുള്ള എന്റെ ശേഷിയെ ഒട്ടും പ്രതികൂലമായി ബാധിച്ചിട്ടില്ലെന്നും കൂടി പറയട്ടെ)

ഒരു കേന്ദ്രീകൃത പാഠ്യപദ്ധതി എന്ന ആശയം വിദ്യാഭ്യാസത്തിന്റെ പ്രാദേശികാനുഭവങ്ങളെയും പ്രാദേശിക ചരിത്രവുമായി ബന്ധപ്പെട്ട അനുഭവങ്ങളെയും ഓർമ്മകളെയും ഇല്ലാതാക്കും. പകരം ഈ ഭരണകൂടം നിർമ്മിക്കുന്ന കപടദേശീയചരിത്രവും 'ഹൈന്ദവം' എന്ന പേരിൽ അവർ നിർമ്മിച്ച സംസ്കാരവും പാരമ്പര്യവുമാവും പഠിപ്പിക്കുക. ഇവിടെയാണ് സംസ്കൃത പഠനത്തെ സംബന്ധിച്ച പരാമർശത്തെയും കാണേണ്ടത്. സംസ്കൃത പഠനം ഒട്ടും മോശമായ കാര്യമല്ല, സാഹിത്യപരവും ദാർശനികവും സൌന്ദര്യശാസ്ത്രപരവുമായ

ഒരു മഹാപാരമ്പര്യത്തിലേക്കുള്ള വാതായനം ആണത്. പക്ഷെ അതിനു സംസ്കൃതത്തിന്റെ ഈടുവെയ്പ്പുകളെക്കുറിച്ചു സമഗ്രമായ ധാരണ വേണം. അതിൽ നടന്ന സംഭാഷണങ്ങളും സംവാദങ്ങളും അതിലെ ഭിന്നചിന്താധാരകളും ലോക വീക്ഷണങ്ങളും കാവ്യശാസ്ത്രങ്ങളും എല്ലാം ഉൾക്കൊള്ളുന്ന ഒരു സ്വതന്ത്ര സമീപനം ഇപ്പോഴത്തെ ഭരണാധികാരികൾക്ക് ചിന്തിക്കാൻ പോലും കഴിയില്ലെന്നത് വ്യക്തമാണ്, അത് അവരുടെ 'ഭാരത'സങ്കൽപ്പത്തെത്തന്നെ അട്ടിമറിക്കുമല്ലോ. രാമായണ- ഭാരതാദികളുടെ പോലും ആധുനികമായ ഭിന്നപാരായണങ്ങളും ആയിരക്കണക്കിന് പാഠങ്ങളും അവർക്ക് സഹിക്കാനാവില്ലെന്നു എ.കെ. രാമാനുജന്റെ 'മുന്നൂറു രാമായണങ്ങൾ' എന്ന പ്രബന്ധം സിലബസ്സിൽ ഉൾപ്പെടുത്തിയപ്പോൾ അവരുടെ സംഘടനകൾ ഉയർത്തിയ പ്രതിഷേധം തന്നെ തെളിയിക്കുന്നു. ഇന്ത്യയിൽ ക്ലാസ്സിക്കൽ ഭാഷ സംസ്കൃതം മാത്രമല്ലെന്നും ഓർക്കണം. ചുരുങ്ങിയത് തമിഴും പെഴ്സ്യനും ആ വിഭാഗത്തിൽ വരും. സർക്കാർ ചില വ്യവസ്ഥകൾ വെച്ച് അംഗീകരിച്ച വേറെ ക്ലാസ്സിക്കൽ ഭാഷകളും ഉണ്ട്;എല്ലാ ദക്ഷിണേന്ത്യൻ ഭാഷകളും അതിൽ പെടും.

ഇടയ്ക്ക് കൊഴിഞ്ഞു പോകുന്ന അദ്ധ്യേതാക്കളെ 'വിദ്യാഭ്യാസത്തിലേക്ക്'' തിരിച്ചുകൊണ്ട് വരും എന്ന് രേഖ പറയുന്നുണ്ട്, വിദ്യാലയത്തിലേക്ക് എന്ന് പറയുന്നില്ല എന്നത് ശ്രദ്ധേയമാണ്. അപ്പോൾ ഈ മൂന്നേകാൽ കോടി കുട്ടികൾ അനൌപചാരികമായ, സന്നദ്ധ സംഘടനകൾ നടത്തുന്ന, വിദ്യ എന്ന 'അഭ്യാസ'ത്തിലേക്ക് (കവി അയ്യപ്പപ്പണിക്കരോട് കടപ്പാട്) വലിച്ചെറിയപ്പെടാനാണ് ഇട. ഈ 'കൊഴിഞ്ഞുപോക്ക്'' വ്യവസ്ഥയുടെ തന്നെ തകരാറു കൊണ്ടാണ് ഉണ്ടാകുന്നതെന്ന തിരിച്ചറിവും ഇവിടെയില്ല; അത് 'വിധിവിഹിതം' ആണെന്നാണ് തോന്നുക.

സാമാന്യമായി പറഞ്ഞാൽ പൊതുവിദ്യാഭ്യാസത്തെ തകർക്കുകയും മതേതരമായ വിദ്യാഭ്യാസ സ്ഥാപനങ്ങളെ അപ്രസക്തമാക്കുകയും സ്വതന്ത്രമായ സാമൂഹ്യ ജ്ഞാനനിർമ്മിതിയും അതിൽ നിന്ന് അനിവാര്യമായും ഉയർന്നു വരുന്ന വ്യവസ്ഥാവിരുദ്ധ രാഷ്ട്രീയവും അസാദ്ധ്യമാക്കുകയും ചെയ്യുക എന്ന അപ്രഖ്യാപിത ലക്ഷ്യമാണ് പുതിയ വിദ്യാഭ്യാസനയത്തിനുള്ളത്.

ഉന്നത വിദ്യാഭ്യാസവും ഗവേഷണവും

സ്കൂൾ വിദ്യാഭ്യാസത്തോടുള്ള സമീപനത്തിന്റെ യുക്തിസഹമായ തുടർച്ച തന്നെയാണ് ഉപരിവിദ്യാരംഗത്തോടും പുതിയ നയം പുലർത്തുന്നത്. ഒരു വർഷത്തെ ബിരുദ പഠനം പൂർത്തിയാക്കുന്നവർക്ക്

സർട്ടിഫിക്കറ്റ്, രണ്ടു വർഷം കഴിഞ്ഞു വിടുന്നവർക്ക് ഡിപ്ലോമ, മൂന്നു വർഷം കഴിഞ്ഞാൽ ഡിഗ്രി: ഇത് മൂന്ന് തട്ടുകളായി കോളേജ് വിദ്യാഭ്യാസത്തെ വിഭജിക്കും, ഓരോ വർഷവും കൊഴിഞ്ഞു പോകുന്നവരുടെ എണ്ണം കൂടും; അങ്ങിനെ പോകുന്നവർ ഏതു വർഗ്ഗങ്ങളിലും സാമൂഹ്യ വിഭാഗങ്ങളിലും പെടുന്നവർ ആയിരിക്കുമെന്നത് ഊഹിക്കാവുന്നതേയുള്ളൂ. ഇതുവരെ സർക്കാർ എതിർത്തിരുന്ന, വിദേശസർവ്വകലാശാലകളുടെ കടന്നുവരവ്, എന്തെല്ലാം നിയന്ത്രണങ്ങൾ ഉണ്ടായാലും, നാലാമതൊരു ഉയർന്ന 'വർണ്ണ'ത്തെക്കൂടി സൃഷ്ടിക്കും.ഓക്സ്ഫോർഡ്, ഹാർവാഡ്, കേംബ്രിഡ്ജ്, യൂക്കാൽ തുടങ്ങിയ സർവ്വകലാശാലകൾ അവരുടെ പ്രവേശനപ്പരീക്ഷകൾ ഏർപ്പെടുത്തുകയും ഉയർന്ന ഫീസ്നിരക്ക് ഈടാക്കുകയും ചെയ്യും, എന്നാൽ ആ സർവ്വകലാശാലകളിൽ പോയി പഠിക്കുന്നതിന്റെ മേന്മകൾ- വലിയ ലൈബ്രറികൾ, വിദഗ്ധരായ അദ്ധ്യാപകർ, പണ്ഡിതരായ ഗവേഷണ സഹായികൾ - ഒന്നും അദ്ധ്യേതാക്കൾക്ക് ലഭിക്കുകയുമില്ല. ഇവിടെയും ഭ്രഷ്ടരാക്കപ്പെട്ടുക പാർശ്വവത്കൃതവിഭാഗങ്ങൾ തന്നെയായിരിക്കും. സംവരണ തത്വത്തെ പ്രായോഗികമായി അട്ടിമറിക്കുന്നതാവും പുതിയ സമീപനത്തിന്റെ ഫലം. കോളേജ് പ്രവേശനം 'മെരിറ്റ്' അടിസ്ഥാനത്തിൽ ആവും എന്ന് പറയുമ്പോൾ , അവിടെയും സംവരണതത്ത്വത്തെക്കുറിച്ചുള്ള അർത്ഥവത്തായ ഒരു മൌനമുണ്ട്.

ഭരണഘടന, ലിംഗപഠനം, പരിസ്ഥിതിപഠനം, മാധ്യമ പഠനം, സംസ്കാര പഠനം, മനുഷ്യാവകാശങ്ങൾ - ഇവയൊന്നും ഈ പദ്ധതിയിൽ പരാമർശിക്കപ്പെടുന്നില്ലെന്നു കുങ്കും റോയ് എടുത്തു പറയുന്നുണ്ട്. കാലഘട്ടവുമായി ബന്ധപെടാനേ കഴിയാത്ത ഒരു പറ്റം പുരാജീവികളാവും നമ്മുടെ സർവ്വകലാശാലകളിൽ നിന്ന് പുറത്തു വരുന്നത്. ആധുനിക വിജ്ഞാനവുമായി സംവദിക്കാൻ പോലും അവർക്ക് കഴിയില്ല. 'ദേശീയത' കൊണ്ട് അവർ ഉദ്ദേശിക്കുന്നത് ഈ കതകടപ്പിനെയാണ്. വിഭിന്ന വിഷയങ്ങളിലെ ആധുനികവിശേഷജ്ഞരുമായി സംവദിക്കാൻ പോലും കഴിവില്ലാത്ത ഒരു കൂട്ടം കൂപമണ്ഡൂകങ്ങളാവും നമ്മുടെ യുവജനത. എം. ഫിൽ എടുത്തു കളയുന്നതോടെ ഗവേഷണരീതിശാസ്ത്രം തന്നെ അറിവിന്നു പുറത്താകും.

ഇതിനേക്കാൾ അപകടകരമാണ് ഈ നയം വിഭാവന ചെയ്യുന്ന ഗവേഷണ നിയന്ത്രണം. ഇനി മുതൽ ഇഷ്ടവിഷയങ്ങളിൽ ഗവേഷണം അസാദ്ധ്യമാകും, വിമർശനാത്മകവിജ്ഞാനം നിഷിദ്ധവും. ഏതു വിഷയത്തിൽ ഗവേഷണം ചെയ്യണം എന്ന് ഭരണകൂടത്തിന്റെ സമിതികൾ നിശ്ചയിക്കും. അവ മതവുമായി

ബന്ധപ്പെട്ടവയോ, പ്രാചീനവിജ്ഞാനങ്ങളുമായി ബന്ധപ്പെട്ട വയോ, ആധുനിക മുതലാളിത്തത്തിനു ആവശ്യമായ സാങ്കേതിക വിദ്യകളെ സംബന്ധിച്ചവയോ ആയിരിക്കും എന്നൂഹിക്കാൻ വലിയ ബുദ്ധിയൊന്നും വേണ്ടാ. വിപണിയും വർഗ്ഗീയതയുമാവും ഗവേഷ ണവിഷയങ്ങൾ തീരുമാനിക്കുക. അദ്ധ്യാപകർക്ക് സ്ഥാനക്കയറ്റം ലഭിക്കാൻ ഗവേഷണ പരിചയം ആവശ്യമില്ലെന്ന തീരുമാനവും, ഗവേഷണ ഫെല്ലോഷിപ്പുകൾ നിർത്തലാക്കാനുള്ള നിർദ്ദേശവും ഉന്നത വിദ്യാഭ്യാസസ്ഥാപനങ്ങളുടെ നിലവാരം നിർണ്ണയിക്കുന്ന ദേശീയഗുണനിലവാരനിർണ്ണയ സമിതി - NAC - നിർത്തലാക്കുന്ന തും, യു . ജി. സി. യെ വെറും ഗ്രാന്റ് നൽകുന്ന ഒരു ഉപസ്ഥാപനം മാത്രമാക്കി മാറ്റുന്നതും കൂട്ടി വായിക്കുമ്പോൾ വിദ്യാഭ്യാസനിലവാര ത്തിന്റെ കാര്യത്തിൽ ഈ സർക്കാരിനുള്ള തികഞ്ഞ അലംഭാവം വ്യക്തമാകും. എല്ലാ വൈവിദ്ധ്യവും തകർക്കുന്ന ഈ പ്രത്യയശാസ്ത്ര പ്രവർത്തനത്തിനു ചുക്കാൻ പിടിക്കുന്നതാകട്ടെ പ്രധാനമന്ത്രി തന്നെ അദ്ധ്യക്ഷനായ ദേശീയവിദ്യാഭ്യാസകമ്മീഷനും!

ചുരുക്കിപ്പറഞ്ഞാൽ, ഭരണകൂടം ഉയർത്തിപ്പിടിക്കുന്ന സാംസ്കാരിക ദേശീയതയ്ക്കും ചങ്ങാത്തമുതലാളിത്തത്തിനും അനുകൂലമായി ഇന്ത്യൻ വിദ്യാഭ്യാസരംഗത്തെ വാണിജ്യവത്കരിക്കുകയും വർഗ്ഗീയവത്ക രിക്കുകയും വിമർശന ബുദ്ധിയെ നിശ്ശബ്ദമാക്കുകയും ചോദ്യങ്ങൾ ചോദിക്കാതെ അനുസരിക്കുന്ന സേവകരുടെയും അടിമകളുടെയും തലമുറകളെ വാർത്തെടുത്ത് സ്വന്തം അധീശത്വം എല്ലാ കാലവും നില നിർത്തുന്നതിനുള്ള അടിത്തറ പാകുകയുമാണ് ഈ പുത്തൻ വിദ്യാഭ്യാസനയത്തിന്റെ അപ്രഖ്യാപിത ലക്ഷ്യം. സംസ്ഥാനങ്ങൾ ഇത് നടപ്പിലാക്കാൻ വിസമ്മതിക്കുകയും അദ്ധ്യാപകരും വിദ്യാ ർത്ഥികളും ഗവേഷകരും ചിന്തകരും അടിസ്ഥാന ജനവിഭാഗങ്ങളും വലിയ പ്രതിഷേധമുയർത്തുകയും വിദ്യാഭ്യാസവിദഗ്ദ്ധർ ബദൽ നയങ്ങൾ രൂപപ്പെടുത്തുകയും അദ്ധ്യാപകർ 'ഡി-സ്കൂളിങ്ങി'നും-നൽക പ്പെട്ട യാഥാസ്ഥിതികവിദ്യയിൽ നിന്നുള്ള മോചനം- പ്രതിസംസ്കാര രൂപീകരണം എന്നിവയ്ക്ക് മുൻകൈയെടുക്കുകയും ക്ലാസ്സുമുറികളിലെ സ്വാതന്ത്ര്യത്തെ പ്രയോജനപ്പെടുത്തുകയും ചെയ്താൽ മാത്രമേ ഈ പ്രതിലോമ രാഷ്ട്രീയ പ്രവർത്തനത്തെ തടയാനാകൂ.

എൻ ഇ പി 2020 : ധനാധിഷ്ഠിത മികവും വ്യവസ്ഥാപിത അരികുവൽകരണങ്ങളും അപ്ഡേറ്റ് ചെയ്യപ്പെടുമ്പോൾ

മൃദുലാദേവി എസ്.

"പെട്ടന്ന് സമ്പത്തുണ്ടാക്കണം എന്നാണ് നിങ്ങൾ ആഗ്രഹിക്കുന്നതെങ്കിൽ നിങ്ങൾ ഏതാനും തൈകൾ നടുക. അതല്ല ദീർഘകാലാടിസ്ഥാനത്തിൽ സുസ്ഥിരതയും ക്ഷേമവുമാണ് ആഗ്രഹിക്കുന്നതെങ്കിൽ തലമുറയെ വിദ്യാഭ്യാസം ചെയ്യിക്കുക" എന്ന് ഒരു ചൈനീസ് പഴമൊഴിയുണ്ട്. ലോകമെമ്പാടും വിദ്യാഭ്യാസമെന്നതിനുള്ള പ്രസക്തിയെന്താണെന്ന് വ്യക്തമാക്കുന്ന ഒരു പഴമൊഴിയാണിത്. ഇന്ത്യയിൽ പുതുതായി രൂപികരിക്കപ്പെട്ട എൻ. ഇ. പി. 2020 ആകട്ടെ, അത്തരത്തിലുള്ള യുക്ത്യധിഷ്ഠിത ഉൾക്കാഴ്ചകളെയൊന്നും തന്നെ ഉൾക്കൊള്ളുന്നില്ലെന്ന ദൗർഭാഗ്യകരമായ യാഥാർത്ഥ്യമാണ് നമുക്ക മുൻപിലുള്ളത്.

മുൻ കേന്ദ്ര ക്യാബിനറ്റ് സെക്രട്ടറിയായിരുന്ന ടി.എസ്.ആർ. സുബ്രഹ്മണ്യത്തിന്റെ അധ്യക്ഷതയിലുള്ള അഞ്ചംഗ ഉദ്യോഗസ്ഥ ബഞ്ചിനെയാണ് വിദ്യാഭ്യാസ നയരൂപീകരണത്തിൻറെ പ്രാരംഭ ഉത്തരവാദിത്വം മാനവ വിഭവശേഷി മന്ത്രാലയം ഏൽപ്പിച്ചു നൽകിയത്.

2016 മെയ് 27ന് ഈ കമ്മിറ്റി 230 പേജുള്ള ഒരു റിപ്പോർട്ട് സമർപ്പിക്കുകയും ചെയ്തു. ഇതിന്മേലുള്ള പൊതുജനാഭിപ്രായം രേഖപ്പെടുത്താതെയാണ് 2016 -ൽ 43 പേജുള്ള രേഖ സാധ്യമായിത്തീർന്നത്. അക്കാലയളവിൽ തന്നെ വിദ്യാഭ്യാസ വിചക്ഷണരുടേതടക്കം നിരവധി ഭിന്നാഭിപ്രായങ്ങൾ അതിന്മേൽ ഉയർന്നു വരികയും ചെയ്തു. എന്നാൽ ഇത്തരം എതിരഭിപ്രായങ്ങളെ മുഖവിലക്കെടുക്കാതെയാണ് ഐ.എസ്.ആർ.ഒ. മുൻ ചെയർമാനായ ഡോക്ടർ കസ്തൂരിരംഗന്റെ നേതൃത്വത്തിൽ ഒരു 11 അംഗ സമിതിയെ ദേശീയ വിദ്യാഭ്യാസ നയത്തിന്റെ കരട് രൂപീകരിക്കുവാൻ ഏൽപ്പിക്കുന്നത്. ഈ കമ്മിറ്റിയാകട്ടെ സുബ്രഹ്മണ്യം കമ്മറ്റിയുടേതിന് സമാനമായ പാത പിൻതുടരുകയും ഒരു ബ്രാഹ്മണിക്കൽ അജണ്ടയായി വെളിപ്പെടുകയും ചെയ്തു.

പുതിയ വിദ്യാഭ്യാസ നയത്തെ സംബന്ധിച്ച് പൊതുവിൽ ഉയർന്നു വരുന്ന ഒരു വിമർശനം, അത് ഇന്ത്യയിലെ ദളിത്-ആദിവാസി വിഭാഗങ്ങളെ പ്രതിലോമകരമായി ബാധിക്കും എന്നുള്ളതാണ്. എന്നാൽ വാസ്തവത്തിലിത് ഇന്ത്യയിലെ അതിസമ്പന്ന വിദ്യാർത്ഥി വിഭാഗത്തെയൊഴികെ മറ്റെല്ലാ പഠിതാക്കളേയും നേരിട്ടു തന്നെ ബാധിക്കുമെന്നുറപ്പുള്ള ഒന്നാണ്. 2030-ഓടെ ഇന്ത്യയിൽ എല്ലായിടത്തും പുതിയ ദേശീയ വിദ്യാഭ്യാസ പദ്ധതി അനുസരിച്ചുള്ള ബോധന സമ്പ്രദായം വ്യാപകമാക്കും എന്നാണ് കണക്കുകൂട്ടപ്പെടുന്നത്. എൻ.ഇ. പി. 2020- ന്റെ സകല സവിശേഷതകളും 66 പേജുകളിലായി ചിട്ടയായി ക്രമീകരിച്ചത് ഇപ്പോൾ പൊതുസമക്ഷം ലഭ്യമാണ്. അതിലെത്തന്നെ ചില പ്രത്യേക ഭാഗങ്ങളെ മുൻനിർത്തിയാണ് എപ്രകാരമാണിത് പൊതുസമൂഹത്തിനുമേൽ പ്രഹരമാകുന്നതെന്ന് വിശകലനം ചെയ്യാൻ ശ്രമിക്കുന്നത്.

നവ വിദ്യാഭ്യാസ നയത്തിന്റെ പോരായ്മകൾ പരിശോധിക്കുന്നതിനു മുൻപ് നിലവിലിരിക്കുന്ന വിദ്യാഭ്യാസ സമ്പ്രദായം തന്നെ ഏതെല്ലാം തരത്തിൽ രാജ്യത്തെ ദളിത്-ആദിവാസി-പിന്നോക്ക ജനവിഭാഗങ്ങളെ പ്രതികൂലമായി ബാധിക്കുന്നു എന്നതുകൂടി പരിശോധിക്കേണ്ടതുണ്ട്. ഇന്ത്യയിൽ ആറു മുതൽ 14 വയസ്സു വരെയുള്ള വിദ്യാർത്ഥികൾക്ക് നിർബന്ധിതവും, സാർവത്രികവും, സൗജന്യവുമായ വിദ്യാഭ്യാസമെന്നത് ഭരണഘടനാപരമായ അവകാശമെന്ന നിലയിൽ പൊതുവിദ്യാഭ്യാസ മേഖല ലഭ്യമാക്കേണ്ടതുണ്ട്. ഇത്തരത്തിൽ ഒരു നിയമപരിരക്ഷ ഉള്ളതുകൊണ്ടാണ് ഇന്ത്യയിലെ ദളിത്-ആദിവാസി-ബഹുജൻ വിഭാഗങ്ങൾ ഒരു പരിധിവരെ വിദ്യാഭ്യാസകാര്യത്തിൽ ശാക്തീകരിക്കപ്പെട്ടുകൊണ്ടിരിക്കുന്നത്. പൊതുവിൽ എല്ലാ വിഭാഗങ്ങളിലും കേവല സാക്ഷരതയെങ്കിലും

സാധ്യമാക്കുവാൻ പൊതുവിദ്യാഭ്യാസ പദ്ധതിക്ക് സാധിച്ചിട്ടുമുണ്ട്. അതേസമയം സി.ബി. എസ്. ഇ, ഐ.സി.എസ്.ഇ. പോലെയുള്ള വിദ്യാഭ്യാസ സമ്പ്രദായങ്ങളും രാജ്യത്ത് ലഭ്യമായിട്ടുണ്ട്. കേന്ദ്രീയ വിദ്യാലയങ്ങൾ, നവോദയ സ്കൂളുകൾ, ഇന്തോ-ടിബറ്റൻ സ്കൂളുകൾ, സൈനിക് സ്കൂളുകൾ എന്നിവിടങ്ങളിൽ സി.ബി.എസ്.ഇ. വിദ്യാഭ്യാസ പദ്ധതിയാണ് നടപ്പിലിരിക്കുന്നത്. കേന്ദ്ര സർക്കാർ മേഖലയിൽ നിന്നുള്ള കേന്ദ്രീയ വിദ്യാലയം, നവോദയ പോലെയുള്ള സ്ഥാപനങ്ങളെ ഒഴിച്ചു നിർത്തിയാൽ സി.ബി.എസ്.ഇ – ഐ.സി. എസ്.ഇ. വിദ്യാഭ്യാസ പദ്ധതികൾ കൂടുതലായും സ്വകാര്യമേഖലയുടെ കൈവശമാണുള്ളത്

ആക്ടിവിറ്റി ഓറിയന്റട് ആയിട്ടുള്ളതും, സ്ട്രക്ച്ചറൽ ബേസ്ഡ് ആയിട്ടുള്ളതുമായ വിദ്യാഭ്യാസം പണം നൽകി വാങ്ങേണ്ടതാകയാൽ തന്നെ അതിന്റെ വ്യാപ്തി പരിമിതമാണ്. പ്രൈവറ്റ് സ്കൂളുകൾക്കിടയിലുള്ള പരസ്പര മത്സരബുദ്ധിയും മികവ് നിലനിർത്തുവാനായുള്ള പോരാട്ടവും ഈ മേഖലയെ സമ്പന്നരുടേതു മാത്രമായി സംവരണം ചെയ്യുകയാണ്. അതിനാൽ തന്നെ അവശ വിഭാഗങ്ങൾക്ക് ആ വിദ്യാഭ്യാസപദ്ധതിയിൽ കാര്യമായ

പങ്കാളിത്തം നേടിയെടുക്കാൻ സാധിച്ചിട്ടില്ല. ഈ വിഭാഗത്തിലെ ബഹുഭൂരിപക്ഷവും ആശ്രയിക്കുന്നത് പൊതുവിദ്യാഭ്യാസ മേഖലയേയാണ്. ഇപ്പറഞ്ഞ ഇരു തട്ടിലേയും വിദ്യാർത്ഥികൾ പ്ലസ്ടു തലത്തിലുള്ള വിദ്യാഭ്യാസ പദ്ധതിക്ക് ശേഷം പ്രൊഫഷണൽ മേഖലയിൽ എത്തിപ്പെടാനായുള്ള എൻട്രൻസ് പരീക്ഷകളെ നേരിടുന്നുണ്ട്. ഇന്ത്യയിലെ എൻട്രൻസ് പരീക്ഷകളുടെ ചോദ്യനിരയാകട്ടെ, സി.ബി.എസ്.ഇ –ഐ.സി.എസ്.ഇ. സിലബസ്സുകളിലെ 9,10, പ്ലസ്ടു വരെയുള്ള സി.ബി. എസ്.ഇ. പാഠപുസ്തകങ്ങളെ അടിസ്ഥാനപ്പെടുത്തിയിട്ടുള്ളവയുമായിരിക്കും. സിബിഎസ്ഇ യിൽ നിന്നു ലഭ്യമാകുന്ന തരത്തിലുള്ള ഇംഗ്ലീഷ് വിദ്യാഭ്യാസം ലഭിക്കാത്ത, പൊതു വിദ്യാഭ്യാസ മേഖലയിൽ നിന്നുള്ള കുഞ്ഞുങ്ങൾക്ക് പ്രസ്തുത സി.ബി. എസ്.ഇ. പരീക്ഷകൾ കീറാമുട്ടിയായിത്തീരുന്നു. സ്വാഭാവികമായും സി.ബി.എസ്.ഇ, ഐ.സി.എസ്.ഇ. സിലബസിൽ നിന്നുള്ള കുട്ടികൾ അവരുടെ ഭാഷാപ്രാവീണ്യത്താലും ഇതര നിർമ്മിത മികവുകളാലും പ്രസ്തുത പരീക്ഷകളിൽ മികവു നേടി പ്രൊഫഷണൽ വിദ്യാഭ്യാസ രംഗത്ത് എത്തപ്പെടുകയും ചെയ്യുന്നു.

പ്രൊഫഷണൽ വിദ്യാഭ്യാസ രംഗത്തു നിന്ന് പൊതുവിദ്യാഭ്യാസ മേഖലയിൽ നിന്നുള്ള വിദ്യാർത്ഥികൾ വളരെ തന്ത്രപരമായി നീക്കം ചെയ്യപ്പെടുന്നു എന്നുള്ളതാണ് വാസ്തവം. ധനാധിഷ്ഠിത

മികവുകൾക്കുമുൻപിൽ തഴയപ്പെടുന്ന അടിസ്ഥാനവർഗ മക്കളുടെ അപമാനവും അവർ നേരിടുന്ന അനീതിയും പ്രാദേശിക-കേന്ദ്ര ഭരണകൂടങ്ങൾക്ക് വിചിത്രമാം വിധം സ്വാഭാവികവുമാണ്.

ഇതിനു സമാനമായി പൊതുവിദ്യാഭ്യാസ മേഖലയിൽ നിന്ന് പഠിച്ചിറങ്ങുന്ന വിദ്യാർത്ഥികളും സി.ബി.എസ്.ഇ. വിദ്യാഭ്യാസ പദ്ധതിയിൽ നിന്നും പഠിച്ചിറങ്ങുന്ന വിദ്യാർഥികളും ഒരേതരത്തിലുള്ള പബ്ലിക് സർവീസ് കമ്മീഷൻ പരീക്ഷകളാണ് നേരിടുന്നതെന്നു കാണാം. സമസ്ത മേഖലയിൽ നിന്നുമുള്ള ചോദ്യങ്ങൾ ഉൾപ്പെടുത്തിക്കൊണ്ടുള്ള പി.എസ്.സി. പരീക്ഷകളിൽ, രണ്ട് വിദ്യാഭ്യാസ സമ്പ്രദായത്തിലേയും തുല്യതയില്ലായ്മയെ പരിഗണിക്കുന്നേയില്ല. പകരം ഒരേ അളവുകോൽ തന്നെയാണ് പരീക്ഷകൾ നടപ്പിലാക്കുന്നതിൽ ഉപയോഗപ്പെടുത്തിക്കാണുന്നത്. വ്യത്യസ്ത വിദ്യാഭ്യാസ പരിസരത്തിൽ നിന്നു വരുന്ന കുട്ടികൾക്കായി പ്രത്യേക നൈപുണികളെ അടിസ്ഥാനപ്പെടുത്തി ചോദ്യപേപ്പർ തയ്യാറാക്കുന്ന ജനാധിപത്യ സമീപനം പബ്ളിക് സർവീസ് കമ്മീഷനിൽ കാണാനാവില്ല. നേരിട്ട് ഗസറ്റഡ് ഓഫീസർ തസ്തികാ നിയമനത്തിനുള്ള പരീക്ഷകൾ നടക്കുമ്പോൾ പോലും ഇപ്രകാരമുള്ള വരേണ്യപക്ഷപാദം കാണാൻ കഴിയും. തുടർന്നുകൊണ്ടിരിക്കുന്ന ഈ അസമത്വത്തെ സംബന്ധിച്ചുള്ള ബോധ്യങ്ങളെ അടിസ്ഥാനമാക്കി പരിശോധിക്കുമ്പോഴാണ് പുതിയ ദേശീയ വിദ്യാഭ്യാസ നയത്തിന്റെ കടന്നുവരവെന്നത് മുങ്ങിത്താഴുന്ന കപ്പലിനെ കൂടുതൽ ആഴത്തിലേക്ക് മുക്കുന്ന ഒന്നായി അനുഭവപ്പെടുന്നത്.

നാഷണൽ എഡ്യൂക്കേഷൻ പോളിസിയുടെ കണ്ടെത്തൽ പ്രകാരം ഏകദേശം 3.2 കോടി കുട്ടികൾക്കിടയിൽ drop out (കൊഴിഞ്ഞു പോക്ക്) ഉണ്ടാകുന്നുണ്ട്. അഞ്ചാം ക്ലാസ് മുതൽ എട്ടാം ക്ലാസ് വരെയുള്ള സ്കൂളുകളിൽ

സ്കൂൾ പഠനത്തിനു ശേഷം ആണ് ഇത്തരത്തിലുള്ള ഡ്രോപ്പ് ഔട്ട് ഉണ്ടാകുന്നത്. എലമെന്ററി വിദ്യാഭ്യാസമേഖലയിൽ ഡിജിറ്റൽ വിദ്യാഭ്യാസ സമ്പ്രദായം കൊണ്ടുവരും എന്നുള്ളതാണ് നാഷണൽ എഡ്യൂക്കേഷൻ പോളിസിയുടെ ഏറ്റവും പ്രധാനമായ വാഗ്ദാനങ്ങളിലൊന്ന്. തീർച്ചയായും ഏറെ സന്തോഷം ജനിപ്പിക്കുന്ന ഒരു വാർത്തയാണിത്.

ഏതു താഴ്ന്ന സാഹചര്യത്തിൽ നിന്നുള്ള വിദ്യാർത്ഥിയും സ്കൂളിൽ എത്തുകയാണെങ്കിൽ ആ കുട്ടിക്ക് നൂതന ഡിജിറ്റൽ വിദ്യാഭ്യാസ പദ്ധതിയുടെ ഭാഗമാകുവാനും ടെക്നോളജിയുടെ പുതിയ വാതായനങ്ങളിലേയ്ക്ക് കടന്നെത്താനും സാധിക്കും; എന്നാൽ ഡ്രോപ്പ് ഔട്ട്

എങ്ങനെ സംഭവിക്കുന്നു എന്നതിനെപ്പറ്റി കൃത്യമായ വ്യാഖ്യാനം ഉണ്ടാകുന്നില്ല. ഡ്രോപ്പ് ഔട്ട് എന്തെല്ലാം കാരണങ്ങളാൽ സംഭവിക്കുന്നു എന്നുള്ളതും ഏതു രീതിയിൽ അവരുടെ പ്രശ്നങ്ങൾ പരിഹരിച്ചാലാണ് സ്കൂളുകളിലേക്ക് എത്തിക്കാനാകുക എന്നുള്ളതും കണ്ടെത്തേണ്ടതായ ഒന്നാണ്. ഏറ്റവും ഗതികെട്ട അവസ്ഥയിലുള്ള കുടുംബങ്ങളിൽ നിന്നുള്ള, മാസത്തിൽ 14 ദിവസം പോലും തികച്ച് കൃത്യമായ വേതനത്തോടെ ജോലി ചെയ്യുവാൻ മതിയായ സൗകര്യങ്ങളില്ലാത്ത മാതാപിതാക്കളുടെ കുഞ്ഞുങ്ങൾ ഭക്ഷണമില്ലാത്തതിനാലും വസ്ത്രമില്ലാത്തതിനാലും മാതാപിതാക്കൾക്കൊപ്പം കൂലിവേലയ്ക്ക് പോകുന്നതിനാലുമാണ് ഡ്രോപ്പ് ഔട്ട് സംഭവിക്കുന്നത്. 3.2 കോടി കുട്ടികൾക്കിടയിൽ ഇത് സംഭവിക്കുന്നുണ്ടെങ്കിൽ അത്തരം കുട്ടികളെയും അവരുൾപ്പെട്ട കുടുംബങ്ങളെയും പുനഃസംഘടിപ്പിക്കുമെന്നോ അവരുടെ പ്രശ്നങ്ങൾ ദീർഘകാലാടിസ്ഥാനത്തിൽ എങ്ങനെ പരിഹരിക്കുമെന്നോ പറയാതെ കുട്ടികൾ സ്കൂളിലേക്ക് എത്തിക്കഴിഞ്ഞാൽ ഡിജിറ്റൽ വിദ്യാഭ്യാസത്തിൻറെ ഗുണഭോക്താക്കൾ ആകും എന്ന പാഴ്വചനമാണ് NEP പറയുന്നത്. കുട്ടികൾ ആദ്യം സ്കൂളുകളിൽ എത്തുന്നതിന് എന്ത് 'മാജിക്' പ്രയോഗിക്കണം എന്നുള്ളത് അപ്പോഴും മരീചികയായി അവശേഷിക്കുകയാണ്

800 സർവ്വകലാശാലകൾ, നാൽപതിനായിരം കോളേജുകൾ, 15,000 ശ്രേഷ്ഠ സ്ഥാപനങ്ങൾ എന്നിവ രാജ്യത്തിനകത്ത് ഉണ്ടാകണമെന്ന് NEP നിർദ്ദേശിക്കുന്നു. പ്രൊഫഷണൽ കോളേജുകൾ ഉന്നത വിദ്യാഭ്യാസ പദ്ധതിയുടെ ഭാഗമാകുമെന്നും. സ്വയം പ്രവർത്തിക്കുന്ന സാമൂഹിക-സാങ്കേതിക സർവ്വകലാശാലകൾ, ആരോഗ്യ-ശാസ്ത്ര സർവ്വകലാശാലകൾ, നിയമ-കാർഷിക സർവ്വകലാശാലകൾ എന്നിവയും സ്ഥാപിക്കപ്പെടാനിരിക്കുന്നു. 'സ്വയം പ്രവർത്തിക്കുന്ന' എന്ന വാക്കുതന്നെ ഉണ്ടാക്കുന്ന അപകടകരമായ അവസ്ഥയെ നമ്മൾ തിരിച്ചറിയേണ്ടതുണ്ട്. വിദ്യാഭ്യാസ സ്ഥാപനങ്ങൾ സ്വയം പ്രവർത്തിക്കുന്നു എന്ന് പറയുമ്പോൾ അവിടെ സർക്കാരിന്റെ ഇടപെടലുകളും കൈകടത്തലുകളും സാധ്യമല്ലെന്നും വരുന്നു. ഉന്നത വിദ്യാഭ്യാസ പദ്ധതി മിക്കവാറും സ്വകാര്യവൽക്കരിക്കപ്പെട്ട ഒന്നാണ്. അതായത് സ്കൂൾ വിദ്യാഭ്യാസത്തിന് ശേഷമുള്ള ഉന്നത വിദ്യാഭ്യാസ പദ്ധതിയുടെ ഗുണഭോക്താക്കൾ പണമുള്ള കുടുംബങ്ങളിലെ വിദ്യാർത്ഥികൾ മാത്രമായിത്തീരും എന്ന് ചുരുക്കം. ദലിത്-ആദിവാസി/അതീവ പിന്നോക്ക വിഭാഗക്കാരുടെ മക്കൾ ഇത്തരം വിദ്യാഭ്യാസ സ്ഥാപനങ്ങളിൽ എങ്ങനെ കടന്നുചെല്ലും എന്നതിനെപ്പറ്റി NEP യാതൊന്നും പറഞ്ഞു കാണുന്നില്ല. പുതിയ

വിദ്യാഭ്യാസ പദ്ധതിയിൽ, പ്രത്യേക പരിഗണനകൾ വേണ്ട കുട്ടികളെ സോഷ്യോ - ഇക്കണോമിക് ഡിസ്അഡ്വാന്റേജ് ഗ്രൂപ്പ് എന്ന പേരിൽ പരാമർശിക്കുകയാണ് ചെയ്തിരിക്കുന്നത്. അവർക്കായുള്ള വിദ്യാഭ്യാസ പാക്കേജുകളിൽ എന്ത് മാനദണ്ഡമനുസരിച്ചാണ് കുട്ടികൾ സോഷ്യോ - എക്കണോമിക് ഡിസ്അഡ്വാൻറ്റേജ് ഗ്രൂപ്പിൽ ഉൾപ്പെടുക എന്നുള്ളത് വ്യക്തമാക്കുന്നതിൽ പരാജയപ്പെട്ടിരിക്കുന്നു എന്ന് വ്യക്തം. ഈ ഗ്രൂപ്പിൽ ഉൾപ്പെട്ട കുട്ടിയെ നിശ്ചയിക്കുന്നതിനുള്ള അധികാരം ഏത് രീതിയിലുള്ള വ്യാഖ്യാനത്തിലാണ് ഉണ്ടാകേണ്ടത് എന്നുള്ളത് വ്യക്തമാക്കേണ്ടിയിരിക്കുന്നു. അതുപോലെതന്നെ NEP യിൽ ജാതി ഒരു സാമൂഹിക - സാംസ്കാരിക ഘടകമെന്ന നിലയിൽ പരാമർശിച്ചിട്ടുണ്ട്. ജാതി എന്നത് ഇന്ത്യയിലെ വലിയൊരു ശതമാനം അടിസ്ഥാന ജനവിഭാഗങ്ങളെ അതിക്രൂരവും നിന്ദ്യവുമായ രീതിയിൽ തരംതിരിക്കുന്നതും അസമത്വാധിഷ്ഠിതമായി സമ്പത്താധികാരത്തെ നിലനിർത്തുന്നതും ഭൂമിയുടെ ഉടമസ്ഥതയിൽ നിന്നും രാഷ്ട്രീയാധികാരത്തിൽ നിന്നും പുറംതള്ളുന്നതുമായ നിഷ്ഠൂര വ്യവസ്ഥയാണ്. എന്നാൽ ഇതിനെ സാമൂഹിക സാംസ്കാരിക ഘടകമായി എണ്ണുമ്പോൾ തന്നെ പോളിസി കൃത്യമായ ഹൈന്ദവ - ബ്രാഹ്മണിക്കൽ അജണ്ടയാണ് തയ്യാറാക്കി കൊണ്ടുവരുന്നതെന്നുള്ളത് അപായകരമായ വരുംകാലത്തിലേക്കുള്ള സൂചനകളാണ്.

പുതിയ വിദ്യാഭ്യാസപദ്ധതിയിൽ ഇന്ത്യൻ ക്ലാസിക്കൽ ഭാഷ, ദേശീയ ഭാഷ, ട്രൈബൽ ഭാഷകൾ എന്നിവയ്ക്ക് കൃത്യമായ പ്രാധാന്യം നൽകുന്നതായി പറഞ്ഞിരിക്കുന്നു. വളരെനല്ല ഒരു ആശയമായി തോന്നിക്കുമ്പോൾ പോലും ദീർഘകാലാടിസ്ഥാനത്തിൽ അത് വരുത്തിവെയ്ക്കാവുന്ന അനന്തരഫലങ്ങളെപ്പറ്റി ചിന്തിക്കേണ്ടതുണ്ട്. ക്ലാസിക്കൽ ഭാഷയായി ഏതൊക്കെ തീരുമാനിക്കപ്പെടുന്നു എന്നുള്ളതാണ് ഇവിടെ പ്രധാന പ്രശ്നം. നിലവിലെ ഇന്ത്യയിൽ സാഹചര്യത്തിൽ ഹിന്ദി, സംസ്കൃതം എന്നിവയാലാണ് ഭാഷാപരമായ അധിനിവേശം കണ്ടുവരുന്നത്. ദക്ഷിണേന്ത്യയിലുള്ള ജനവിഭാഗങ്ങൾ പലപ്പോഴും ഇതിനെ പ്രശ്നവൽകരിച്ചിട്ടുമുണ്ട്. മുഖ്യമായും തമിഴ്നാട് പോലെയുള്ള സംസ്ഥാനങ്ങൾ ഹിന്ദിയുടെ പ്രഖ്യാപിത ഔന്നത്യത്തിനെതിരെ നിലകൊള്ളുന്നവരുമാണ്. പുതിയ നയപ്രകാരം ദേശീയ ഭാഷയും ക്ലാസിക്കൽ ഭാഷയുമായി യഥാക്രമം ഹിന്ദിയും, സംസ്കൃതവും കടന്നുവരുമെന്നത് തീർച്ച. ഈ രണ്ട് ഭാഷകളും അനതിസാധാരണമായി സംരക്ഷിക്കപ്പെടുമ്പോൾ ഒരു തരത്തിൽ ഊട്ടിയുറപ്പിക്കപ്പെടുന്നത് വരേണ്യത തന്നെയാണ്. ഒപ്പം തന്നെ ട്രൈബൽ ഭാഷകൾക്ക് കൊടുക്കുന്ന പ്രാധാന്യം സാമാന്യേന സന്തോഷം നൽകുന്നതാണ്.

എന്നാൽ എന്തിനുവേണ്ടിയായിരിക്കും ഇത്തരമൊരു ചിന്താപദ്ധതി പോളിസി കൊണ്ടുവരുന്നതെന്നുള്ളതും മനസ്സിലാക്കപ്പെടേണ്ടതുണ്ട്. സംസ്കൃതഭാഷയ്ക്ക് പ്രകൃതിയുമായി അങ്ങേയറ്റത്തെ ബന്ധമാണുള്ളത്. പ്രസ്തുത ഭാഷയിൽ ഏറെക്കുറെ എല്ലാം തന്നെ പ്രകൃതിയോടു ചേർന്നു നിൽക്കുന്നതാണ്. "ഉഡു രാജമുഖി മൃഗരാജകടി ഗജരാജ വിരാജിത മന്ദഗതി" തുടങ്ങിയ വരികൾ പ്രകൃതിയിലെ ബിംബങ്ങളെയാണ് ഒരു വിഷയത്തെ ദൃശ്യവൽക്കരിക്കാനായി ഉപയോഗിക്കുന്നത്. സംസ്കൃതത്തിൽ ഉടനീളം ഇത്തരം ബന്ധങ്ങൾ കണ്ടെത്താവുന്നതാണ്. കാരണം സംസ്കൃത ഭാഷ എന്നുള്ളത് ദേവഭാഷ എന്നുള്ളതിനുമപ്പുറം ബ്രാഹ്മണിക്കൽ അധിനിവേശത്തിൻറെ ഭാഗമായി ഇന്ത്യയിലെ, ഏഷ്യയിലെ ഗോത്രവർഗ്ഗ ഭാഷയുടെ ഡയലക്ടുകൾ കടമെടുത്തു കൂടി നിർമിച്ചതാണ്. ആയതിനാൽ തന്നെ ഇന്ത്യയിലെ ആദിമ ജനവിഭാഗങ്ങളുടെ ഭാഷയും സംസ്കൃതവും തമ്മിൽ അഭേദ്യമായ സാമ്യം കണ്ടെത്താവുന്നതാണ്. പലഘട്ടങ്ങളിലും ഇവ പരസ്പരപൂരകങ്ങളായി തോന്നുകയും ചെയ്യാം. അത്രയധികമൊന്നും പരിഷ്കാരം കടന്നു ചെന്നിട്ടില്ലാത്ത നോർത്ത് ഈസ്റ്റേൺ സംസ്ഥാനങ്ങളിലെ അടിസ്ഥാന ജനവിഭാഗങ്ങളുടെ ഭാഷയും സംസ്കൃത ഭാഷയും ഒരു കുടുംബത്തിൽ നിന്ന് കടന്നു വന്നതാണ് എന്ന് തോന്നാവുന്ന തരത്തിൽ ബന്ധപ്പെട്ടു കിടക്കുന്നവയാണ്. ഇത്തരമൊരു സാധ്യത കൊണ്ടാണ് രാമായണം, മഹാഭാരതം പോലെയുള്ള ലോക ക്ലാസിക്കുകൾ ആദിവാസി സമൂഹങ്ങൾക്കിടയിൽ അവരുടെ ഭാഷയിൽ തന്നെ പ്രസിദ്ധീകരിച്ച് ബ്രാഹ്മണിക്കൽ അജണ്ട കയ്യാളുന്നവർ ആദിവാസി സമൂഹത്തെ ഹൈന്ദവവൽക്കരിക്കുകയും സംഘപരിവാർ പിണിയാളുകളാക്കിയെടുക്കുകയും ചെയ്തത്. പലഘട്ടങ്ങളിലും വളരെ വിസ്ഫോടനാത്മകമായി ആദിവാസിക്കരുത്തുകളെ ഉപയോഗിച്ചിട്ടുണ്ടെന്നുള്ളതും വസ്തുതാപരമായ കാര്യമാണ്. നിലവിൽ പുതിയ വിദ്യാഭ്യാസ പദ്ധതിയിൽ ക്ലാസിക്കൽ ഭാഷയും ദേശീയ ഭാഷയും അടിസ്ഥാന ജനവിഭാഗങ്ങളുടെ ഭാഷയും കൃത്യമായ തോതിൽ പരിരക്ഷിക്കപ്പെടുമ്പോൾ ഉണ്ടാവുന്നത്, ആദിവാസി സമൂഹം സ്കൂൾ വിദ്യാഭ്യാസം കഴിയുന്നതോടെ ഉന്നത വിദ്യാഭ്യാസ മേഖലയിലെ പഠനം വിലകൊടുത്തു വാങ്ങാൻ കഴിയാത്തതിനാൽ മറ്റൊന്നും ചെയ്യാനില്ലാതെ നിഷ്ക്രിയരാവുക എന്നതാണ്. യുവസമൂഹത്തെ ഭാഷ എന്ന പുല്ല് കാണിച്ച് സംഘപരിവാർ തൊഴുത്തിലേക്ക് മാറ്റിക്കെവാൻ എളുപ്പമാണ്. ഇതിനുമുൻപും ഇത്തരത്തിലുള്ള പല പ്രവണതകളും രാജ്യത്തുണ്ടായിട്ടുണ്ട്. വയനാട്ടിലെ ആദിവാസി സമൂഹം കർസേവക്കുവേണ്ടി ബാബറി മസ്ജിദിൽ എത്തിയതും,

താൻ ക്ഷേത്രം സംരക്ഷിക്കേണ്ട കർഷകനാണ് എന്ന ബോധ്യം അവരെ അവരുടെ ഭാഷയിൽ പഠിപ്പിച്ചെടുത്തതിനാലാണ്. ഇത്തരത്തിൽ ന്യൂ എഡ്യൂക്കേഷൻ പോളിസി കടത്തിവിടുന്ന പ്രാഥമികമായ ഇഫക്റ്റുകളെ മാത്രമല്ല; ഭരണകൂട സംവിധാനങ്ങളുപയോഗിച്ചും ജനാധിപത്യപരമെന്നു തോന്നിപ്പിക്കുന്ന രീതിയിലും ജനതയെ ദീർഘകാലാടിസ്ഥാനത്തിൽ ബ്രാഹ്മണ്യമെന്ന ചട്ടക്കൂടിനകത്തേക്ക് തളക്കുന്നതിനെ വളരെ ജാഗ്രതയോടെ നോക്കിക്കാണേണ്ടതുണ്ട്.

കോർപ്പറേറ്റുകളുടെ താൽപര്യങ്ങൾ സംരക്ഷിക്കുന്ന തരത്തിൽ ഇന്ത്യയിലെ അതിസമ്പന്നർക്കു മാത്രം ലഭ്യമാകത്തക്കതായി വിദ്യാഭ്യാസ പദ്ധതിയെ മാറ്റിമറിച്ച NEP യെ നവീകരിക്കുന്നതിനായുള്ള സംവാദങ്ങൾ ഒറ്റക്കെട്ടായിത്തന്നെ ഉയർന്നുവരേണ്ടതുണ്ട്. ഒപ്പം സമാന്തര വിദ്യാഭ്യാസ പദ്ധതികളുമായി നാമേവരും മുന്നിട്ടിറങ്ങുകയും വേണം. കോർപ്പറേറ്റുകളുടെ താല്പര്യങ്ങൾ മുന്തിനിൽക്കുന്ന ഈ ഭരണകൂട അജണ്ടയെ, സമാന്തര വിദ്യാഭ്യാസ പദ്ധതിയികളിലൂടെയും ആഗോളതലത്തിൽ ലഭ്യമാകുന്ന പുരോഗമന വിദ്യാഭ്യാസത്തെ ചേർത്തുപിടിച്ചുകൊണ്ടും പൗരത്വ ഭേദഗതി ബില്ലിനെ നേരിട്ടതിനു സമാനമായി എതിരിടേണ്ടതും പരിഷ്കരണ വിമുഖമെങ്കിൽ പരാജയപ്പെടുത്തേണ്ടതുമുണ്ട്.

മുണ്ടകൻ വിതച്ചാൽ പൊക്കാളി കൊയ്യാമോ?

കെ.ഇ.എൻ.

'വണ്ടു പണ്ട്, എന്നാൽ അത്രതന്നെ കാലപ്പഴക്കമില്ലാത്ത 1867. ഒരു നായാട്ടുകാരനും കൃഷിക്കാരനും ചേർന്ന് ദക്ഷിണാഫ്രിക്കയിലെ ഉൾനാടൻ ഗ്രാമത്തിലൂടെ സഞ്ചരിക്കുകയായിരുന്നു. അപ്പോൾ കുറെ കുട്ടികൾ അപാരമായ ജീവിതോത്സാഹത്തിൽ കല്ല് കളിക്കുന്നത് കാണാനായി. കൗതുകത്തോടെ കല്ലുകളി കണ്ടുനിൽക്കെ കുട്ടികൾ കളിക്കുന്ന കല്ലുകളിൽ ഒന്ന് തിളങ്ങുന്നതായി നായാട്ടുകാരനു തോന്നി. കളിക്കല്ലിൽ കൂടിയിരിക്കുന്ന വർണവെളിച്ചത്തിൽ നായാട്ടുകാരൻ മോഹിച്ചു നിന്നു. നായാട്ടുകാരന് കല്ലിനോടുള്ള കമ്പം കണ്ട് കുട്ടികളുടെ അമ്മ അതയാൾക്ക് സൗജന്യപൂർവ്വം സമ്മാനിച്ചു. നായാട്ടുകാരൻ കല്ല് നഗരത്തിൽ കൊണ്ടുപോയി ലോഹവിദഗ്ധനെ കാണിച്ചു. അത് ഇരപത്തിയൊന്നര കാരറ്റ് തനി രത്നമാണെന്നു മനസ്സിലായി. 500 പവൻ വിലയും കിട്ടി. 1869ൽ വൃദ്ധനായ ഒരു ഗോത്രവൈദ്യനിൽനിന്ന് പുരാതനമായ മറ്റൊരു ലോഹക്കല്ല് അയാൾ കണ്ടെത്തി. അതിന് 25000 പവൻ വിലയുണ്ടായിരുന്നു. ഇരുണ്ടഭൂഖണ്ഡം എന്നു വിശേഷിപ്പിക്കപ്പെട്ടിരുന്ന ദക്ഷിണാഫ്രിക്കയുടെ ഭൂഗർഭ അറകളിൽ രത്ന-വജ്ര നിക്ഷേപം കണ്ടെത്തപ്പെട്ടു. നായാട്ടുകാരൻ ഗോത്ര വൈദ്യനിൽനിന്നും രത്നക്കല്ല് കണ്ടെത്തിയ

അതേ 1869-ൽ ആഫ്രിക്കൻ വൻകരയുമായി മഹാദൂരത്ത് വസിക്കുന്ന ഇന്ത്യാരാജ്യത്ത് ദക്ഷിണാഫ്രിക്കയുടെ ഭാവിവിധി നിർണയിക്കാൻപോന്ന മറ്റൊരു നിധി കണ്ടെത്തപ്പെട്ടു. ഗുജറാത്തിലെ കത്യവാർ പ്രവിശ്യയിൽ പോർബന്തർ എന്ന ദേശത്ത് പിറവിയെടുത്ത മോഹൻദാസ് കരംചന്ദ് ഗാന്ധിയായിരുന്നു കാലത്തിൽ വിലമതിക്കപ്പെട്ട ആ നിധി മനുഷ്യൻ. അതേ, പിൽക്കാലത്ത് ഇന്ത്യയുടെ ആത്മാവായിത്തീർന്ന മഹാത്മാഗാന്ധി. രത്നങ്ങളും വജ്രങ്ങളും മനുഷ്യനിലുണ്ടാക്കുന്ന വികാരങ്ങൾ എന്തെല്ലാമാണ്? 1.ധനമൂല്യം 2. ആഡംബരം 3. സൗന്ദര്യമോഹം. എന്നാൽ ഗാന്ധി ഇതിനെല്ലാം എതിരായിരുന്നു. സ്വർണവർണങ്ങളെ അശേഷം വകവയ്ക്കാതെ മണ്ണിന്റെ ചെളിപ്പശിമയെ ആരാധിച്ച മനുഷ്യനായിരുന്നു. രത്നം ഖനനം ചെയ്യുന്നതിന്റെ എത്രയോ ഇരട്ടി ആഴത്തിൽ ഗാന്ധി മനുഷ്യമനസ്സ് ഖനനം ചെയ്തു...' (മണ്ണ്, മനുഷ്യൻ, മഹാത്മാഗാന്ധി: ഒരു ഇതിഹാസ ജിവിതത്തിന്റെ കഥ, സി അഷ്റഫ്). 'ഇപ്പുറം നോക്കിയാൽ/ അപ്പുറം കാണുന്ന സുതാര്യതയായിരുന്നു ഇതുവരെ ഗാന്ധി. ഒളിച്ചുനോട്ടക്കാർക്കായി ഒന്നും കരുതിവെക്കാത്ത നഗ്നത. തന്നെത്തന്നെ കണ്ടെത്താനുള്ള ഓരോരുത്തരുടെയും പരീക്ഷണം. ആർക്കും കയറിയിറങ്ങാവുന്ന അനാർഭാടമായ ആരാധനാലയം' (ഗാന്ധിയെ നോക്കുമ്പോൾ: ഒ പി സുരേഷ്). ആ 'ആരാധനാലയം കൂടിയാണ്'' അത്രതന്നെ പ്രധാനമായ മറ്റു പലതിനുമൊപ്പം, 'പുതിയ ദേശീയ വിദ്യാഭ്യാസ രേഖ'യിൽ വെച്ചും പൊളിക്കപ്പെടുന്നത്!

ഇതിഹാസ പുരാണങ്ങൾ ചരിത്രമാണെന്ന് ശഠിക്കുന്ന, 'അഖില-ഭാരതീയ ഇതിഹാസ സങ്കലൻ യോജന'യേയും ഭാരതീയ സംസ്കാരം ജാതിമേൽക്കോയ്മ സംസ്കാരമാണെന്ന് കരുതുന്ന 'വിദ്യാഭാരതിയേയും' കലർപ്പ് കുറ്റകരമാണെന്ന് കരുതുന്ന 'ശിക്ഷാബചാവോ ആന്ദോളൻ സമിതി'യേയും ഗാന്ധിവധമടക്കമുള്ള സെക്കുലർ ധ്വംസനങ്ങളെ നിസ്സാരീകരിക്കുകയും ന്യായീകരിക്കുകയും ചെയ്യുന്ന സങ്കുചിത രാഷ്ട്രീയ നിലപാടുകളെയും നെഹ്റുവിയൻ പുസ്തകങ്ങൾ ചുട്ടുകരിക്കണമെന്ന ആക്രോശങ്ങളെയും പ്രശസ്തമായ ജെ എൻ യുവിന് ആർ എസ് എസ് സ്ഥാപകനായ ഹെഡ്ഗെവാറിന്റെ പേര് നൽകണമെന്ന പ്രസ്താവനയേയും പല ഉത്തരേന്ത്യൻ സംസ്ഥാനങ്ങളിലെയും പാഠപുസ്തകങ്ങളിലെ ചരിത്ര വക്രീകരണങ്ങളേയും 'വിദ്യാഭ്യാസ യുദ്ധങ്ങളെന്ന്'' പ്രശസ്ത സാംസ്കാരിക വിമർശക മാർത്താ സി നസ്ബോം വിശേഷിപ്പിച്ച മുരളീമനോഹർ ജോഷി കാലത്തെ നാസിസത്തെയും ഫാസിസത്തെയും മാന്യപ്പെടുത്തുന്ന, അഡോൾഫ് ഹിറ്റ്ലറെ നായകനാക്കി അവരോധിക്കുന്ന, രണ്ടായിരമാണ്ടിൽ

വാജ്പേയ് പ്രധാനമന്ത്രിയായതു മുതൽ ആരംഭിച്ച വിദ്യാഭ്യാസ പരിഷ്കാരങ്ങളെയും വ്യാജദേശീയതയുടെ പേരിൽ സർവ്വകലാശാലകളിൽ മോദി കാലത്തിന്റെ തുടക്കംമുതൽ നടന്നുകൊണ്ടിരിക്കുന്ന ആക്രമണങ്ങളെയും രോഹിത് വെമുലയുടെ രക്തസാക്ഷിത്വത്തിന്റെയും നജീബ് അഹമ്മദിന്റെ ഇനിയും പെയ്തൊഴിഞ്ഞിട്ടില്ലാത്ത അപ്രത്യക്ഷമാകലിന്റെയും നീതിക്കുവേണ്ടിയുള്ള പോരാട്ടത്തിൽ ദേശദ്രോഹികളായി മുദ്രകുത്തപ്പെട്ട് തടവിൽ കഴിയുന്ന അനവധി അധ്യാപകരുടെയും വിദ്യാർത്ഥികളുടെയും അസ്വാതന്ത്ര്യ അവസ്ഥയേയും കാർഗിൽ യുദ്ധത്തിൽ രക്തസാക്ഷിയായ സന്ദീപ് സിംഗിന്റെ, ഡൽഹിയിലെ ലേഡി ശ്രീറാം കോളേജിൽ പഠിക്കുന്ന മകൾ ഗുർമഹർകൗർ, 'എന്റെ അച്ഛനെ കൊന്നത് പാക്കിസ്ഥാനല്ല, യുദ്ധമാണെന്നും; യുദ്ധത്തിന്നെതിരെ സമാധാനമാണ് നമുക്കാവശ്യമെന്നും' പറഞ്ഞതിന് അനുഭവിക്കേണ്ടിവന്ന പ്രയാസങ്ങളെയും സി.ബി.എസ്.ഇ. പാഠപുസ്തകങ്ങളിൽനിന്ന് മതനിരപേക്ഷതയേയും ഫെഡറലിസത്തേയും അടുത്തിടെ വെട്ടിമാറ്റിയതിനേയും ഏതുതരം പുസ്തകങ്ങൾ വായിച്ചുകൂടെന്ന സമീപകാല വിധി വിലക്കുകളേയും ഇന്ത്യയിൽ തൊണ്ണൂറുകൾ മുതൽ തുടങ്ങിയതും ഇപ്പോൾ തീവ്രമായി ത്തീരുകയും ചെയ്ത മതനിരപേക്ഷതാ വിരുദ്ധ സമീപനങ്ങളടക്കമുള്ള നിരവധി വിധ്വംസക സമീപനങ്ങളെയും അവഗണിച്ചുകൊണ്ട് രണ്ടായിരിത്തി ഇരുപതിലെ പുതിയവിദ്യാഭ്യാസ രേഖയെ അപഗ്രഥിക്കാനുള്ള ഏതൊരു ശ്രമവും അപൂർണമായിരിക്കും.

പ്രശസ്ത ചരിത്ര പ്രതിഭ ഇ എച്ച് കാർ വിശദമാക്കിയതുപോലെ, പൊതുവിലുള്ള അവസ്ഥയെക്കുറിച്ച് പറയാതെ ഒരു ഭാഗത്തെക്കുറിച്ചും പ്രാധാന്യത്തെക്കുറിച്ച് പരാമർശമില്ലാതെ വസ്തുതയെക്കുറിച്ചും കാര്യകാരണബന്ധമില്ലാതെ ഒരു സംഭവത്തെക്കുറിച്ചും മൊത്തം സാഹചര്യത്തെ പരാമർശിക്കാത്ത ഒരു പ്രത്യേക പ്രതിസന്ധിയെക്കുറിച്ചും മാത്രമായി നടത്തുന്ന പഠനത്തിന്, കാര്യങ്ങളെ അതിന്റെ വേരിൽചെന്ന് കാണാനോ അതിനെ സമഗ്രമായി വിശകലനം ചെയ്യാനോ കഴിയില്ല.

സ്വാതന്ത്ര്യാനന്തരം, സ്വാതന്ത്ര്യപൂർവ്വകാലത്തേക്കാൾ സജീവമായി സ്വയമൊരു അദൃശ്യഭരണകൂടമായി ഇന്ത്യയിൽ നിലനിന്നുകൊണ്ട്, 'ജാതിമേൽക്കോയ്മ', തങ്ങൾക്ക് പ്രതിരോധങ്ങൾ കുറഞ്ഞ സുരക്ഷിത സ്ഥലങ്ങളിൽ ഔപചാരികമായും അല്ലാത്തിടത്ത് അനൗപചാരികമായും വിദ്യാഭ്യാസത്തിന്റെ ഹൃദയമായ വിമർശനചിന്തയെ നിർവീര്യമാക്കുന്ന തരത്തിൽ നിരവധി മിത്തുകളെ സാംസ്കാരിക ജീവിതത്തിലേക്ക് ഇടിച്ചു കടത്തിയത് കാണാതെ,

ഇന്നത്തെ അവസ്ഥയെക്കുറിച്ച് മാത്രം ആലോചിച്ചാൽ പുതിയ വിദ്യാഭ്യാസ രേഖയിലെ അപകടത്തിന്റെ ആഴം കാണാൻ കഴിയില്ല. അതോടൊപ്പം ജാതിമേൽക്കോയ്മയെ ദൃഢപ്പെടുത്തിക്കൊണ്ടിരുന്ന അദൃശ്യഭരണകൂടവും അതിനോട് ചിലപ്പോഴെങ്കിലും ഇടഞ്ഞു നിന്നിരുന്ന ഭരണകൂടവും തമ്മിലുള്ള പൂർണ്ണ സംയോജനം, രണ്ടായിരത്തിപതിനാലിലെ നരേന്ദ്രമോഡിയുടെ അധികാരാരോഹണത്തോടെ പൂർത്തിയായതും അതോടെ, ഇന്ത്യനവസ്ഥ പുതിയൊരു നവഫാസിസ്റ്റ് ഘട്ടത്തിലേക്ക് കടന്നു കഴിഞ്ഞെന്നതും മനസ്സിലാക്കാതിരുന്നാൽ പുതിയ രേഖയിലെ 'ചുഴി'കളിൽനിന്നും പുറത്തുകടക്കാൻ കഴിയില്ല.

തൊഴിലില്ലായ്മയുടെ രൂക്ഷത, 'തൊഴിൽകേന്ദ്രിത നൈപുണികൾക്ക് പ്രാധാന്യം നൽകുന്നൊരവസ്ഥയെ സ്വാഗതം ചെയ്യുന്ന സാഹചര്യം സൃഷ്ടിക്കുന്നതും വിദ്യാഭ്യാസ പ്രക്രിയയുടെ ഡിഗ്രിഘട്ടത്തിൽനിന്നും കൊഴിഞ്ഞു വീഴുന്നവർക്കും ശരിയായ അർത്ഥത്തിൽ വ്യവസ്ഥയാൽ പുറംതള്ളപ്പെട്ടവർക്കും എന്തെങ്കിലുമൊരു 'സർട്ടിഫിക്കറ്റ്'' ലഭിക്കും എന്നുള്ളതുകൊണ്ട് ആഹ്ലാദമനുഭവപ്പെടുന്നതും സത്യത്തിൽ ആത്മവഞ്ചനാപരമാണ്. മൂന്നു വർഷ ഡിഗ്രി നാല് വർഷമാക്കുന്നതും, ഗവേഷണമടക്കം സർവ്വ കാര്യങ്ങളും ഒരു കേന്ദ്ര ഏജൻസിയുടെ കീഴിൽ കൊണ്ടുവരുന്നതും എം ഫിൽ ഡിഗ്രിയേ വേണ്ടെന്നുവക്കുന്നതും ഏതെങ്കിലും തരത്തിൽ, 'വിദ്യാഭ്യാസഗുണത' വർദ്ധിപ്പിക്കുകയില്ല.

പുതിയ വിദ്യാഭ്യാസ നയം സൂക്ഷ്മാർത്ഥത്തിൽ പുതിയതോ അത്രപോലും ദേശീയമോ അല്ല. നമ്മുടെ സ്വപ്നങ്ങൾക്ക് നിറം നൽകുന്ന, മനുഷ്യബന്ധങ്ങളെ അഗാധമാക്കുന്ന, സൗഹൃദങ്ങൾക്ക് ചിറകു നൽകുന്ന, മതനിരപേക്ഷ ജനാധിപത്യ മാനവിക ബോധ്യങ്ങളെ വികസിപ്പിക്കുകയും ദൃഢപ്പെടുത്തുകയും ചെയ്യുന്ന, വിമർശനാത്മക ചിന്തയ്ക്ക് വീര്യം പകരുന്ന, സർഗ്ഗാത്മകതയെ സജീവമാക്കുന്ന, ആധുനിക കാലത്തെ നിവർന്ന് നിന്ന് അഭിമുഖീകരിക്കാൻ പുതുതലമുറയെ കരുത്തരാക്കുന്ന, സാങ്കേതിക പരിചയത്തിനപ്പുറം ശാസ്ത്ര ബോധം പകരാൻ പര്യാപ്തമായ, കാര്യമായ ഒരു ബദൽ പദ്ധതിയും 'പുതിയതെന്ന്'' സ്വയം അവകാശപ്പെടുന്ന രേഖ മുന്നോട്ടുവക്കുന്നില്ല.

വികസ്വരമായൊരു പ്രാപഞ്ചികബോധത്തെ ഉൾക്കൊള്ളാത്ത, സ്നേഹാർദ്രമായൊരു സാർവ്വദേശീയ ബോധത്തെ സ്വാഗതം ചെയ്യാത്ത, ജനാധിപത്യത്തിന്റെ ഹൃദയമെന്ന് വിളിക്കാവുന്ന വികേന്ദ്രീകരണത്തെ സാധ്യമാക്കുന്ന, സർഗാത്മക പ്രാദേശികതയെ തള്ളിക്കളയുന്ന, വിവേചനരഹിതമായി സർവ്വ മൂല്യങ്ങളേയും

വിമർശനപരമായി സ്വാംശീകരിക്കാത്ത 'വിദ്യാഭ്യാസ രേഖ' പുതിയതല്ലാത്തതുപോലെ ദേശീയവുമല്ല. ചരിത്രം തള്ളിക്കളഞ്ഞ സുവർണ്ണഭൂതവും വംശീയ ജാതിമേൽക്കോയ്മാ കാഴ്ചപ്പാടുകളും കമ്പോളകേന്ദ്രിത സാംസ്കാരിക സമീപനവും വിദ്യാഭ്യാസത്തെ ഒരു വാണിജ്യ ചരക്കാക്കി ചുരുക്കുന്ന നിലപാടും വിദ്യാഭ്യാസത്തിന്റെ വിമോചന മൂല്യത്തെക്കുറിച്ചുള്ള മൗനവും കഴിഞ്ഞ കാലത്തെ വിദ്യാഭ്യാസ രേഖകളിൽ പേരിനെങ്കിലുമുണ്ടായിരുന്ന മതനിരപേക്ഷ-ഫെഡറൽ തത്വങ്ങളുടെ അഭാവവും ഇഷ്ടവിഷയങ്ങളിൽ ഗവേഷണം നടത്താനുള്ള ഗവേഷക സ്വാതന്ത്ര്യത്തിന്റെ നിഷേധവും വിദ്യാഭ്യാസമണ്ഡലത്തിലെ ഒരു വിചാരമാതൃകാവിച്ഛേദത്തെ തന്നെയാണ് കൃത്യമായും അടയാളപ്പെടുത്തുന്നത്.

1990കൾ വരെ ഏറ്റക്കുറച്ചിലോടെ ഇന്ത്യൻ സാമൂഹ്യാന്തരീക്ഷത്തിൽ, പരിക്കേറ്റതും പരിമിതികളേറെയുള്ളതുമായ ഒരു സ്വാതന്ത്ര്യ സങ്കൽപമെങ്കിലും നിലനിന്നിരുന്നു. 1789ലെ ഫ്രഞ്ച് വിപ്ലവത്തിന്റെ 'സ്വാതന്ത്ര്യം, സമത്വം, സാഹോദര്യം' എന്ന ആ വിചാരമാതൃക; 1990ന് ശേഷം കൃത്യമായും 'ആഗോളവൽക്കരണം ഉദാരവൽക്കരണം സ്വകാര്യവൽക്കരണ'മെന്ന നവലിബറൽ 'വിചാരമാതൃകയിലേക്ക്' വികസിക്കുകയാണുണ്ടായത്. കമ്പോളത്തെ ജീവിതത്തിന്റെ കേന്ദ്രമായി, വിമർശനരഹിതമായി, അംഗീകരിക്കുകയും അതേസമയം അതിനെ ഇന്ത്യയുടെ 'അതീതഭൂത'ത്തോട് കൂട്ടിച്ചേർക്കുവാനൊരു 'വ്യഥാശ്രമം' നിർവ്വഹിക്കുകയുമാണ് 'പുതിയ' രേഖ ചെയ്യുന്നത്. നവലിബറൽ കാഴ്ചപ്പാടും പുനരുത്ഥാന കാഴ്ചപ്പാടും പരസ്പരം പൂരിപ്പിച്ചും പ്രോത്സാഹിപ്പിച്ചും നിലകൊള്ളുന്നതാണ് നാം കാണുന്നത്. പ്രശസ്ത സാമൂഹ്യശാസ്ത്രജ്ഞ മീരാനന്ദ നിരീക്ഷിച്ച, 'ഭരണകൂടക്ഷേത്ര കോർപ്പറേറ്റ് കോംപ്ലക്സിന്റെ' ഒരു സാംസ്കാരിക അവതാരമെന്ന നിലയിലാണ് ഇന്ത്യൻ അവസ്ഥയെ പൊതുവിലും വിദ്യാഭ്യാസരേഖയെ പ്രത്യേകമായും അപഗ്രഥിക്കേണ്ടത്. ആര്യാവർത്തം, മനുസ്മൃതി, അദ്വൈതം, സംസ്കൃതം, കോർപ്പറേറ്റിസം എന്നീ പഞ്ചസ്തംഭങ്ങൾക്ക് മുകളിലാണ് രേഖ കെട്ടിപ്പൊക്കിയിരിക്കുന്നത്. മുതലാളിത്ത രാഷ്ട്ര വ്യവസ്ഥകൾ മുമ്പ് മുഖ്യപരിഗണന നൽകിയത് പ്രതിരോധം, ആഭ്യന്തരം, ധനകാര്യം എന്നീ വകുപ്പുകൾക്കായിരുന്നു. സാമൂഹ്യ സമ്മർദ്ദത്തെ തുടർന്ന് പിന്നീടതിന്റെ ഊന്നൽ നാമമാത്രമായെങ്കിലും, ആരോഗ്യം, പരിസ്ഥിതി, വിദ്യാഭ്യാസം എന്നിവയിലേക്ക് വികസിക്കുകയാണുണ്ടായത്. എന്നാൽ 2020ലെ വിദ്യാഭ്യാസരേഖ പരോക്ഷമായെങ്കിലും പഴയ അവസ്ഥയിലേക്കുള്ള തിരിച്ചുപോക്കാണ്.

'വേരുകൾ മുതൽ വിശ്വത്തിനോളം, മനം മുതൽ മാനവികതവരെ, അതീതം മുതൽ ആധുനികതവരെ എല്ലാ ബിന്ദുക്കളെയും ഉൾക്കൊണ്ടുകൊണ്ടാണ് ഈ നയത്തിന് രൂപംകൊടുത്തിരിക്കുന്നത്'' എന്ന പ്രധാനമന്ത്രി നരേന്ദ്രമോദിയുടെ പ്രസ്താവനതന്നെ പ്രധാനമായും അടിവരയിടുന്നത് മുമ്പേ വ്യക്തമാക്കിയ 'പുനരുത്ഥാന-കമ്പോള' സന്ധിയേയും സഖ്യത്തേയുമാണ്. 'വേരുകൾ', 'മനം', 'അതീതം' എന്നുള്ളത് കൃത്യമായും രേഖ ആവേശംകൊള്ളുന്ന 'ഭൂതകമ്പ'ത്തേയും 'വിശ്വം' 'മാനവികത' 'ആധുനികത' തുടങ്ങിയ പരികൽപനകൾ ആഗോളവൽക്കരണത്തേയുമാണ് കൃത്യമായും അടയാളപ്പെടുത്തുന്നത്.

പാർശ്വവൽകൃത സമൂഹങ്ങളെ കൂടുതൽ പരവശമാക്കുംവിധമുള്ള വിദ്യാഭ്യാസത്തിന്റെ സ്വകാര്യവൽക്കരണത്തേയും കേന്ദ്രീകൃത സ്വഭാവത്തെയും ദൃഢപ്പെടുത്തുന്ന നിർദേശങ്ങളുമാണ് രേഖ മുന്നോട്ടുവക്കുന്നത്. രേഖയുടെ ആമുഖത്തിൽ, മനുഷ്യാവകാശ പ്രഖ്യാപനത്തെക്കുറിച്ചും വിദ്യാഭ്യാസത്തെക്കുറിച്ചുള്ള വിവേകാനന്ദന്റെയും ഐൻസ്റ്റൈന്റെയും ജാക്വസ് ഡീലേഴ്സിന്റെയും ആശയങ്ങളെക്കുറിച്ചും വ്യക്തിത്വത്തിന്റെ സമ്പൂർണ്ണ വികാസമെന്ന ശരിയായ സമീപനത്തെക്കുറിച്ചും പറയുന്നുണ്ടെങ്കിലും ആത്യന്തികമായി അതിനെയൊക്കെ അട്ടിമറിക്കുംവിധമാണ് തുടർന്നുള്ള ആശയങ്ങളുടെ അവതരണം നിർവ്വഹിക്കപ്പെട്ടിരിക്കുന്നത്. ജാക്വസ് ഡീലേഴ്സ് അവതരിപ്പിക്കുന്ന വിദ്യാഭ്യാസത്തിന്റെ നാല് തൂണുകളിൽ പരമപ്രധാനമായ, ഒത്തൊരുമിക്കാനുള്ള പരിശീലനത്തിന് ഗുരുതരമായ പരിക്കേൽപ്പിക്കുംവിധമാണ് ചരിത്രത്തിൽ ചിലത് ഉൾക്കൊണ്ടും മറ്റു ചിലത് തള്ളിയും കാര്യങ്ങൾ ക്രമീകരിച്ചിരിക്കുന്നത്. ആമുഖത്തെ കേവലമായി കൊണ്ടാടുന്നവർ, 'ഫ്ളവർവെയ്സിലെ പൂക്കൾ കണ്ട വിഡ്ഢി ഉദ്യാനം മുഴുവൻ പുഷ്പിച്ചുവെന്നു വിശ്വസിക്കുന്നു'വെന്ന കവിവാക്യത്തെയാണ് അനുസ്മരിപ്പിക്കുന്നത്.

പുതിയ വിദ്യാഭ്യാസരേഖയുടെ പ്രാചീനസ്തുതിയും പ്രധാനമന്ത്രിയുടെ മുമ്പേ വ്യക്തമാക്കിയ ആ 'വേരുകൾ' എന്ന പ്രയോഗവും സംഘപരിവാർ ആവർത്തിക്കുന്ന, 'സാംസ്കാരിക ദേശീയത'യുടെ തത്ത്വചിന്തയെയാണ് ദൃഢപ്പെടുത്തുന്നത്. 1939ൽ ഗോൾവൽക്കർ എഴുതി: 'വേരുകളിൽ തന്നെ ഭിന്നമായ സംസ്കാരങ്ങൾ ഇടകലർന്ന് ജീവിക്കുക എന്നത് അസാധ്യമാണെന്നാണ് ജർമനിയുടെ അനുഭവത്തിൽനിന്നും ഇന്ത്യക്ക് പഠിക്കാനാവുന്ന, ഉപയോഗപ്പെടുത്തേണ്ട ഏറ്റവും നല്ല പാഠം. ഹിന്ദുസംസ്കാരവവും പൈതൃകവും ആശ്ലേഷിക്കാനും ഹിന്ദുമതത്തെ ആദരിക്കാനും ഹിന്ദുവംശവും

സംസ്കാരവുമല്ലാത്ത മറ്റ് ആശയങ്ങളെ മാനിക്കുന്നത് നിർത്താനും വിദേശവംശങ്ങൾ തീരുമാനിക്കണം. മാത്രമല്ല സ്വന്തം അസ്തിത്വം ഉപേക്ഷിച്ച് അവർ ഹിന്ദുവംശത്തിലേക്ക് ലയിക്കണം. അല്ലെങ്കിൽ മറ്റ് ആവശ്യങ്ങളും പരിഗണനകളും ഇല്ലാതെ, പൗരത്വ അവകാശങ്ങൾ പോലുമില്ലാതെ ഹിന്ദു സമൂഹത്തിന് കീഴിലൊതുങ്ങിക്കഴിയണം.'

ഇതുപോലുള്ള വിധ്വംസക ആശയങ്ങൾ ഇരമ്പുന്ന, ഇന്ത്യയുടെ വർത്തമാനകാല രാഷ്ട്രീയപശ്ചാത്തലത്തിൽനിന്ന് വേർപെടുത്തി, വിദ്യാഭ്യാസരേഖയെ ആ രേഖയുടെ മാത്രം പശ്ചാത്തലത്തിൽ അമർന്ന് നിന്ന്, കൃത്യം അപഗ്രഥിക്കുക അസാധ്യമാണ്. ആരാണ് രേഖ അവതരിപ്പിച്ചതെന്നും അവതരിപ്പിക്കപ്പെട്ട സന്ദർഭത്തിന്റെ സവിശേഷതയെന്താണെന്നും എന്തൊക്കെയാണ് പ്രസ്തുത രേഖയിൽ ഇല്ലാത്തതെന്നും ആരാണ് ഈ രേഖയെ ആദ്യംതന്നെ സഹർഷം സ്വാഗതം ചെയ്തതെന്നും മിനിമം ചോദിക്കപ്പെടേണ്ടതുണ്ട്.

2019ലാണ് 'ഇത് സംഘപരിവാർ ആശയങ്ങളുടെ വിജയകാലം' എന്ന് ആർ.എസ്.എസ്. മേധാവി മോഹൻ ഭാഗവത് പ്രഖ്യാപിച്ചത്. വിദ്യാഭ്യാസരേഖ പല ഭാഗത്തുനിന്നും വിമർശം നേരിട്ടപ്പോഴും അതിനെ സഹർഷം സ്വാഗതം ചെയ്തത് ആർ.എസ്.എസ്സാണ്. 2014- ന് ശേഷമുള്ള ഇന്ത്യനവസ്ഥ പൊതുവിലും 2018ലെ ബദൽ ചരിത്ര രചനയ്ക്കുള്ള ഔദ്യോഗിക കമ്മീഷൻ രൂപീകരണവും 2019-ലെ 370-ആം വകുപ്പ് റദ്ദാക്കലും പൗരത്വഭേദഗതി നിയമവും വിദ്യാഭ്യാസരേഖയുടെ രൂപീകരണത്തിന്റെ ബൃഹദ് പശ്ചാത്തലമാണ്. പലതവണ വ്യക്തമാക്കപ്പെട്ടതുപോലെ സംഘപരിവാർ മുന്നോട്ട് വെക്കുന്ന സാംസ്കാരിക ദേശീയതയുടെ മാനിഫെസ്റ്റോ എന്ന നിലയിലാണ് വിദ്യാഭ്യാസരേഖ മനസ്സിലാക്കപ്പെടേണ്ടത്.

'ഭാരതമാതാവിനെ ലോകത്തിന്റെ സാംസ്കാരിക ഗുരുവായി പുനഃരവരോധിക്കുകയെന്ന നമ്മുടെ സ്വപ്നത്തോട് വിശ്വസ്തത പുലർത്തുക'യെന്ന ഗുരുജി ഗോൾവൾക്കറുടെ ആശയമാണ്, രേഖ അടിസ്ഥാനപരമായി ആവിഷ്ക്കരിക്കുന്നത്. ഭാഷാസംസ്ഥാനങ്ങളുടെ രൂപീകരണത്തെ 'ഭാഷാഭ്രാന്തായും' സംവരണത്തെ 'ഉരുകിചേരലിനുള്ള' തടസ്സമായും ഭാരതത്തെ, 'ദേവന്മാർ മംഗളാപദാനങ്ങൾ പാടുന്ന' പുണ്യഭൂമിയായും കാണുന്ന സംഘപരിവാർ കാഴ്ചപ്പാടാണ് രേഖ ദൃഢപ്പെടുത്തുന്നത്. ഗാന്ധിജിയുടെ 'സാമുദായിക ദേശീയത'യേയും നെഹ്റുവിന്റെ സെക്കുലർ ദേശീയതയേയും ഇടതുപക്ഷം വികസിപ്പിച്ച ജനകീയ ദേശീയതയേയും നിരാകരിക്കുന്ന, ദേശീയതയെതന്നെ തിരസ്ക്കരിക്കുന്ന 'മേൽക്കോയ്മാ ദേശീയ'

സമീപനമാണ് രേഖ മുന്നോട്ടുവക്കുന്നത്.

എന്റെ രാജ്യം സ്വതന്ത്രമാകണമെന്നും ആവശ്യമാണെങ്കിൽ മനുഷ്യവംശത്തിനുവേണ്ടി ഈ രാജ്യം മുഴുവനും മരിക്കണമെന്നു ള്ളതാണ് എന്റെ ദേശീയബോധം എന്നും ഞാൻ ഉത്തമനായ ഹിന്ദുവായതുകൊണ്ട് ഉത്തമനായ മുസ്ലീമുമാണ് എന്നും എന്റെ മതം രാജ്യത്തോട് ആജ്ഞകൾ പുറപ്പെടുവിക്കുകയില്ല, എന്റെ രാജ്യം തിരിച്ച് മതത്തിനും ആജ്ഞകൾ നൽകില്ല എന്നും ആയിരം അമ്പല ങ്ങൾ തവിടുപൊടിയായാലും ഒരൊറ്റ പള്ളിപോലും ഞാൻ തൊടില്ല, അത്തരം ഭ്രാന്തൻ വിശ്വാസങ്ങളുടെ മേൽ അങ്ങിനെ എന്റെ വിശ്വാ സത്തിന്റെ മേൽക്കോയ്മ സ്ഥാപിക്കാൻ ഞാൻ ഒരുക്കമല്ല എന്നും ഹിന്ദു-മുസ്ലീം ഐക്യമില്ലാതെ സ്വരാജില്ല എന്നും മനുഷ്യർക്ക് തങ്ങളുടെ സഹോദരരെ നിന്ദിക്കുമ്പോൾ അഭിമാനം തോന്നുന്നത് എങ്ങിനെയാണെന്നത് എനിക്ക് നിഗൂഢമാണ് എന്നും പശുവിനെ രക്ഷിക്കേണ്ടതുതന്നെ, പക്ഷേ അത് നമ്മുടെ സഹോദരനെ കൊന്നിട്ടു വേണോ എന്നും ഹിന്ദുമതം ഗോവധം നിരോധിച്ചത് ഹിന്ദുക്കൾക്കിടയിൽ മാത്രമാണ് എന്നും ഈ കുഴപ്പങ്ങളുടെയെല്ലാം വേര് കിടക്കുന്നത് സംഘിലാണെന്ന് ഞാൻ കേൾക്കുകയുണ്ടായി, കൊലയാളി സംഘങ്ങൾക്ക് രക്ഷിക്കാവുന്നതല്ല ഹിന്ദുമതം എന്നും വിദ്യാഭ്യാസമെന്നാൽ പ്രധാനമായും സ്വഭാവ രൂപീകരണമാണെ ന്നും സാമൂഹ്യബോധമില്ലാത്ത വിദ്യാഭ്യാസമാണ് ഇന്ത്യയുടെ ശാപം എന്നും നിരന്തരം ആവർത്തിച്ച മഹാത്മാഗാന്ധിയെ പല നിലകളിൽ അപകീർത്തിപ്പെടുത്താനുള്ള സംഘപരിവാർ ശ്രമങ്ങൾ ഉത്തരേന്ത്യൻ പാഠപുസ്തകങ്ങളിൽ വരെ ഇടം പിടിച്ചത് മറക്കാറായി ട്ടില്ല. സ്വാതന്ത്ര്യാനന്തര ഇന്ത്യയിലെ ആദ്യത്തെ ഭീകരപ്രവർത്തനം എന്ന് കൃത്യം വിശേഷിപ്പിക്കേണ്ട ഗാന്ധിവധത്തെ ഗുജറാത്തിലെ 8-ആം തരം പാഠപുസ്തകം അവതരിപ്പിച്ചരിക്കുന്നത്, പ്രസ്തുത ഭീകര സംഭവത്തിന്റെ സർവ്വ രാഷ്ട്രീയ ഉള്ളടക്കവും ചോർത്തികൊണ്ടാണ്. ഏകദേശം ഹിരാഷിമാ കൂട്ടക്കൊലയെക്കുറിച്ചുള്ള, ‘മരണം ആകാ ശത്തുനിന്നും പതിച്ചു’ എന്ന ക്രൂരമായ ആ പഴയ ഒബാമ പ്രയോഗ ത്തെയാണ് അതോർമിപ്പിക്കുന്നത്. സ്വാതന്ത്ര്യാനന്തരം ഭീകരമായ നിരവധി വർഗീയ ലഹളകൾ ഇന്ത്യയിലുണ്ടായി എന്നും അവ അടി ച്ചമർത്താൻ ഗാന്ധി തന്റെ സർവ്വ ശക്തിയും വിനിയോഗിച്ചു എന്നും പക്ഷേ പലർക്കും ഗാന്ധിജിയുടെ നിലപാടിനോട് യോജിക്കാനായി ല്ല എന്നും ഒടുവിൽ 1948 ജനുവരി 30 ന് ഗോഡ്സെയുടെ കൈകളാൽ ഗാന്ധി കൊല്ലപ്പെട്ടുവെന്നുമാണ് പാഠപുസ്തകം പറയുന്നത്. ചുരുക്ക ത്തിൽ മുമ്പേ പരാമർശിച്ച മേൽക്കോയ്മാ ദേശീയതയുടെ മറവിൽ

പ്രധാനമായും മഹാത്മാഗാന്ധിക്കെതിരെയാണവർ വിദ്വേഷത്തിന്റെ മിസ്സൈൽ തിരിച്ചുവച്ചിരിക്കുന്നത്. 1936-ൽ ഗാന്ധി എഴുതി: എന്റെ കൊലപാതകം പ്രധാനമല്ല, കാരണം എന്റെ ചാരത്തിൽനിന്നും ആയിരക്കണക്കിന് ഗാന്ധിമാർ ഉയിർത്തെഴുന്നേൽക്കും. എന്നാൽ ഞാൻ നിലകൊണ്ട മൂല്യങ്ങൾ കൊല്ലപ്പെട്ടാൽ, അഗ്നിക്കിരയായാൽ എന്താണ് സംഭവിക്കുക?എട്ട് പതിറ്റാണ്ടുമുമ്പ് മഹാത്മാഗാന്ധി ഭയപ്പെട്ട ആ കാര്യമാണ് ഇന്ത്യയിൽ പല വഴികളിൽ, വിദ്യാഭ്യാസ സമീപനങ്ങളിലടക്കം സംഭവിച്ചുകൊണ്ടിരിക്കുന്നത്. വിമർശനാത്മകമായി ഉൾപ്പെടുത്തിയുൾപ്പെടുത്തി സ്വയം ഉൾക്കരുത്താർജ്ജിക്കുന്നതിനു പകരം, ഉപേക്ഷിച്ച് ഉപേക്ഷിച്ച് ശുദ്ധമാവാനുള്ള ശ്രമങ്ങൾക്കാണ് വിദ്യാഭ്യാസരേഖ അടിവര ചാർത്തുന്നത്.

പുതിയ വിദ്യാഭ്യാസ രേഖയിൽ ഒരു പ്രത്യേക 'പ്രാചീന' കാലത്തിന്റെ സങ്കുചിതപ്രതാപ വിവരണമുണ്ട്. പക്ഷേ അതിൽ ഇന്ത്യയെ ഇന്ത്യയാക്കിയ വൈവിധ്യമാർന്ന ചിന്താ പദ്ധതികളുടെ വിരലടയാളം പോലുമില്ല. ഇന്ത്യൻ ദേശീയതയെ ഇന്ത്യനാക്കിയ, 'നാനാത്വത്തെ ന്യൂക്ലിയസ്സായി കണ്ട' ഫെഡറലിസമില്ല. ആധുനിക ഇന്ത്യയെ നിർമ്മിച്ച സാമ്രാജ്യത്വ വിരുദ്ധതയില്ല. മാനവികതയെ അസാധ്യമാക്കുന്ന കമ്പോളമൗലികവാദത്തിനെതിരെയുള്ള ചുവടുവെപ്പുകളില്ല. വിദേശ സർവ്വകലാശാലകളെ സ്വാഗതം ചെയ്യുന്ന സമീപനം സ്വീകരിക്കുമ്പോഴും പൊതു വിദ്യാലയങ്ങളെ സജീവമാക്കാനുള്ള നിർദ്ദേശങ്ങളില്ല. സംസ്കൃതത്തിന് ഒരു ഭാഷയെന്ന നിലയിലുള്ളതിനപ്പുറം പ്രാധാന്യം നൽകുമ്പോൾ, ഉറുദു, അറബി, ചൈനീസ് എന്നിവയ്ക്ക് പ്രാഥമിക ഭാഷയെന്ന നിലയിലുള്ള പരിഗണനപോലും നൽകിയിട്ടില്ല. തായ് ഭാഷ മുതൽ കൊറിയൻ ഭാഷയെവരെ ഉൾക്കൊള്ളുന്ന വിദ്യാഭ്യാസരേഖ എന്തുകൊണ്ട് ചൈനീസ്, അറബി, ഉറുദു ഭാഷകളെ പൂർണ്ണമായി ഉപേക്ഷിച്ചു എന്നുള്ളതും സംസ്കൃതത്തിന് ഒരു ഭാഷക്കപ്പുറമുള്ള പ്രാധാന്യം നൽകി എന്നുള്ളതും പ്രാചീന മധ്യകാല ഇന്ത്യയിൽ നടന്ന ധൈഷണിക സംവാദങ്ങളെക്കുറിച്ചുള്ള പരാമർശങ്ങൾ എന്തിന് ഒഴിവാക്കി എന്നതും അറുപത്തിനാല് കലകളും യോഗയും വിദ്യാഭ്യാസ രേഖയിൽ എങ്ങനെ കടന്നുകൂടി എന്നതും ആഴത്തിൽ വിശകലനം ചെയ്താൽ സംഘപരിവാറിന്റെ 'സാംസ്കാരിക ദേശീയത' തെളിയും.

വിദ്യാഭ്യാസരേഖയിൽ 'യോഗ' പ്രത്യക്ഷമായിത്തന്നെ കയറിപ്പറ്റിയതിനെപ്പറ്റി കാര്യമായ ഒരു സംവാദവും എവിടെയും കാണാനില്ല! യോഗയെ മുൻനിർത്തി മതപരമായ സംസ്കാരത്തെ ദേശീയസംസ്കാരമാക്കാനുള്ള ശ്രമത്തിനെതിരെ നേരത്തെയുണ്ടായിരുന്ന

വിമർശനങ്ങൾപോലും ഇപ്പോൾ കേൾക്കാനില്ല! സത്യത്തിൽ ഒരു നുഷ്ഠാനമോ, ഒരാശയമോ, ഒരു സമീപനമോ വ്യക്തികളോ സമൂഹ ങ്ങളോ സ്വീകരിക്കുകയോ സ്വീകരിക്കാതിരിക്കുകയോ ചെയ്യുന്നത് അവരുടെ സൗകര്യവും സ്വാതന്ത്ര്യവുമാണ്. എന്നാൽ ഒരനുഷ്ഠാനം 'ദേശീയമാക്കപ്പെടുന്നത്'' ആ വിധം നിരുപദ്രവകരമല്ല. സംസ്കൃതം ഒരു ഭാഷയെന്ന നിലയിലും അദ്വൈതം ഒരു തത്വചിന്തയെന്ന നിലയിലും 'യോഗ' ഒരു പ്രയോഗമെന്ന നിലയിലും പ്രസക്തമാവു മ്പോഴും അതിനെ 'ദേശീയത'യായി ചുരുക്കാനോ വികസിപ്പിക്കാനോ കഴിയില്ല. ദേശീയതയിലേക്ക് പ്രവേശിക്കുന്നതോടെ ഭാഷയടക്കം എന്തും ഒരു ഔദ്യോഗിക അധികാരവ്യവസ്ഥയുടെ ഭാഗമായി മാറും. സംഘപരിവാർ ശക്തികളും അവരുടെ കാഴ്ചപ്പാടിന്റെ ഭാഗമായി അവതരിപ്പിക്കപ്പെട്ട വിദ്യാഭ്യാസ രേഖയും 'സംസ്കൃതത്തെ' അടയാ ളപ്പെടുത്തുന്നത് നിരവധി ക്ലാസ്സിക്കൽ ഭാഷകളിൽ ഒന്നായിട്ടല്ല, മറിച്ച് ഒരു മേൽക്കോയ്മാ അധികാര വ്യവസ്ഥയുടെ ഭാഗമായിട്ടാണ്. വിദ്യാഭ്യാസരേഖയുടെ ആധാരമാണ് മഹത്തായ ഭാരതഭൂതകാല മെങ്കിൽ, ആ ഭൂതകാലത്തിന്റെ 'മാതൃഭാഷയായയാണ്'' സംസ്കൃതം കടന്നുവരുന്നത്.

സംസ്കൃതത്തെ പ്രശസ്തമാക്കിയതിൽ മാക്സ് മുള്ളറുടെ പങ്ക് പ്രധാനമാണ്. ആ ഭാഷയോടുള്ള സ്നേഹം ഉൾക്കൊണ്ട് സ്വന്തം പേര്''മോക്ഷമൂലൻ' എന്ന് സംസ്കൃതവൽക്കരിക്കാൻവരെ അദ്ദേഹം സന്നദ്ധനായി. ഭാഷകളുടെ മാതാവ് എന്നും വിശ്വവിജ്ഞാനത്തിന്റെ സൂക്ഷിപ്പു കേന്ദ്രം എന്നും സംസ്കൃതം വാഴ്ത്തപ്പെട്ടു. എന്റെ രാഷ്ട്രത്തി ന്റെ തിരുമൊഴിയായ സംസ്കൃതത്തിൽ 'അപരം' എന്നർത്ഥം വരുന്ന ഒരു പദമില്ലെന്ന് വിവേകാനന്ദൻ അഭിമാനിച്ചു. സംസ്കൃതഭാഷക്കു മാത്രമേ നമ്മുടെ ദേശീയബന്ധം നിലനിർത്തിപ്പോരുന്നതിനുള്ള മാധ്യമമാവാൻ കഴിയൂവെന്ന് ഗോൾവൾക്കർ ശഠിച്ചു: 'പൊതുഭാഷാ പ്രശ്നത്തിന്റെ കാര്യത്തിൽ സംസ്കൃതം ആ സ്ഥാനം ഏറ്റെടുക്കു ന്നതുവരെ സൗകര്യത്തെ മുൻനിർത്തി നമുക്ക് ഹിന്ദിക്ക് മുൻഗണന നൽകേണ്ടതായി വരും' എന്നാണ് വിചാരധാരയിൽ ഗുരുജി ഗോൾവ ൾക്കർ അസന്നിഗ്ദ്ധമായി അഭിപ്രായപ്പെട്ടത്. ഇത് കേവലപഠനത്തി ന്റെയും തൊഴിലിന്റെയും വൈദിക കർമ്മങ്ങളുടെയും ഭാഗമായ മറ്റ് ഭാഷകൾപോലെ ഒരു ഭാഷയെന്ന നിലയിലുള്ളൊരു സംസ്കൃതമല്ല. മറിച്ച് സംസ്കാരത്തിന്റെ സ്രോതസ്സായി പരിഗണിക്കപ്പെടുന്ന, 'സംസ്കൃതം സമം സംസ്കാരമെന്ന്', ഒരു മേൽക്കോയ്മാ കാഴ്ചപ്പാ ടാണ്. അതുകൊണ്ടാണ് ഭാരതത്തിന്റെ പൈതൃകം മനസ്സിലാക്കാൻ സംസ്കൃതമറിഞ്ഞേ മതിയാവൂ എന്ന് ലഹളക്കാർക്ക് മനസ്സിലാവുമോ

എന്ന് ഓ.രാജഗോപാലിനെപ്പോലുള്ള സംഘപ്രവർത്തകർ ചോദിക്കുന്നത്. എന്നാൽ എന്തുകൊണ്ടാണ് നമ്മുടെ പൈതൃകമറിയാൻ കോടിക്കണക്കിന് മനുഷ്യരോട് മഹാത്മാ ബുദ്ധൻ സംസാരിച്ച ആ 'പാലിഭാഷ' അറിഞ്ഞേ മതിയാവൂ എന്നവർ പറയാത്തത്?

ക്ലാസ്സിക്കൽ എന്നത് പ്രശസ്ത സംഗീതജ്ഞനായ ടി. എം. കൃഷ്ണ സൂചിപ്പിക്കുന്നതുപോലെ, സാംസ്കാരികമായ അധികാരം കൈയിലുള്ളവർ ഉണ്ടാക്കുന്ന ഒരു മാനദണ്ഡമാണ്. ഇന്ത്യയിൽ ക്ലാസ്സിസിസം, ബ്രാഹ്മണിസം, ഉച്ചസംസ്കാരം, നാട്ടുവാഴിത്തം എന്നിവയുടെയെല്ലാം ഭാഗമായിരുന്നു സംസ്കൃതമെന്ന് ഐജാസും നിരീക്ഷിക്കുന്നു. 'അമ്മ കുട്ടിക്ക് പറഞ്ഞുകൊടുക്കുന്ന ഭാഷയാണ് മാതൃഭാഷ' എന്നാണ് ശബ്ദതാരാവലിയിലെ ഡെഫനിഷൻ. ഒരു അമ്മക്കും സംസ്കൃതം ഉച്ചരിക്കാൻ അവകാശമില്ലായിരുന്നു. (ഡോ. കെ സുഗതൻ). സംസ്കൃതം ഉച്ചരിക്കുന്ന ശൂദ്രനേയും സ്ത്രീയേയും മുമ്പ് കാത്തിരുന്നത് കനത്ത ശിക്ഷയായിരുന്നുവെന്നതും രാമചരിതമാനസം സംസ്കൃതത്തിലെഴുതാതെ 'അവധി' ഭാഷയിൽ എഴുതിയതിന്റെ പേരിൽ തുളസീദാസ് ആക്രമിക്കപ്പെട്ടതും മുമ്പ് മലയാളത്തിൽ കവിതയെഴുതിയവർ 'മുഴുകവികളായി' ആദരിക്കപ്പെടാതിരുന്നതും നെയ്ത്തുകാരനായതിനാൽ കബീറിനെ സംസ്കൃതം പഠിപ്പിക്കാൻ പണ്ഡിതന്മാർ തയ്യാറാകാതിരുന്നതും സംസ്കൃതമറിയാത്ത, പഞ്ചാബി ഗ്രാമ്യഭാഷമാത്രമറിയുന്നവൻ എന്ന് ഗുരുനാനാക്ക് അപഹസിക്കപ്പെട്ടതും നമ്മുടെ ചരിത്രമാണ്. ജാതിമേൽക്കോയ്മക്ക് അധികാരവും ശക്തിയും നൽകിയതിൽ ഭൂമിക്കും ഭരണകൂടാധികാരത്തിനുമൊപ്പം 'മേൽക്കോയ്മാ സംസ്കൃതവും' പ്രധാനപങ്കുവഹിച്ചിട്ടുണ്ട്. സത്യത്തിലിതിന് ജ്ഞാനാന്വേഷണ സംസ്കൃതവുമായി പേരിലൊഴിച്ച് മറ്റൊന്നിലുമൊരു ബന്ധവുമില്ല. ഈയൊരു മേൽക്കോയ്മാ സംസ്കൃതം നിലനിർത്തിയത് നാട്ടുവാഴിത്ത മൂല്യവ്യവസ്ഥയേയും കുലീനതാ നാട്യത്തേയുമാണ്. 'പഴയ മൂല്യങ്ങൾ സംരക്ഷിക്കപ്പെടേണ്ടതിന്റെ ആവശ്യകതയെക്കുറിച്ചാണ് മേൽജാതിക്കാരായ ഹിന്ദുക്കൾ സംസാരിക്കുക. എന്നാൽ കാലഘട്ടത്തിന്നനുസൃതമായ മാറ്റങ്ങൾ ഉൾക്കൊള്ളാനാണ് കീഴ്ജാതിക്കാർ ആവശ്യപ്പെടുന്നത്. ചരിത്രപരമായ രണ്ട് സമയങ്ങളെക്കുറിച്ചാണ് ഇരുവരും സംസാരിക്കുന്നത്. രണ്ടും ഒത്തുപോവാൻ വിസമ്മതിക്കുന്നു'(സി ആർ നാഗരാജ്).

സംഘപരിവാർ 'സംസ്കൃതം' കീഴാള ജനകീയതയുമായും മതനിരപേക്ഷതയുമായും ഒത്തുപോവാൻ വിസമ്മതിക്കുന്ന ഒരു കാഴ്ചപ്പാടിനേയാണ് പ്രകാശിപ്പിക്കുന്നത്.

മുംബൈയിൽ നടന്ന 102-ആം ഇന്ത്യൻ ശാസ്ത്രസമ്മേളനത്തിൽ അവതരിപ്പിച്ച, 'പ്രാചീനശാസ്ത്രം സംസ്കൃതത്തിലൂടെ' എന്ന പ്രബന്ധവും തുടർചർച്ചയും ദൃഢപ്പെടുത്തിയത് ആധുനികതയുമായി ഒരുതരത്തിലും ഒത്തുപോവാനാവാത്ത അസംബന്ധങ്ങളാണ്. വിമാനവും ആറ്റംബോംബും സർജറിയുമെല്ലാം പണ്ടേ ഇവിടെയുണ്ടായിരുന്നുവെന്നാണവർ അവകാശപ്പെട്ടത്. സമസ്ത വിജ്ഞാനവും ആദ്യം നമ്മുടെ സംസ്കൃതത്തിൽ രൂപംകൊണ്ട് പിന്നീട് ലോകമാകെ വ്യാപിക്കുകയായിരുന്നുവെന്ന, ചരിത്രം തള്ളിയ, വിജ്ഞാനത്തെ സംബന്ധിക്കുന്ന മോണോജെനസിസ് കാഴ്ചപ്പാടാണവർ 'സംസ്കൃതസ്തുതിയിലൂടെ' അവതരിപ്പിച്ചുകൊണ്ടിരിക്കുന്നത്. 'അർത്ഥശാസ്ത്രം' എന്ന പ്രസിദ്ധമായ കൗടില്യന്റെ കൃതിയെ അടിസ്ഥാനമാക്കി രാജ്യതന്ത്രത്തേയും യുദ്ധത്തേയും സംബന്ധിച്ച് മുന്നോട്ടുവെക്കപ്പെട്ട വിചിത്രവാദങ്ങളെക്കുറിച്ച് മീരാനന്ദ എഴുതുന്നു- 'ഒരൊറ്റനേരത്തെ ആഹാരംകൊണ്ട് ഒരു മാസക്കാലം യുദ്ധം ചെയ്യാൻ സൈനികനെ പ്രാപ്തനാക്കുന്ന വിശിഷ്ടാഹാരത്തിന്റെ പാചകവിധിയും ശത്രുസേനയെ മാനസിക വിഭ്രാന്തിയിൽ അകപ്പെടുത്തുന്നതിനുള്ള തന്ത്രങ്ങളും രാസ-ജൈവ യുദ്ധമുറകൾ വികസിപ്പിച്ചെടുക്കുന്നതിന്ന സഹായകമായ വിവരങ്ങളും ആ ഗ്രന്ഥത്തിലുണ്ടെന്ന് കരുതപ്പെടുന്നു.'

പറഞ്ഞു വരുന്നത്, ചുരുങ്ങിയത് മൂന്നു തരത്തിലുള്ള സംസ്കൃതങ്ങൾ ഉണ്ടെന്നാണ്. അതിലെന്തുകൊണ്ടും ഉയർത്തിപ്പിടിക്കേണ്ടത് ജ്ഞാനാന്വേഷണത്തിന്റെ ഉജ്ജ്വലമാതൃകയായിമാറിയ, ഒരു 'ലൈബ്രറി ഭാഷ'യെന്ന നിലയിലുള്ള, ആധുനികതയുമായി സംവദിക്കാൻ കഴിയുന്ന സംസ്കൃതമാണ്. രണ്ടാമത്തേത് നവോത്ഥാനം നിരാകരിച്ച, വൈദികക്രിയകളുടെ കൂടി ഭാഗമായ, നമ്പൂരിക്കുട്ടികളുടെ മേൽ അടിച്ചേൽപ്പിക്കപ്പെട്ട പരമ്പരാഗത സംസ്കൃതമാണ്. ഇ.എം. എസ്സും വി.ടിയുമെല്ലാം നിശ്ശിത വിമർശനത്തിന് വിധേയമാക്കിയത് ആ സംസ്കൃതത്തെയാണ്. 'മലയാളം മ്ലേഛമാണ്; ദേവഭാഷയായ സംസ്കൃതമാണ് ബ്രാഹ്മണർക്ക് അനുയോജ്യം. അമ്മിഞ്ഞപ്പാലോടെ പഠിച്ച ശീലിച്ചതായാലും അമ്മ, അച്ഛൻ എന്നീ പദങ്ങൾ നികൃഷ്ടങ്ങളായതുകൊണ്ട് പകരം മാതാ, പിതാ എന്നീ സംസ്കൃത പദങ്ങൾ ഞാൻ പ്രയോഗിച്ചു തുടങ്ങി. സഹജമായ ശീലം നിമിത്തം വൈദികക്രിയകൾക്കിടയിൽ വല്ലപ്പോഴും അബദ്ധത്തിന് ഒരു മലയാളപദം നാവിൽനിന്നു വീണുപോയാൽ 'ശ്ശു' ശബ്ദം മുഴക്കി മറ്റുള്ളവർ എന്നെ വിലക്കുകയും വിമർശിക്കുകയും പതിവായിരുന്നു.'(വി.ടി.) മാതാ എന്ന് വിളിക്കുന്നതിനുപകരം 'അമ്മേ' എന്ന് വിളിച്ചുപോയതിന് അമ്മയോട് അടികിട്ടിയ കാര്യവും വി ടി ഓർക്കുന്നുണ്ട്.

എന്നാൽ ഏറ്റവും അപകടകരം, 'സംസ്കൃതത്തിലൂടെ സർവ്വസ്വവും' എന്ന കാഴ്ചപ്പാട് നിലനിർത്തുന്ന കുലീനതയുടെ കൊടിയടയാള മായി അടയാളപ്പെട്ടുത്തപ്പെടുന്ന മേൽക്കോയ്മാ സംസ്കൃതമാണ്. മെക്കോളെ സായ്പ്പിന്റെ ഇംഗ്ലീഷിനെ ഓർമ്മിപ്പിക്കുംവിധമുള്ള ആ മേൽക്കോയ്മാ സംസ്കൃതത്തെയാണ് 1908ൽ തലശ്ശേരിയി ൽവച്ച്, സംസ്കൃത പണ്ഡിതൻ കൂടിയായിരുന്ന ശ്രീനാരായണഗുരു തകർത്തത്. മണന്തല നീലകണ്ഠൻ മൂസ്സത് സംസ്കൃതത്തിൽ സംസാരിച്ചപ്പോൾ, 'മലയാളത്തിലാകാമല്ലോ എല്ലാവർക്കും മനസ്സി ലാവുമല്ലോ' എന്ന ഗുരുവിന്റെ സൗമ്യപ്രതികരണം സത്യത്തിൽ മേൽക്കോയ്മയുടെ ശിരസ്സിൽ വീണൊരടിയാണ്. പുതിയ വിദ്യാഭ്യാ സനയം സംസ്കൃതത്തിലെ സംവാദാത്മകമായ ജ്ഞാനാന്വേഷണ മാതൃകകളെയല്ല, മറിച്ച് അധീശധാരകളെയാണ് പിന്തുടരുന്നത് എന്നതുകൊണ്ടാണത് പുരോഗമന കാഴ്ചപ്പാടിൽ വിമർശന വിധേ യമാവുന്നത്. ജ്ഞാനത്തെ സംബന്ധിച്ച, 'യൂറോകേന്ദ്രിത കാഴ്ച പ്പാടിനെ' ഭാരതകേന്ദ്രിത കാഴ്ചപ്പാടുകൊണ്ടല്ല ജനാധിപത്യ കാഴ്ച പ്പാടുകൊണ്ടാണ് നേരിടേണ്ടത്. കൂടിക്കലരലിനെ കളങ്കമായിട്ടല്ല കരുത്തായിട്ടാണ് തിരിച്ചറിയേണ്ടത്. ചാതുർവർണ്യത്തിന്റെ 'ശുദ്ധി സങ്കൽപം' ചരിത്രത്തിലേക്കും ഭാഷയിലേക്കും ഔദ്യോഗികമായി വ്യാപിപ്പിക്കാനാണ് വിദ്യാഭ്യാസത്തെ മാധ്യമമാക്കി സംഘപരി വാർ ശക്തികൾ ശ്രമിക്കുന്നത്.

പി. എൻ. ഓക്കിന്റെയും ദീനാനാഥ് ബത്രയുടെയും സങ്കുചിത സമീപനങ്ങൾ വിദ്യാഭ്യാസ രേഖയെക്കുറിച്ചുള്ള സംവാദത്തിൽ അനുസ്മരിക്കപ്പെടേണ്ടതുണ്ട്.

ജാതിമേൽക്കോയ്മക്ക് തിരസ്ക്കരിക്കാനല്ലാതെ സമത്വാടിസ്ഥാ നത്തിൽ ഒന്നും സ്വീകരിക്കാനാവില്ല. സ്വീകരിക്കുകയാണെങ്കിൽത്ത ന്നെ, മേൽക്കോയ്മാ വ്യാകരണത്തിന് വിധേയമായി, വേണ്ടവിധം രൂപാന്തരം വരുത്തിയല്ലാതെ അതൊന്നിനെയും പടിക്കകത്തേക്ക് കടത്തുകയുമില്ല. സംഘപരിവാറിന്റെ വിദ്യാഭ്യാസ വിചക്ഷണനായി രാഷ്ട്രീയ വേദികളിൽ പ്രത്യക്ഷപ്പെട്ട ദീനാനാഥ് ബത്ര സൂക്ഷ്മ പരിശോധന നടത്തി, ഉത്തരേന്ത്യയിലെ ഹിന്ദി പാഠപുസ്തകത്തി ൽനിന്ന് 'ദോസ്ത്, മുഷ്കിൽ, മൊഹല്ല' തുടങ്ങി 'ഉറുദു' കലർന്ന ഇരു പത്തിനാല് വാക്കുകൾ കത്തികളയണമെന്ന് ആവശ്യപ്പെട്ടു. പുതിയ വിദ്യാഭ്യാസ രേഖയിൽനിന്നാകട്ടെ 'ഉറുദു' പൂർണ്ണമായും മാറ്റിനിർത്ത പ്പെട്ടു. ഇന്ത്യൻ സാഹിത്യത്തിലും ജീവിതത്തിലും പ്രധാനപങ്ക് ഇന്നും വഹിച്ചുകൊണ്ടിരിക്കുന്നൊരു ഭാഷയോടാണ് സംഘപരി വാർ സർക്കാർ ഇവ്വിധം പെരുമാറിയിരിക്കുന്നത്. രണ്ട് വാക്കുകൾ

കൂടിച്ചേരുമ്പോൾ മൂന്നാമതൊരു വാക്കല്ല നക്ഷത്രമാണ് പിറക്കുന്ന തെന്ന് മുമ്പ് ബ്രൗണിംഗ്! ഇന്ത്യയിലാകട്ടെ പതിറ്റാണ്ടുകളായി രണ്ടു വാക്കുകളല്ല, ആയിരക്കണക്കിന് വാക്കുകളുള്ള ഹിന്ദി-ഉറുദു ഭാഷകൾ കണ്ടു മുട്ടുമ്പോൾ, ആകാശത്ത് നക്ഷത്രങ്ങളല്ല, ഭൂമിയിൽ പരസ്പരം ഏറ്റുമുട്ടി അംഗഭംഗം വന്ന കുറെ മനുഷ്യരാണ് കുഴഞ്ഞു വീഴുന്നത്. ഗാന്ധിജിക്ക് ഏറെ പ്രിയങ്കരമായ ഉറുദുകലർന്ന 'ഹിന്ദുസ്ഥാനി'യെ 'ജാരഭാഷ'യെന്നാണ് നാഥുറാം ഗോഡ്സേ വിളിച്ചത്. 2002-ലെ ഗുജറാത്ത് വംശഹത്യക്കിടയിൽ, ഉറുദു കവിതയുടെ പിതാവായ വാലി ഗുജറാത്തിയുടെ സ്മാരകമാണ് തകർക്കപ്പെട്ടത്. വാലിയുടെ 'ദർഗ' നിലനിന്ന അഹമ്മദാബാദ് പോലീസ് സ്റ്റേഷൻ പരിസരത്ത് ഇപ്പോൾ ടാറിട്ട റോഡാണുള്ളത്. ദർഗയുടെ ഒരവശിഷ്ടം പോലും അവിടെ കാണാനില്ല. മധ്യകാലഘട്ടത്തിലെ ചരിത്രപരവും സാമൂഹികവുമായ സാഹചര്യത്തിന്റെ സൃഷ്ടിയെന്ന നിലയിൽ, ഹിന്ദു-മുസ്ലീം ഐക്യത്തിന്റെയും സൗഹൃദത്തിന്റെയും സൃഷ്ടിയെന്ന നിലയിലാണ് 'ഉറുദു' ഉണ്ടായത്. മുഗൾ കാലഘട്ടത്തിന്റെ മഹത്തായ മൂന്ന് സംഭാവനകളായി പറയപ്പെടുന്നത് ഉറുദുവും ഗാലിബും താജ്മഹലുമാണ്.

'ഗാലിബിന്റെ ശബ്ദം മാറ്റൊലികൊണ്ട നഗരങ്ങളിൽനിന്ന്/ ഉറുദു ഇന്ന് തുടച്ചു മാറ്റപ്പെട്ടിരിക്കുന്നു/ സ്വാതന്ത്ര്യം പ്രഖ്യാപിക്കപ്പെട്ട ദിവസം മുതൽ അത്/ നീചഭാഷയായി, ദേശദ്രോഹിയായി മുദ്രകുത്തപ്പെട്ടിരിക്കുന്നു.'('സാഹിർ അക്ഷരങ്ങളുടെ ആഭിചാരകൻ' കെ.പി.എ. സമദ്). അന്നത് 'നീചഭാഷ'യായെങ്കിലും നിലനിന്നു വെങ്കിൽ ഇന്നത് ദേശരാഷ്ട്രത്തിൽനിന്ന്, അതിന്റെ സാംസ്കാരിക ന്യൂക്ലിയസ്സായ വിദ്യാഭ്യാസ രേഖയിൽനിന്ന് അവശിഷ്ടങ്ങളൊന്നും ബാക്കിവെക്കാതെ പൂർണ്ണമായും ബഹിഷ്ക്കരിക്കപ്പെട്ടിരിക്കുന്നു.

'എന്നിൽനിന്നെന്നിലേക്കോ/ എനിക്കു വിധിച്ച ഭ്രഷ്ട്/ ഗൾഫിലേക്കാണെങ്കിൽ മതം പ്രശ്നമല്ല/ മക്കളെ വിടാമെന്നെന്നോട്/ സ്വകാര്യം പറഞ്ഞതും ഗുരുജി തന്നെയല്ലേ' ('പാക്കിസ്ഥാനിലേക്ക് പോകൂ': കെ ജി എസ്). സംഘപരിവാർ, അറബി സമം ഇസ്ലാം എന്ന സങ്കുചിത മതാത്മക കാഴ്ചപ്പാടാണ് പൊതുവെ പുലർത്തുന്നതെങ്കിലും കെ ജി എസ്സിന്റെ കവിതയിൽ പറയുന്നതുപോലെ മക്കളെ അറേബ്യൻ നാട്ടിലേക്ക് അയക്കുന്നതിന് അതൊരു തടസ്സമേയല്ല. എങ്കിലും 'അറബി'യെ അവർ അടയാളപ്പെടുത്തുന്നത് ലോകത്തിലെ ജീവിക്കുന്ന പ്രമുഖ ഭാഷകളിൽ ഒന്നായല്ല, മറിച്ച് ഹിന്ദുക്കൾ ചെയ്യുന്നതിന് എന്തോ എതിരായി പ്രവർത്തിക്കുന്നൊരു ഭാഷയായാണ്. നാം വലത്തുനിന്ന് ഇടത്തോട്ട് എഴുതുമ്പോൾ മുസ്ലീങ്ങൾ നമുക്ക് എതിരായി ഇടത്തുനിന്ന് വലത്തോട്ട് എഴുതുന്നു എന്ന മട്ടിൽ

വിചിത്രമാണ് അവരുടെ അറബി വിശകലനം. അറബി മാത്രമല്ല ഉറുദുവും ഹീബ്രുവും ഉൾപ്പെടെ പല ഭാഷകളും ഈവിധം ഇടത്തുനിന്ന് വലത്തോട്ടാണ് എഴുതുന്നതെന്നും അത് ആരോടെങ്കിലും അനുകൂലമോ എതിരോ പ്രകടിപ്പിക്കാനല്ലെന്നും വ്യക്തമായിട്ടും അറബിയെ മുൻനിർത്തി നടക്കുന്ന വൈകാരിക പ്രചാരണം മുന്നോട്ട് പോവുന്നത് ഈവിധം സങ്കുചിതമായാണ്. അറബി വാക്കുകളില്ലാത്ത ലോകഭാഷയില്ലെന്ന് നിരീക്ഷിക്കപ്പെട്ടിട്ടുണ്ട്. എന്നിട്ടും നമ്മുടെ വിദ്യാഭ്യാസ രേഖയിൽനിന്നും അറബി ഉപേക്ഷിക്കപ്പെട്ടിരിക്കുന്നു.

'വിചാരധാര', ചൈനക്കാർ എന്തും ഭക്ഷിക്കുന്നവരായതുകൊണ്ട് അനാഗരികരാണെന്ന കാഴ്ചപ്പാടാണ് മുന്നോട്ട് വെക്കുന്നത്. അതുകൊണ്ടാവാം ചൈനീസ് ഭാഷയും ഉപേക്ഷിക്കപ്പെട്ടിരിക്കുന്നു. രണ്ടോ മൂന്നോ ഭാഷ ഉപേക്ഷിക്കപ്പെട്ടു എന്നുള്ളതല്ല, ചില കാഴ്ചപ്പാടുകളെ പുറത്തു നിർത്തി എന്നുള്ളതല്ല, മറിച്ച് വിചാരധാരയിൽ വിവരിച്ചതും 'വിദ്യാഭാരതി' ആവിഷ്ക്കരിക്കുന്നതും പി.എൻ. ഓക്കും ദീനാനാഥ്ബത്രയും ആവശ്യപ്പെട്ടതുമായ കാര്യങ്ങൾ 'വിദ്യാഭ്യാസരേഖ'യിൽ കടന്നു കൂടിയിരിക്കുന്നു എന്നുള്ളതാണ് ഗൗരവമായി അപഗ്രഥിക്കപ്പെടേണ്ടത്. ഐക്യത്തിന്നു പകരം കൃത്രിമമായ ഏകീകരണം അടിച്ചേൽപ്പിക്കാനുള്ള ശ്രമത്തിന് ശക്തിപകരും വിധമാണ് വിദ്യാഭ്യാസ രേഖയിൽ കാര്യങ്ങൾ ക്രമീകരിക്കപ്പെട്ടിരിക്കുന്നത്.

വിദ്യാഭ്യാസരേഖ അവതരിപ്പിക്കുന്നതിനു മുമ്പുതന്നെ അതിന്റെ മർദ്ദകമായ ഏകീകരണയുക്തി അക്രമാസക്തമായി ജെ.എൻ.യു പോലെയുള്ള സർവ്വകാലശാലകളിൽ 'ദേശീയത'യുടെ മൂടുപടമിട്ട് നായാട്ടിന്നിറങ്ങിയതിന് ലോകജനത ദൃക്സാക്ഷിയാണ്. 'ജെ.എൻ.യു ഒരു ശത്രു രാജ്യമല്ല' എന്ന് മാതൃഭൂമി മുഖപ്രസംഗമെഴുതി.

'ഒരു സർവ്വകലാശാല നിലകൊള്ളുന്നത് മാനവികതക്കുവേണ്ടിയും സഹിഷ്ണുതക്കു വേണ്ടിയും ആശയങ്ങളുടെ സാഹസികതകൾക്കുവേണ്ടിയും സത്യാന്വേഷണങ്ങൾക്ക് വേണ്ടിയുമാണ്. കൂടുതൽ ഉയർന്ന ലക്ഷ്യങ്ങളിലേക്കുള്ള മനുഷ്യരാശിയുടെ മുന്നോട്ടു പോക്കിന് വേണ്ടിയാണ് അത് നിലകൊള്ളുന്നത്. സർവ്വകലാശാലകൾ അവരുടെ കടമകൾ കൃത്യമായി നിർവഹിക്കുകയാണെങ്കിൽ രാജ്യവും ജനതയും സംതൃപ്തരായിരിക്കും' (നെഹ്റു).

ചരിത്രമെന്നത് നിശ്ചലതയുടെ ചുരുക്കപ്പേരല്ല, അത് ഭിന്നകാലങ്ങളുടെ കെട്ടിമറിയലും പല പ്രകാരത്തിലുള്ള കൂടിച്ചേരലുകളുമാണ്. 'ചരിത്രം' സവിശേഷമായ ഒരു സാമൂഹ്യശാസ്ത്രമെന്ന നിലയിൽ മാത്രമല്ല, സർവ്വ ജ്ഞാനത്തിന്റെയും ഭൗതികമായ ആധാരം എന്ന നിലയിൽകൂടിയാണ് ഇന്ത്യയിൽ അട്ടിമറിക്കപ്പെട്ടുകൊണ്ടിരിക്കുന്നത്.

ഭൂതവും വർത്തമാനവും തമ്മിലുള്ള നിരന്തര സംവാദം എന്ന അർത്ഥത്തിൽ തിരിച്ചറിയപ്പെട്ട ചരിത്രത്തെ വെറും പുരാണ മാക്കാനും അതുവഴി ഭാരതീയതയെ 'ബ്രാഹ്മണിക'മാക്കാനും രാഷ്ട്രവൈവിധ്യങ്ങളെയാകെ കൃത്രിമമായ ഏകതത്വത്തിലേക്ക് വെട്ടിച്ചുരുക്കാനും സമരങ്ങളുടെ ജ്വലിക്കുന്ന ചരിത്രത്തെയാകെ മായ്ച്ചുകളയാനും തങ്ങളിച്ഛിക്കിക്കുന്ന വിധത്തിലേക്ക് വിദ്യാഭ്യാസത്തെയടക്കം, കൊണ്ടുപോകാനും കഴിയുന്നൊരവസ്ഥയിലേക്ക് സാമാന്യബോധത്തെ വഴിതിരിച്ചുവിടുന്നതിൽ നവഫാസിസ്റ്റുകൾ ഏറെക്കുറെ വിജയിച്ചു കഴിഞ്ഞിരിക്കുന്നു. 1977ൽ പുറത്തിറങ്ങിയ നാഥുറാം ഗോഡ്സേയുടെ അശ്ലീലമായ ഗാന്ധിവധ ന്യായീകരണ പുസ്തകത്തിന്റെ പേര്, 'May it please your honor' എന്നായിരുന്നെങ്കിൽ, 1993ൽ അതേ പുസ്തകത്തിന്റെ പേര്, 'Why I assassinated Mahatma' എന്നായി മാറി. എഴുപതിലെ പുസ്തകത്തിന്റെ പേരിലെ കൃത്രിമവിനയം തൊണ്ണൂറുകളാവുമ്പോഴേക്കും 'ധാർഷ്ട്യമായി' വളർന്നു. ഇതൊരു പുസ്തകത്തിന്റെ പേരിൽ മാത്രം സംഭവിച്ച മാറ്റമല്ല, മറിച്ച് 'അനൗപചാരിക' വിദ്യാഭ്യാസത്തിലൂടെയും ഔദ്യോഗിക മാധ്യമങ്ങളെപ്പോലും സ്വന്തം വരുതിയിലാക്കാൻ കഴിഞ്ഞതിന്റെയും ജാതി വൈരുധ്യങ്ങളെ മതവൈരങ്ങളാക്കിയതിന്റെയും ലോകത്തിലെതന്നെ ഏറ്റവും വലിയ സമ്പന്ന പാർട്ടിയായി സംഘപരിവാർ സ്വയം മാറിയതിന്റെയും ഭാഗമായി സംഭവിച്ചതാണ്. വാജ്പേയ് കാലത്ത് മുരളീമനോഹർ ജോഷി അവതരിപ്പിച്ച വിദ്യാഭ്യാസ രേഖക്കെതിരെ ഉയർന്നത്ര പ്രതിഷേധം ഇന്നുണ്ടാവുന്നില്ല. 2001 സെപ്തംബർ 2 ന് ബംഗാൾ മുഖ്യമന്ത്രി ബുദ്ധദേവ് ഭട്ടാചാര്യ ആ വിദ്യാഭ്യാസ രേഖക്കെതിരെ വിദ്യാഭ്യാസമന്ത്രിമാരുടെ സമ്മേളനം വിളിച്ചു ചേർത്തതും തുടർന്ന് അഖിലേന്ത്യാ വ്യാപകമായി പ്രതിഷേധം ഉയർന്നതും സംഘപരിവാർ ശക്തികൾ പതറിപ്പോയതും മറക്കാനാവില്ല. എന്നാലിന്ന് ആയൊരവസ്ഥ ആകെ മാറിയിരിക്കുന്നു.

മത്സ്യമാംസാദികൾ കഴിക്കുന്നവരെക്കൊണ്ടുപോലും അതിനെന്തോ 'കുഴപ്പമുണ്ടെന്ന്' ചിന്തിപ്പിക്കുന്നതിലേക്കും അല്ലെങ്കിൽ 'മിനിമം' അങ്ങിനെ നടിക്കുന്നതിലേക്കും 'യോഗ' അനുഷ്ഠിക്കാത്തവരെക്കൊണ്ടുപോലും അതിലെന്തോ 'അത്ഭുത'മുണ്ടെന്ന് തെറ്റിധരിപ്പിക്കുന്നതിലേക്കും സവർണ്ണതയാണ് സംസ്കാരത്തിന്റെ മാനദണ്ഡമെന്ന മിത്ത് നിർമിക്കുന്നതിലേക്കും ഇന്നവർ മുമ്പൊന്നുമില്ലാത്തവിധം മുന്നേറി കഴിഞ്ഞിരിക്കുന്നു. 'സരസ്വതീക്ഷേത്രം', 'ഗുരുപ്രണാമം' എന്നിങ്ങനെയുള്ള താരതമ്യേന നിരപദ്രവകരങ്ങളെന്ന് പ്രത്യക്ഷത്തിൽ തോന്നാവുന്ന പദപ്രയോഗങ്ങളുടെ ധൂർത്തമായ

പ്രയോഗംപോലും അത്ര നിഷ്കളങ്കമല്ല. അധ്യാപകനെ ഗുരുവുമായും വിദ്യാർത്ഥിയെ ശിഷ്യനമായും വിദ്യാലയത്തെ സരസ്വതീക്ഷേത്രവുമായും പ്രതിജ്ഞകളെ പ്രാർത്ഥനയുമായും പൊതു സ്ഥാപനങ്ങളെ ജീവകാരുണ്യ കേന്ദ്രങ്ങളുമായും വെച്ചുമാറാനുള്ള ശ്രമങ്ങൾ സത്യത്തിൽ എത്രയോ കാലത്തെ ജനാധിപത്യത്തിന്റെ ത്യാഗോജ്വലമായ സമരചരിത്രത്തെയാണ് ഇല്ലാതാക്കുന്നത്. അതൊന്നും തിരിച്ചറിയാതെ ഇത്തരം പദാവലികളിൽ അതിരുവിട്ട് അഭിരമിക്കുന്നവർ 'സരസ്വതീപൂജയാണ് കേരളത്തിലെ സമ്പൂർണ്ണ സാക്ഷരതക്ക് കാരണ'മെന്ന, സംഘപരിവാർ ധൈഷണികനായ പി. പരമേശ്വരന്റെ 'തിസീസും' വൈകാതെ അംഗീകരിക്കും.

'കെട്ട പഠനം' കൂടിയാണ് ഗുജറാത്തിനെ 2002-ലെ സമാനതകളില്ലാത്ത വംശഹത്യയിലേക്ക് നയിച്ചതെന്നും പ്രാചീന ഇന്ത്യാപ്രകീർത്തനത്തിന്റെ പേരിലുള്ള 'അപരവൽക്കരണം' അവസാനിപ്പിക്കാതെ ജനാധിപത്യത്തിന് വികസിച്ച രൂപത്തിൽ നിലനിൽക്കാനാവില്ലെന്നും അനിവാര്യമായും തിരിച്ചറിയപ്പെടുന്നില്ലെങ്കിൽ, ഇന്ത്യൻ ജനത, പ്രത്യേകിച്ചും പാർശ്വവൽകൃത സമൂഹങ്ങൾ കടുത്ത പ്രതിസന്ധിയിലൂടെ കടന്ന പോവേണ്ടി വരും. അതാണിപ്പോൾ ഇന്ത്യയിൽ പതുക്കെയും പ്രതിരോധം കുറഞ്ഞ സ്ഥലങ്ങളിൽ വളരെ വേഗത്തിലും സംഭവിച്ചുകൊണ്ടിരിക്കുന്നത്. വിമർശനചിന്തയുടെ തീപ്പൊരികൾ ചിതറിയ, ഇന്ത്യയുടെ അഭിമാനമായ സർവ്വകലാശാലകൾ പോലും മുൻവിധികളുടെ നേഴ്സറികളായി മാറ്റപ്പെടുകയാണ്. പ്രശസ്ത വിദ്യാഭ്യാസ വിചക്ഷണനായ പ്രൊഫസർ അപൂർവ്വാനന്ദ്, തന്റെയൊരു വിദ്യാർത്ഥിയുടെ അനുഭവത്തെ അടിസ്ഥാനമാക്കി എഴുതിയത്, മുൻവിധികളുടെ സമുദ്രത്തിൽ ഒരു നാട് പതുക്കെ മുങ്ങുമ്പോഴും സർവ്വകലാശാലകൾ ഒരു തുരുത്തായി എപ്രകാരം പ്രവർത്തിക്കുന്നു എന്ന് നമ്മെ നിശ്ചയമായും ബോധ്യപ്പെടുത്തും. ഒരു ബ്രാഹ്മണ വിദ്യാർത്ഥിനിയും ദളിത് വിദ്യാർത്ഥിയും തമ്മിലുള്ള പ്രണയമാണ് പശ്ചാത്തലം. സ്വന്തം ജീവിതംതന്നെ ആ ഒരൊറ്റ പ്രണയംകൊണ്ട് ഭീഷണിയായ പശ്ചാത്തലത്തിൽ ഇപ്പോഴുള്ള സ്ഥലത്ത് പഠനം പ്രയാസമായതിനാൽ ജെ.എൻ. യുവിൽ ചേരാനുള്ള ആഗ്രഹം പ്രകടിപ്പിച്ചുകൊണ്ടാണ് പ്രൊഫസർ അപൂർവാനന്ദിന്റെ വിദ്യാർത്ഥി അദ്ദേഹത്തിന്റെ സഹായം ആവശ്യപ്പെട്ടത്. അപൂർവാനന്ദിന്റെ വാക്കുകളിൽ, സാമൂഹ്യവും സാംസ്കാരികവുമായി അഭയാർത്ഥികളായിത്തീരുന്നവർക്ക് മുമ്പിൽ സർവ്വകലാശാല പഠിക്കാനുള്ളൊരു സ്ഥലം മാത്രമാവാതെ, ഒരഭയകേന്ദ്രവും സാന്ത്വനം നൽകുന്ന വീടുമാണ്. അധിനിവേശമെന്ന് പറയുന്നത്, ഓരോ വ്യക്തിക്കും

കിട്ടേണ്ട അവസരങ്ങൾ തിരഞ്ഞെടുക്കാനുള്ള അവകാശത്തിന്റെ അപ്രത്യക്ഷമാവൽ കൂടിയാണ്. അതാണിപ്പോൾ ഇന്ത്യയിൽ പലസ്ഥലത്തും സംഭവിച്ചുകൊണ്ടിരിക്കുന്നത്. അതിന് ദീർഘകാലാടിസ്ഥാനത്തിൽ വൈഷണിക സാധൂകരണം നിർമ്മിക്കാനുള്ള ശ്രമമാണ് പുതിയ വിദ്യാഭ്യാസരേഖയിലൂടെ കൃത്യമായും നടക്കുമെന്ന് പ്രതീക്ഷിക്കപ്പെടുന്നത്. ക്ലാസ്സിക്കൽ ഫാസിസത്തിന്റെ കാലത്ത് ഐൻസ്റ്റൈൻ കണ്ടൊരു സ്വപ്നം സ്വന്തം ഹിസ്റ്ററി പ്രൊഫസറെ കഴുത്ത് ഞെരിച്ച് കൊല്ലുന്നതായിരുന്നത്രെ!

വിദ്യാഭ്യാസത്തിന്റെ മാറ്റങ്ങൾ

ഡോ. പി.കെ.പോക്കർ

കേന്ദ്രസർക്കാരിന്റെ പുതിയ വിദ്യാഭ്യാസനയം (NEP 2020) പുറത്തുവന്ന സാഹചര്യത്തിൽ എന്താണ് പ്രതീക്ഷിക്കേണ്ടത്? ഒരു വിദ്യാഭ്യാസ നയം പുതുതായി ആരംഭിക്കുമ്പോൾ നിലവിലുള്ള വിദ്യാഭ്യാസ വ്യവസ്ഥ ഉണ്ടാക്കിയ നേട്ടങ്ങളും കോട്ടങ്ങളും (പരിമിതികളും) പരിശോധിക്കേണ്ടതുണ്ട്. പുതിയ വിദ്യാഭ്യാസ രേഖയിൽ അങ്ങനെ ഒരു വിലയിരുത്തൽ കാണാനാവില്ല. സ്വതന്ത്ര ഇന്ത്യയിൽ നടപ്പിലാക്കിയതും ഇപ്പോൾ നിലവിലുള്ളതുമായ വിദ്യാഭ്യാസ സമ്പ്രദായത്തിൽ നിന്നും എന്തെങ്കിലും വ്യത്യാസം പുതിയ വിദ്യാഭ്യാസ നയത്തിൽ കാണാനുണ്ടോ? എങ്കിൽ അവ എന്തെല്ലാമാണ്? അവ എങ്ങനെയായിരിക്കും സാമൂഹിക ജീവിതത്തിൽ പ്രതിഫലിക്കുക?

നല്ല വാക്കുകളിൽ പൊതിഞ്ഞ ഒരു രേഖ അവതരിപ്പിച്ചാൽ പരിഹരിക്കാൻ കഴിയുന്നതാണോ ഇന്ത്യയിലെ വിദ്യാഭ്യാസ പ്രശ്നം? പഞ്ചസാര ഭരണിയുടെ പുറത്ത് 'ഉപ്പ്' എന്ന് എഴുതി ഒട്ടിച്ചാൽ ഉറുമ്പ് വരാതിരിക്കുമോ?

ഇന്ത്യയിൽ നിലവിലുള്ള സാമൂഹിക വ്യവസ്ഥയെയും ജീവിത സാഹചര്യങ്ങളെയും പരിഗണിക്കാത്ത ഒരു പരിഷ്കരണത്തിനും പ്രയോഗത്തിൽ യാതൊരു മുന്നേറ്റവും ഉണ്ടാക്കാൻ കഴിയില്ല. ജാതി വ്യവസ്ഥയിൽ അധിഷ്ഠിതമായ ഒരു സാമൂഹിക ഘടനയിലാണ്

ഇന്ത്യയിൽ ഇന്നും നിലനിൽക്കുന്നത്. യാഥാർത്ഥ്യങ്ങൾ മൂടിവെക്കുന്നതിലൂടെ സ്ഥിതി കൂടുതൽ വഷളാവുക മാത്രമാണ് ചെയ്യുക. 1800 മുതൽ 1940 വരെ ഇന്ത്യയിലെ ദലിതരുടെ വിദ്യാഭ്യാസം പരിതാപകരമായിരുന്നു. വിദ്യാഭ്യാസത്തിന് അവസരം കിട്ടാത്തതായിരുന്നു ഇതിന്റെ മുഖ്യകാരണം. 1910 മാർച്ച് ഒന്നിനായിരുന്നല്ലോ അയ്യങ്കാളി ഊരൂട്ടമ്പലം സ്കൂളിലേക്ക് പഞ്ചമിയുടെ കൈപിടിച്ച് കടന്നു ചെന്നത്. ഏതാണ്ട് അതേ കാലയളവിലാണ് ഡോ.അംബേദ്ക്കർക്ക് വിദ്യാലയത്തിൽ വിവേചന ഭീകരത അനുഭവിക്കേണ്ടി വന്നതും. ഇതെല്ലാം പഴയ കഥയല്ലേ എന്ന് ചോദിക്കുന്നവരുണ്ട്. അങ്ങനെ ചോദിക്കാനവർക്ക് അവകാശമുണ്ടെങ്കിലും ഇന്ത്യയിലെ ദലിത് വിഭാഗങ്ങൾ ഇപ്പോഴും എങ്ങനെ, എവിടെ ജീവിക്കുന്നു എന്ന യാഥാർത്ഥ്യം കാണാൻ കൂടി അവർ തയ്യാറാവണം. 2011 ലെ സെൻസസ്സ് പ്രകാരം ഇന്ത്യയിൽ ജനങ്ങളുടെ 16.6% ദലിതരുണ്ടെന്നാണ് കണക്ക്. അവരിൽ പകുതിയും ഉത്തർപ്രദേശ്, ബംഗാൾ, ബീഹാർ, തമിഴ്നാട് എന്നീ നാല് സംസ്ഥാനങ്ങളിലാണ് അധിവസിക്കുന്നത്. കേരളമൊഴികെയുള്ള സംസ്ഥാനങ്ങളിലെ മുസ്ലീങ്ങളുടെ വിദ്യാഭ്യാസപരമായ അവസ്ഥ ദലിതരെക്കാൾ പിന്നോക്കമാണെന്നാണ് ജസ്റ്റിസ് രവീന്ദ്ര സച്ചാർ കമ്മീഷൻ റിപ്പോർട്ടിൽ പറയുന്നത്.

സാമൂഹികമായ അസന്തുലിതാവസ്ഥയും ജാതി കേന്ദ്രിതമായ വിവേചനവും അടയാളപ്പെടുത്തുകയും സംബോധന ചെയ്യുകയും ചെയ്യാത്ത ഒരു വിദ്യാഭ്യാസ ബില്ലിനും പ്രയോഗ മണ്ഡലത്തിൽ ഗുണകരമായ മാറ്റം ഉണ്ടാക്കാനാവില്ലെന്നത് ഒരു വസ്തുതയാണ്. യോഗ്യതയെക്കുറിച്ച് (Merit) നിരന്തരം പറയുന്നവർ പുറം തള്ളലിന്റെ (Exclusion) രാഷ്ട്രീയപ്രയോഗത്തെ മറച്ചുവെക്കുകയാണ് വാസ്തവത്തിൽ ചെയ്യുന്നത്. വിദ്യാഭ്യാസം ലഭിക്കണമെങ്കിൽ വിദ്യാലയങ്ങളിൽ എത്താനും പഠിക്കാനും അവസരം ഉണ്ടാകണം. പഠിക്കാനുള്ള ആഗ്രഹം മനുഷ്യർ എക്കാലത്തും വെച്ചുപുലർത്തിയിട്ടുണ്ട്. ആധുനിക ജീവിത വ്യവസ്ഥയുടെയും വിദ്യാഭ്യാസത്തിന്റെയും ഇന്ത്യയിലെ വികാസ പരിണാമങ്ങൾ രാജ്യത്തിന്റെ സാമൂഹിക ഘടനയുമായി ചേർന്നാണ് നിലനിൽക്കുന്നത്.

ദാരിദ്ര്യരേഖ: ഡോ. രംഗരാജൻ കമ്മീഷന്റെ റിപ്പോർട്ട് 2014 ൽ മോഡിസർക്കാരിന് സമർപ്പിക്കുകയുണ്ടായി. ആ പഠനറിപ്പോർട്ട് പ്രകാരം ഇന്ത്യയിൽ 454 ദശലക്ഷം ജനങ്ങൾ (38.2%) ദാരിദ്രരേഖയ്ക്കു കീഴിലാണ് ജീവിക്കുന്നത്. അതായത് ദിവസവരുമാനം അമ്പത് രൂപപോലുമില്ലാത്ത നാൽപത് കോടിയിലധികം ജനങ്ങൾ അധിവസിക്കുന്ന രാജ്യത്താണ് വിദ്യാഭ്യാസ ബില്ല് ചർച്ചചെയ്യുന്നതെന്നും

ഡോ.അംബേദ്കർ ഇരുപതാം നൂറ്റാണ്ടിന്റെ ആദ്യപകുതിയിൽ വിദ്യാലയങ്ങളിൽ അനുഭവിച്ച അതേ പീഡനവും വിവേചനവും ഇന്നും നിലനിൽക്കുകയാണെന്നും രോഹിത് വെമുലയെപ്പോലെ പ്രതിഭാധനനായ ഒരു ഗവേഷണ വിദ്യാർത്ഥി ജാതി പീഡനം കാരണം ആത്മഹത്യ ചെയ്തത് വർത്തമാന ഇന്ത്യയിലാണെന്നും അടയാളപ്പെടുത്തിയിട്ടില്ലെങ്കിൽ അത്തരമൊരു വിദ്യാഭ്യാസ പരിഷ്കാരം അടിത്തട്ടിൽ നിന്നുള്ള മാറ്റം വിഭാവനം ചെയ്യുന്നില്ലെന്ന് ഉറപ്പിച്ച് പറയേണ്ടി വരും.

വിദ്യാഭ്യാസ ബില്ലിന്റെ ആദ്യഭാഗങ്ങളിൽ പറയുന്ന കാര്യങ്ങൾ ഇപ്പോഴും എപ്പോഴും പറഞ്ഞുകൊണ്ടിരിക്കുന്നവയാണ്. സമഗ്രമായ വ്യക്തിത്വ വികസനമാണ് എല്ലാകാലത്തും വിദ്യാഭ്യാസം വിഭാവനം ചെയ്യുന്നത്. എന്നാൽ ആരുടെ വിദ്യാഭ്യാസം എന്നത് പ്രധാനമാണ്. വിദ്യാഭ്യാസപുരോഗതിയെ ലക്ഷ്യമിട്ട ലോകത്തിലെ ആദ്യരചനയായി റൂസ്സോ പ്രതിപാദിച്ച പ്ലാറ്റോയുടെ റിപ്പബ്ലിക്ക് രചിക്കുമ്പോൾ ഗ്രീസിൽ അടിമ-ഉടമ വ്യവസ്ഥയായിരുന്നു നിലനിന്നത്. അടിമത്തം അവസാനിപ്പിക്കാൻ ആഹ്വാനം ചെയ്യാതെ വിദ്യാഭ്യാസത്തിലെ തുല്യതയും ധാർമ്മികതയും ചർച്ചചെയ്യുതിലൂടെ പ്ലാറ്റോ സ്വയം 'ഗാർഡിയൻ ക്ലാസിന്റെ' സംരക്ഷകൻ മാത്രമായി ചുരുങ്ങുകയായിരുന്നു. യഥാർത്ഥത്തിൽ ഇപ്പോൾ നരേന്ദ്രമോഡി ഗവൺമെന്റ് നടപ്പിലാക്കാൻ പോകുന്ന വിദ്യാഭ്യാസ ബില്ലും ഇന്ത്യൻ സാമൂഹിക യാഥാർത്ഥ്യത്തെ പാടെ അവഗണിക്കുകയാണ്.

സ്കൂൾ വിദ്യാഭ്യാസം മൂന്ന് ഘട്ടമായി വിഭജിക്കപ്പെട്ട നിലവിലുള്ള ഘടനമാറ്റി നാല് ഘട്ടങ്ങൾ ആക്കിയാൽ പ്രത്യേകിച്ച് എന്തെങ്കിലും മാറ്റം സംഭവിക്കാൻ സാദ്ധ്യതയില്ല. പത്താം ക്ലാസ് കഴിഞ്ഞാൽ പ്ലസ്സ് വണ്ണിൽ ചേരുന്നതിന് പകരം ഒമ്പതാം ക്ലാസുമുതൽ പന്ത്രണ്ടാം ക്ലാസ്സുവരെ ഒരൊറ്റ യൂണിറ്റാക്കുന്നതുകൊണ്ട് അടിസ്ഥാനപരമായി യാതൊന്നും മാറുന്നില്ല. സ്കൂൾ പ്രവേശനങ്ങളിലും മറ്റും ആവശ്യമില്ലാത്ത പുതിയ അങ്കലാപ്പുകൾ ഉണ്ടാകുമെന്നത് മാത്രമായിരിക്കും അതിന്റെ ഫലം. (part1 ൽ നൽകിയ വിഭജനം കാണുക).

ഇന്ത്യയിലെ പതിനാല് ശതമാനം ഗ്രാമങ്ങളിലും (76, 613) വിദ്യാലയങ്ങളേ ഇല്ല; 47 ശതമാനം ഗ്രാമങ്ങളിലും പ്രാഥമിക വിദ്യാലയങ്ങൾ മാത്രമാണ് ഉള്ളത്. (റൂറൽ ഡവലപ്മെന്റ് മന്ത്രാലയത്തെ ഉദ്ധരിച്ച് ദി പ്രിന്റ്, 31,ഡിസംബർ, 2018) രണ്ടു കാര്യങ്ങളാണ് ജനങ്ങളോട് പ്രതിബദ്ധതയുള്ള ഒരു ഭരണകൂടം ആദ്യമായി നടപ്പിലാക്കേണ്ടത്.

ഒന്നാമതായി എല്ലാ ഗ്രാമങ്ങളിലും ബാലവാടി മുതൽ പത്താം ക്ലാസുവരെയുള്ള സ്കൂളുകൾ ആരംഭിക്കുക. അതിനുവേണ്ട പണം ബഡ്ജറ്റിൽ നീക്കിവെക്കുകയും സത്വരമായി നടപ്പിലാക്കുകയും ചെയ്യുക. അതിനു മുകളിലുള്ള വിദ്യാഭ്യാസത്തിന് എല്ലാ പ്രദേശങ്ങളിലും പഠനങ്ങളുടെ അടിസ്ഥാനത്തിൽ ആവശ്യമായ ഉന്നത വിദ്യാഭ്യാസ സ്ഥാപനങ്ങൾ അനുവദിക്കുക. മൂന്നാമതായി ഇന്ത്യയിൽ നിലവിലുള്ള എല്ലാ ഉന്നതവിദ്യാഭ്യാസ സ്ഥാപനങ്ങളിലും ദലിത്-പിന്നോക്ക ന്യൂനപക്ഷ സംവരണങ്ങൾ പാലിക്കുന്നുണ്ടെന്ന് ഉറപ്പു വരുത്തുക. നാലാമതായി ദാരിദ്രരേഖക്ക് താഴെയുള്ള മുഴുവൻ വീടുകൾക്കും ചുരുങ്ങിയത് മാസം പതിനയ്യായിരം രൂപ വരുമാനം ഉണ്ടാക്കാനുള്ള തൊഴിലുറപ്പ്/മറ്റ് പദ്ധതികൾ നടപ്പിലാക്കുകയും ആ വീടുകളിലെ കുട്ടികൾക്ക് വിദ്യാഭ്യാസം ഉറപ്പുവരുത്തുകയും ചെയ്യുക.

വിദ്യാഭ്യാസ ബില്ലിലേക്ക് തിരിച്ചുപോയാൽ രണ്ടുകാര്യങ്ങൾ പുതിയ പ്രഖ്യാപിത പരിപാടിയിൽ പ്രബലമാണെന്ന് കാണാൻ കഴിയും. ഒന്ന് ഉന്നത വിദ്യാഭ്യാസം സമ്പന്ന വർഗത്തിന് മാത്രം പ്രാപ്യമാകുന്ന വിധത്തിൽ പുനർ വിന്യസിക്കുകയെന്നതാണ്. നിലവിലുള്ള വ്യവസ്ഥയിൽ സ്വകാര്യവൽക്കരണത്തിന് സന്ദർഭങ്ങളുണ്ടെങ്കിലും നിർധനരായ വിദ്യാർത്ഥികൾക്ക് ഉന്നത വിദ്യാഭ്യാസം നേടാനുള്ള അവസരം കൂടി ലഭ്യമാണ്. ഇന്ത്യയിലെ സർവ്വകലാശാലകൾ, കാർഷിക സർവ്വകലാശാലകൾ, സർക്കാർ മെഡിക്കൽ കോളേജുകൾ, സർക്കാർ കോളേജുകൾ, ഐ.ഐ.ടികൾ മുതലായവയെല്ലാം യോഗ്യതയുടെ അടിസ്ഥാനത്തിൽ സാധാരണക്കാർക്കും, ഇടത്തരക്കാർക്കും പ്രവേശനം ലഭിക്കുന്ന സ്ഥാപനങ്ങൾ ആണ്. ഇപ്പോൾ ഐ.ഐ.എം കൾ മാത്രമാണ് ഭീമമായ ഫീസ് ഈടാക്കി പുത്തൻ ഉദാരസാമ്പത്തികയുക്തിയുടെ അടിസ്ഥാനത്തിൽ പ്രവർത്തിക്കുന്നത്. വൻലാഭം ലക്ഷ്യമിടുന്ന കോർപറേറ്റുകളുടെ നടത്തിപ്പുകാരായി മാറാമെന്ന പ്രതീക്ഷനൽകിയാണ് ഭീമമായ തുക ലോണെടുത്ത് ഇപ്പോൾ തന്നെ ഐ.ഐ.എമ്മുകളിൽ വിദ്യാർത്ഥികൾ പഠിക്കുന്നത്. കോവിഡിനെതുടർന്ന് അനുഭവപ്പെടാൻ തുടങ്ങിയതും വരാനിരിക്കുന്ന വർഷങ്ങളിൽ മൂർഛരിക്കാൻ സാദ്ധ്യതയുള്ളതുമായ സാമ്പത്തികമാന്ദ്യം ഇത്തരത്തിലുള്ള പഠനങ്ങളെയും സ്ഥാപനങ്ങളെയും പ്രതിസന്ധിയിലേക്കു നയിക്കാനാണ് സാദ്ധ്യത. പത്തും, പതിനഞ്ചും ലക്ഷം രൂപ ലോണെടുത്താണ് മിക്കവാറും പ്രവേശനപരീക്ഷകൾ പാസ്സായ, മിടുക്കികളും മിടുക്കൻമാരുമായ വിദ്യാർത്ഥികൾ മാനേജ്മെന്റ് സ്ഥാപനങ്ങളിൽ ചേരുന്നത്. എന്നാൽ ലോകം സാമ്പത്തിക മാന്ദ്യത്തിലേക്ക് നീങ്ങുകയും

ഉപഭോഗസംസ്കാരത്തിൽ മാറ്റം പ്രതീക്ഷിക്കുകയും ചെയ്യുന്ന വരുംകാല ലോകത്ത് പണം കൊയ്യുന്ന ഇത്തരം വൈറ്റ് കോളർ തൊഴിലുകളുടെ ലഭ്യത കുറയും. ഇപ്പോൾ തന്നെ വൻകിട കോർപറേറ്റുകൾ ഒഴിവാക്കിക്കൊണ്ടിരിക്കുന്നത് വലിയ വെള്ളക്കോളർ ജോലിക്കാരെയാണ്. ഐ.ഐ.എം വിദ്യാഭ്യാസത്തെക്കുറിച്ച് ഇത്രയും പറഞ്ഞത്, പണം വാങ്ങി വിദ്യനൽകുകയും സ്വകാര്യ-സർക്കാർ സഹകരണ (public private participation) സ്ഥാപനങ്ങളായി ഉയർന്ന വിദ്യാഭ്യാസത്തെ പരിവർത്തിപ്പിക്കുകയും ചെയ്യുന്ന പുത്തൻ സമീപനം ഉണ്ടാക്കാൻ പോകുന്ന വിപത്ത് സൂചിപ്പിക്കുന്നതിനായാണ്. 2017ലെ ഐ.ഐ.എം ആക്ട് പാസാക്കിയതിനുശേഷം ഇപ്പോൾ എം.ബി.എ പഠിക്കുന്ന ഒരു വിദ്യാർത്ഥി 15 മുതൽ 25 ലക്ഷം രൂപവരെ ഫീ നൽകിയാണ് പഠിക്കുന്നത്. വൻ ശമ്പളമുള്ള കോർപറേറ്റ് ജോലി സ്വപ്നം കണ്ടാണ് ലോണുകളെ അവലംബിച്ച് എം.ബി.ബി.എസ്സും, ബിടെക്കും പാസായ വിദ്യാർത്ഥികൾ ഉൾപ്പെടെ ഈ സ്ഥാപനങ്ങളിൽ ചേരുന്നത്. ഒന്നാം റാങ്ക് കിട്ടുന്ന കുട്ടിക്ക് ജോലികിട്ടുമെന്ന് വാഗ്ദാനം ചെയ്യുന്നതു പോലെ വിരലിലെണ്ണാവുന്നവരുടെ സാദ്ധ്യത കണ്ട് മറ്റുള്ളവർ വഞ്ചിക്കപ്പെടുകയാണ്. സ്വകാര്യ- പൊതു പങ്കാളിത്തത്തിന്റെ LPPL പരീക്ഷണങ്ങൾ കൊറോണാനന്തരം വലിയ പ്രതിസന്ധിയിലേക്ക് നീങ്ങുമെന്ന് ഉറപ്പിച്ചു പറയാൻ കഴിയും.

ഉന്നതവിദ്യാഭ്യാസത്തെ കുറിച്ച് പ്രതിപാദിക്കുമ്പോൾ രണ്ടുകാര്യം ഈ രേഖയിൽ എടുത്തു പറയുന്നുണ്ട്. ഒന്ന് തൊഴിലധിഷ്ഠിത വിദ്യാഭ്യാസമാണ്. രണ്ടാമത്തേത് ദേശീയതയിലും സംസ്കാരത്തിലും ഊന്നിയ വിദ്യാഭ്യാസം എന്നതാണ്. ഉന്നത വിദ്യാഭ്യാസത്തിന് മാതൃകയായി പറയുന്ന രാജ്യങ്ങൾ അമേരിക്ക, ജർമനി, ഇസ്രായേൽ, സൗത്ത് കൊറിയ, ജപ്പാൻ എന്നിവയാണ്. എന്നാൽ ഈ രാജ്യങ്ങളിലെ മാനവശേഷിയെകുറിച്ച് പറയാം. അവിടങ്ങളിലെ വിദ്യാഭ്യാസത്തെയും തൊഴിലിനെയും ബന്ധിപ്പിക്കാൻ കഴിയില്ല. ഇന്ത്യയിൽ ജനസാന്ദ്രത 464 ആയിരിക്കുമ്പോൾ അമേരിക്കയിൽ വെറും 36 ആണ്. ജർമ്മനിയിൽ 240 ആണ്. 2018 ൽ 26.5 ലക്ഷം ഇന്ത്യക്കാർ അമേരിക്കയിൽ ജോലിചെയ്യുന്നതായാണ് അമേരിക്കൻ കമ്യൂണിറ്റി സർവേയുടെ (ACS) സെൻസസ് റിപ്പോർട്ടിൽ പറയുന്നത്. (Business Today. in, september 2, 2020) അതായത് ഇന്ത്യ ഉൾപ്പെടെയുള്ള വിവിധ രാജ്യങ്ങളിലെ ഉയർന്ന ജോലിചെയ്യുന്ന (white collar jobs; കാരണം ബ്ലൂകോളർ ജോലിക്ക് അമേരിക്കയോ യൂറോപ്യൻ രാജ്യങ്ങളോ വിസ നൽകാറില്ല) ലക്ഷക്കണക്കിന് മനുഷ്യരെയും

ശാസ്ത്രജ്ഞരെയും ആശ്രയിച്ചാണ് അമേരിക്ക അവരുടെ സമ്പദ്ഘടനയെ വികസിപ്പിക്കുന്നത്. പറഞ്ഞു വരുന്നത് വികലമായ ഈ കോപ്പിയടികൾ കൊണ്ട് രാജ്യത്ത് എന്തെങ്കിലും നേട്ടമുണ്ടാക്കാൻ കഴിയില്ലെന്ന് തിരിച്ചറിയാനാണ്. മാത്രമല്ല പൊതുവിദ്യാഭ്യാസത്തിന്റെയും ആരോഗ്യപരിപാലനത്തിന്റെയും അഭാവം അമേരിക്ക ഉൾപ്പെടെയുള്ള വികസിത മുതലാളിത്ത രാജ്യങ്ങളിൽ കോവിഡ്-19 കാലത്ത് ഉണ്ടാക്കിയ ദുരന്തം ലോകം നേരിൽ കണ്ടു കൊണ്ടിരിക്കയാണ്. ജോർജ് ഫ്ളോയിഡിന്റെ ദാരുണമായ കൊലയെ തുടർന്ന് അമേരിക്കയിലുണ്ടായ പ്രക്ഷോഭങ്ങൾ ഒരു കൊലയെ മാത്രമായിരുന്നില്ല സംബോധന ചെയ്തത്. മറിച്ച് അനുദിനം പ്രാന്തവൽകരിക്കപ്പെടുന്നവരും അവഗണിക്കപ്പെടുന്നവരും വീടുകളിൽ നിന്നും ധനസ്ഥാപനങ്ങൾ ഇറക്കിവിടുന്നവരുമായ ലക്ഷക്കണക്കിന് മനുഷ്യരാണ് കൊറോണാ സംക്രമണം പോലും അവഗണിച്ചുകൊണ്ട് തെരുവിലിറങ്ങിയത്. ഇതൊന്നും കണ്ടില്ലെന്ന് വെക്കേണ്ടത് ഭരണകൂടങ്ങൾക്കും കോർപറേറ്റ് താല്പര്യം സംരക്ഷിക്കുന്നവർക്കും ആവശ്യമായിരിക്കും. എന്നാൽ ഇരകളാക്കപ്പെടുന്ന മനുഷ്യർക്ക് ഇതെല്ലാം നൽകുന്ന ഫലങ്ങൾ നിസ്സാരമല്ല. പണമുള്ളവർക്ക് വിദ്യയും ചികിത്സയും ലഭിക്കുന്ന വ്യവസ്ഥയല്ല; എല്ലാവർക്കും തുല്യമായ അവസരം ലഭിക്കുന്ന ജനാധിപത്യ സംവിധാനമാണ് രാജ്യത്തിനും ജനങ്ങൾക്കും വേണ്ടത്.

രേഖയിൽ പറയുന്നത് രാജ്യത്ത് വലിയ ഒരു വിഭാഗം കൊഴിഞ്ഞുപോകുന്നത് തൊഴിലധിഷ്ഠിത വിദ്യാഭ്യാസത്തിന്റെ അഭാവത്താലാണെന്നാണ്. എന്നാൽ രാജ്യത്തെ ദരിദ്രരും ദലിതരും അസംഘടിത മേഖലയിൽ നിത്യജോലി ചെയ്താലും ഉപജീവനം അസാദ്ധ്യമാവുന്ന വീടുകളിലെ കുട്ടികളുമാണ് കൊഴിഞ്ഞുപോകുന്നതെന്ന യാഥാർത്ഥ്യത്തിനുനേരെ മനഃപ്പൂർവ്വം കണ്ണടക്കുകയാണ്. നിങ്ങളുടെ ഉമ്മറപ്പടിയാണ് കൊറോണകാലത്ത് നിങ്ങളുടെ ലക്ഷ്മണരേഖ എന്ന് പ്രഖ്യാപിക്കുമ്പോൾ വീടില്ലാത്ത ജനലക്ഷങ്ങൾ അധിവസിക്കുന്ന രാജ്യമാണെന്ന് ഓർക്കാത്ത പ്രധാനമന്ത്രി നയിക്കുന്ന ഭരണകൂടത്തിൽ നിന്ന് എങ്ങനെയാണ് നിരാലംബരായ ജനങ്ങൾക്ക് വിദ്യാഭ്യാസപരമായ ഉന്നതി പ്രതീക്ഷിക്കാനാവുക? തെറ്റായ ഒരു പ്രമേയത്തിൽ നിന്നും (premise) കൂടുതൽ തെറ്റായ മറ്റൊരു നിഗമനത്തിലേക്ക് എടുത്തുചാടുകയാണ്. അങ്ങനെയാണ് ഓരോ വർഷവും ഡിഗ്രി നൽകുന്ന പുതിയ 'ബിരുദ' പാക്കേജ് രേഖയിൽ ഉൾചേർക്കുന്നത്. ഒന്നാം വർഷം പിരിഞ്ഞുപോകുന്നവർക്ക് സർട്ടിഫിക്കറ്റും രണ്ടാംവർഷക്കാർക്ക് ഡിപ്ലോമയും മൂന്നാംവർഷം

പൂർത്തിയാക്കുന്നവർക്ക് ഡിഗ്രിയും എന്ന പ്രഖ്യാപനം അടിത്തട്ട് വിദ്യാർത്ഥികളുടെ ഘട്ടംഘട്ടമായുള്ള നീക്കംചെയ്യൽ (Elimination) ആണ് ലക്ഷ്യം വെക്കുന്നതെന്ന് കാണാൻ കഴിയും.

പുതിയ വിദ്യാഭ്യാസ രേഖയിലെ മൗലികമായ നിർദേശം ദേശീയതയെ സംബന്ധിക്കുന്നതാണ്. ലോകത്തെ മുഴുവൻ നയിക്കുന്ന 'ജ്ഞാനഗുരു' സ്ഥാനം ലക്ഷ്യമിടുന്നതും തികച്ചും ഹിറ്റ്ലറെ ഓർമ്മിപ്പിക്കുന്നതുമായ സങ്കല്പച്ചരടിലാണ് മൊത്തം കാര്യങ്ങൾ കോർത്തിണക്കിയിട്ടുള്ളത്. രാജ്യത്തിന്റെ പാരമ്പര്യമാണ് വീണ്ടെടുക്കാനുദ്ദേശിക്കുന്നതെന്ന് പലതവണ ഒളിഞ്ഞും തെളിഞ്ഞും പറയുമ്പോൾ ജനാധിപത്യ മതനിരപേക്ഷ സങ്കല്പം വെച്ചുപുലർത്തുന്നവർക്ക് ഭയപ്പെടാതെ നിർവ്വാഹമില്ല. കാരണം നമ്മുടെ ഭരണഘടനാ ശില്പിയായ ഡോ.അംബേദ്കർ മുതൽ ഇങ്ങ് തെക്കെ അറ്റത്ത് ശ്രീനാരായണഗുരുവരെ തള്ളിക്കളഞ്ഞ ഒരു ജാതിബദ്ധ സാമൂഹ്യഘടനയുടെ അടിത്തറയും മേൽക്കൂരയും സംരക്ഷിച്ച പ്രത്യയശാസ്ത്രമാണ് വീണ്ടെടുക്കാൻ ഉദ്ദേശിക്കുന്നത്. ഇപ്പോഴും എപ്പോഴും അധീശാധികാര പ്രത്യയശാസ്ത്രമായി (Hegemony) നിലനിൽക്കുന്ന ബ്രാഹ്മണ പ്രത്യയശാസ്ത്രത്തിന്റെ സമ്പൂർണ വീണ്ടെടുപ്പാണ് ഇവിടെ ലക്ഷ്യമിടുന്നത്.

കോത്താരീ കമ്മീഷന്റെ ശുപാർശകൾ അംഗീകരിച്ചുകൊണ്ട് പ്രധാനമന്ത്രിയായിരുന്ന ശ്രീമതി ഇന്ദിരാഗാന്ധി 1968 ൽ സമഗ്രമായ വിദ്യാഭ്യാസനയം പ്രഖ്യാപിച്ചതുമുതൽ ത്രിഭാഷാ പദ്ധതിയാണ് നിലവിലുള്ളത്. ഇപ്പോഴത്തെ രേഖയിൽ രണ്ട് മാറ്റങ്ങളാണ് വിഭാവനം ചെയ്യുന്നത്. ഒന്ന് ഇംഗ്ലീഷ് പഠനം അനിവാര്യമല്ല എന്ന നിലപാടാണ്. മാഹാത്മാഗാന്ധിജിയും അംബേദ്ക്കറും മാത്രമല്ല വിവേകാനന്ദനടക്കം ഉയർന്നുവന്നതും ഇന്ത്യയിലും ലോകത്തും അറിയപ്പെട്ടതും ഇംഗ്ലീഷ് വിദ്യാഭ്യാസത്തിന്റെ കൂടി ഭാഗമായാണെന്ന യാഥാർത്ഥ്യം ഈയവസരത്തിൽ തിരിച്ചറിയേണ്ടതുണ്ട്. അടിത്തട്ട് മനുഷ്യരെ അഖിലേന്ത്യാ തലത്തിലേക്കോ ആഗോളതലത്തിലേക്കോ ഉയരാൻ അനുവദിക്കാതെ അവരുടെ നാട്ടകങ്ങളിൽ സങ്കോചിപ്പിക്കാനുള്ള ഒരു ഒളി അജണ്ട ഇതിൽ അന്തർഭവിച്ചിട്ടുണ്ട്.

സംസ്കൃത കേന്ദ്രിതമായ പാരമ്പര്യത്തിന് ഊന്നൽ കൊടുക്കുന്നത് തൊഴിലിനോ സാംസ്കാരിക ഉന്നതിക്കോ അല്ലെന്ന് ഇന്ന് ആർക്കും തിരിച്ചറിയാൻ വിഷമമില്ല. ഇരുപതാം നൂറ്റാണ്ടിന്റെ ആദ്യദശകത്തിലായിരുന്ന (1908) ശ്രീനാരായണ ഗുരുവുമായി സംസ്കൃതത്തിൽ തർക്കിക്കാൻ ബ്രണ്ണൻ കോളേജിലെ സംസ്കൃത പണ്ഡിതനും ബ്രാഹ്മണനുമായ മൂസ്സത് അദ്ദേഹത്തെ തലശ്ശേരിയിൽ

സന്ദർശിച്ചത്. ചുറ്റും കൂടിനിൽക്കുന്ന മനുഷ്യരുടെ ഭാഷയിൽ (മലയാളത്തിൽ) മാത്രമേ സംസാരിക്കൂ എന്ന തീർപ്പാണ് ഗുരു പ്രഖ്യാപിച്ചത്. ബുദ്ധനിൽ തുടങ്ങുന്ന അധീശാധികാര വിരുദ്ധതയുടെ തുടർച്ചയിലാണ് ഗുരുവിന് ഈ പ്രഖ്യാപനം നടത്താൻ കഴിഞ്ഞത്. ജനാധിപത്യവാദികളായ ബ്രാഹ്മണർ പോലും സംസ്കൃത പാരമ്പര്യത്തിലധിഷ്ഠിതമായ വരേണ്യതയെ ചോദ്യം ചെയ്തുകൊണ്ടാണ് പൊതു മണ്ഡലത്തിലേക്ക് പ്രവേശിച്ചത്. കേരളത്തിൽ വി.ടി.ഭട്ടതിരിപ്പാടാണ് ഇക്കാര്യത്തിൽ ഗണ്യമായ തിരിച്ചറിവ് ബ്രാഹ്മണരിൽ ഉണ്ടാക്കിയത്. ബ്രാഹ്മണ പ്രത്യയശാസ്ത്രത്തിന്റെ ഗുണഭോക്താക്കളായിരുന്ന വിഭാഗങ്ങളിൽ തന്നെ സ്ത്രീവിരുദ്ധതയും ജനാധിപത്യവിരുദ്ധതയും നിലനിർത്താൻ 'ദൈവഭാഷ' യെന്ന സങ്കല്പമുപയോഗിച്ച് ശ്രമിച്ചതിന് തെളിവുകളുണ്ട്. ബുദ്ധ സന്ദേശങ്ങൾ പ്രചരിപ്പിച്ച പാലി ഭാഷമുതൽ ഉത്തരേന്ത്യയിലെ സാധാണക്കാരുടെ ഭാഷയായിമാറിയിരുന്ന ഉറുദു വരെ തകർത്തെറിഞ്ഞതും ചാർവാകനെയും അദ്ദേഹത്തിന്റെ ദർശനങ്ങളെയും ചുട്ടെരിച്ചതും അനിഷേധ്യമായ യാഥാർത്ഥ്യമാണ്.

ബഹുസ്വര പാരമ്പര്യങ്ങൾ ഉള്ള ഒരു ദേശത്ത് ബഹുസ്വരദേശീയതയാണ് വിഭാവനം ചെയ്യേണ്ടത്. സംസ്കൃതത്തെ പഴയരീതിയിൽ 'വീട്ടുഭാഷ'യാക്കാനുള്ള സംഘപരിവാർ പദ്ധതിയും വിദ്യാഭ്യാസ രേഖയിലെ സംസ്കൃത പാരമ്പര്യ ഗുരുവാദവും തമ്മിൽ നാഭീനാള ബന്ധമുണ്ട്. എല്ലാഭാഷകൾക്കും മീതെ ഒരു 'ദൈവഭാഷ' യെ പ്രതിഷ്ഠിക്കുകയും മറ്റ് മനുഷ്യർക്ക് മുകളിൽ ഒരു പ്രത്യേക വരേണ്യവർഗത്തെ പ്രതിഷ്ഠിക്കുകയും ചെയ്തുകൊണ്ട് ശ്രേണീബദ്ധ അടിമത്തം നിലനിർത്തിയ അഴുകിയ വ്യവസ്ഥയെ പുനഃസ്ഥാപിക്കാനുള്ള സംഘപരിവാർ പദ്ധതി പുതിയ വ്യവസ്ഥയിൽ അന്തർലീനമാണ്. ലീലാതിലകത്തിൽ പറയുന്ന ശ്രേഷ്ഠഭാഷ - അപകൃഷ്ടഭാഷ ദ്വന്ദത്തിന്റെ പുനസ്ഥാപനം കൃത്യമായ സമ്മതത്തിന്റെ അടിസ്ഥാനത്തിൽ ഉണ്ടാക്കിയെടുക്കുകയാണ് ഇവിടെ ലക്ഷ്യമിടുന്നത്.

പുതിയ വിദ്യാഭ്യാസ നയം കേന്ദ്രഭരണകൂടത്തിന്റെ രാഷ്ട്രീയ താല്പര്യത്തിനും ലക്ഷ്യത്തിനും അനുസരിച്ച് തയ്യാറാക്കിയതാണ്. അതുകൊണ്ടാണ് വിദ്യാഭ്യാസത്തെ സമ്പൂർണ്ണമായി ദില്ലിയിൽ കേന്ദ്രീകരിക്കാനുള്ള പ്രഖ്യാപനം ഇതിൽ മുഖ്യസ്ഥാനം നേടുന്നത്. ഇന്ത്യയിലെ വിവിധ സംസ്ഥാനങ്ങൾക്ക് വേറിട്ട ഭാഷാസംസ്കാരങ്ങൾ ഉണ്ടെന്നും വ്യത്യസ്തമായ സാഹചര്യങ്ങൾ ഉണ്ടെന്നും അറിയാത്തതുകൊണ്ടല്ല ഈ രേഖയിൽ കേന്ദ്രീകരണം ലക്ഷ്യമിടുന്നത്. മറിച്ച് നിലനിൽക്കുന്ന വ്യത്യാസങ്ങളെ അമർച്ചചെയ്തും

അവശേഷിക്കുന്നവയെ പ്രാന്തങ്ങളിൽ തളച്ചിട്ടും വരും കാലം നിലനിർത്തുകയാണ് ഇവിടെ ലക്ഷ്യമിടുന്നത്. കേരളത്തിലെയും, മിസോറാമിലെയും, കാശ്മീരിലെയും കുട്ടികൾക്കും ജനങ്ങൾക്കും എന്ത് കൊടുക്കണമെന്ന്, ഏത് തരം വിദ്യയും വിദ്യാലയവും വേണമെന്ന് ദില്ലിയിൽ തീരുമാനമെടുക്കുമെന്നാണ് പ്രഖ്യാപിച്ചിട്ടുള്ളത്. നാം നേടിയതെല്ലാം അവഗണിച്ചും നേടാനുള്ളത് തമസ്കരിച്ചും അനുസരണയുടെയും അച്ചടക്കത്തിന്റെയും വികസനത്തിന്റെയും പേരിൽ പഴയ ജാതിവ്യവസ്ഥയെ പുഃനസ്ഥാപിക്കാനുള്ള സമ്പൂർണ പദ്ധതിയാണ് വരാൻ പോകുന്നത്. ഈ പ്രഖ്യാപനം ഇപ്പോൾ നരേന്ദ്രമോദി സർക്കാർ കണ്ടെത്തിയതോ നടപ്പിലാക്കുന്നതോ ആയ പുതിയപദ്ധതിയല്ല. ഗുരുജി ഗോൾവൽക്കർ നടപ്പിലാക്കാൻ നിർദേശിച്ച സമഗ്രാധിപത്യ പദ്ധതിയുടെ ഭാഗം മാത്രമാണ്.

"നമ്മുടെ രാജ്യത്തിന്റെ ഭരണഘടനയുടെ ഫെഡറൽ സ്വഭാവത്തെപ്പറ്റിയുള്ള എല്ലാ പരാമർശങ്ങളും കുഴിച്ചുമൂടുകയും ഭാരതമാകുന്ന ഒരേ ഒരു സ്റ്റേറ്റിനകത്തു സ്വയംഭരണാവകാശമോ അർദ്ധ സ്വയം ഭരണാവകാശമോ ഉള്ള സ്റ്റേറ്റുകളുടെ അസ്തിത്വത്തെ തന്നെ തുത്തുവാരിക്കളെയുകയും ശിഥിലീകരണത്തിന്റെയും പ്രാദേശികതയുടെയും വിഭാഗീയതയുടെയും ഭാഷാവൈവിധ്യത്തിന്റെയും-അങ്ങനെ മറ്റേതു തരത്തിലുള്ളതുമായ ശക്തികളുടെ കണികകൾക്കുപോലും നമ്മുടെ ഏകാത്മകമായ സാമ്രാജ്യത്തെ തകിടം മറിക്കാൻ അവസരം കൊടുക്കാത്തതരത്തിൽ ഒരു രാജ്യം, ഒരു നിയമസഭ, ഒരു എക്സിക്യൂട്ടീവ് എന്ന് തുറന്നു പ്രഖ്യാപിക്കുകയും ആണ്. ഈ ഏകഘടകഭരണക്കൂടം സ്ഥാപിക്കുവാൻ തക്കവണ്ണം ഭരണഘടനയെ വീണ്ടുമൊന്നു പരിശോധനാവിധേയമാക്കി പുതുക്കിയെഴുതട്ടെ". (വിചാരധാര, ഗുരുജി ഗോൾവൽക്കർ, വിവർത്തനം, പി.മാധവൻ, 1498, 269) ഈ പ്രഖ്യാപനങ്ങളുടെ അർത്ഥം പിടികിട്ടാത്ത മതനിരപേക്ഷ വാദികൾ ഇപ്പോഴും ഇരുട്ടിൽ തപ്പുകയാണ്. എല്ലാ വൈവിധ്യങ്ങളും അമർച്ചചെയ്യാനും ബ്രാഹ്മണാധികാര വാഴ്ച്ചക്കു വേണ്ട ഭരണഘടന സജ്ജമാക്കാനുമായി ആഹ്വാനം ചെയ്യുന്ന പ്രസ്ഥാനത്തിന്റെ ഓരോ ചുവടുവയ്പ്പും ഇന്ത്യയിലെ കീഴാള-ദരിദ്ര ന്യൂനപക്ഷങ്ങളാവുന്ന ജനകോടികളുടെ ചുമലിൽ ചവിട്ടിയാണെന്നു ഇനിയെങ്കിലും തിരിച്ചറിയേണ്ടതുണ്ട്.

'സർഗാത്മക ന്യൂനപക്ഷം' എന്ന സംഘപരിവാർ കാഴ്ചപ്പാടിന്റെ വെളിച്ചത്തിലാണ് അവശേഷിക്കുന്നവരെ ശാരീരികജോലി ചെയ്യാൻ [physical labour] മാത്രം സജ്ജമാക്കുന്നത്. മഹാഭൂരിപക്ഷം അത്യാവശ്യത്തിനുള്ള പ്രാദേശികഭാഷയും കുറച്ചു ഗണിതവും പഠിച്ച് പഴയതുപോലെ 'അടിമ' വേലക്കാരായി മാറുന്ന പുതിയകാലത്തിലേക്കാണ്

നാം അതിവേഗം കുതിക്കുന്നത്. ഇനി ഒരു അംബേദ്കറോ നാരായണഗുരുവോ അയ്യങ്കാളിയോ പെരിയാറോ മുഹമദ് അബ്ദുറഹിമാൻ സാഹിബോ പൊയ്കയിൽ അപ്പച്ചനോ ഉണ്ടാവാത്ത വിധം വിദ്യാഭ്യാസവും അധികാരവും മർദ്ദക ഉപകരണങ്ങളോട് കൈകോർത്തു കൊണ്ടായിരിക്കും നമ്മുടെ രാജ്യത്തെ നിയന്ത്രിക്കുക. തീർച്ചയായും അധികാരകേന്ദ്രീകരണവും വംശീയ വിദ്വേഷവും ജാതി റിപബ്ലിക്കിന്റെ മൗലികഭാഗമാക്കി മാറ്റാൻ വിദ്യാഭ്യാസത്തെ പുനഃക്രമീകരിക്കേണ്ടത് ഈ ഭരണകൂടത്തിന് അനിവാര്യമാണ്. ആ ഒരു പ്രത്യയശാസ്ത്ര ദൗത്യമാണ് ഇവിടെ പ്രഖ്യാപിച്ചതെന്നിരിക്കെ കേരളം പോലുള്ള സാക്ഷരസംസ്ഥാനം ഇതിനെ പ്രതിരോധിക്കണമെന്നും അതിനു വേണ്ട ജനകീയ മുന്നേറ്റങ്ങൾ ഉണ്ടാവണമെന്നും ആശംസിക്കട്ടെ.

ദേശീയ വിദ്യാഭ്യാസനയവും (എൻ. ഇ. പി. 2020) ഇന്ത്യയുടെ ഭാവിയും

ഡോ. അജയ് ശേഖർ

സത്യം പറയുക എന്നതാണ് വിപ്ലവം
- ഗ്രാംചി

കോവിഡ് മഹാമാരിയുടെ അടിയന്തരമായ അപവാദ സന്ദർഭത്തിൽ ഇരുട്ടിൻ മറയിലെന്ന പോലെ ദേശീയവിദ്യാഭ്യാസ നയം 2020, കേന്ദ്രമന്ത്രിസഭ ചില സൗന്ദര്യാത്മക ബാഹ്യഭേദഗതികളോടെ അംഗീകരിച്ച ഈ വൈകിയ സന്ദർഭത്തിൽ മാത്രമാണ് കേരളത്തിൽ പലരും ഇതിനെ വ്യാപക ചർച്ചയാക്കാൻ തുനിയുന്നത്. മഹാമാരിയുടെ മറവിൽ അധികാര ഭരണകേന്ദ്രങ്ങളും ദേശരാഷ്ട്രങ്ങളും കൂടുതൽ സമഗ്രാധിപത്യത്തിലേക്കു കൂപ്പുകുത്തുമെന്ന ഇറ്റാലിയൻ ദാർശനികനായ ജിയോർജിയോ അഗമ്പന്റെ നിരീക്ഷണത്തെ സാധൂകരിക്കുന്ന ഒരു നിർണായക സന്ദർഭമാണ് ഇന്ത്യയിൽ കടന്നുപോകുന്നത്. രാജീവ് ഗാന്ധിയുടെ കാലത്ത് നവലിബറൽ മുതലാളിത്തത്തിന്റെ ഭാഷയിൽ 'മാനവവിഭവവികസന മന്ത്രാലയ'മെന്നു മാറ്റിയത് തിരികെ 'വിദ്യാഭ്യാസ മന്ത്രാലയം' എന്നാക്കിയതൊഴിച്ചാൽ തികച്ചും കോർപ്പറേറ്റ് കുലീന ചങ്ങാത്തത്തിലാണ് നയനടപടികൾ പൊതുവേ എന്ന് മാധ്യമ റിപ്പോർട്ടുകൾ സൂചിപ്പിക്കുന്നു. 2030 ഓടെ ഇന്ത്യയെ ഒരു

ആഗോള വിജ്ഞാന സൂപ്പർ പവറാക്കി മാറ്റുമെന്നാണ് നയരേഖയുടെ വാഗ്ദാനം.സർവകലാശാലാ അഫിലിയേഷൻ അവസാനിപ്പിച്ച് സ്വയംഭരണത്തിന്റെ പേരിലുള്ള സ്വകാര്യവൽക്കരണവും സ്റ്റേറ്റിന്റെ കൈകഴുകലുമാണ് നയം വ്യക്തമാക്കുന്നതെന്നും വിമർശം ഉയരുന്നു. കരാറുപണിയുടെ വിളനിലമാക്കി, അധ്യാപനം എന്ന പ്രബുദ്ധ ഭാവി ലോകനിർമിതിയെ തികച്ചും തകർക്കുന്ന നയമാണ് ഇരുട്ടടിയാകുന്നതെന്ന് അഭ്യസ്ഥവിദ്യരായ യുവാക്കൾ പരിഭവിക്കുന്നു. എപ്പോൾ വേണമെങ്കിലും പുറത്തുപോകാനുള്ള അവസരമാണ് വിദ്യാർഥികളെ കാത്തിരിക്കുന്നതത്രേ. അകത്താര് പുറത്താര് എന്നതും സ്പഷ്ടം. യഥാർഥത്തിൽ കഴിഞ്ഞ ഇരുപതു വർഷമായി ഇന്ത്യൻ വിദ്യാഭ്യാസരംഗത്തെ ഈ നയമാറ്റത്തിനുള്ള കരടുരേഖകൾ അണിയറയിൽ ഒരുങ്ങുകയായിരുന്നു.

കഴിഞ്ഞ ഏതാനും വർഷങ്ങളായി സി. ബി. എസ്. സി, എൻ. സി. ഇ. ആർ. റ്റി ഹൈസ്കൂൾ ചരിത്രപാഠപുസ്തകങ്ങളിൽ നിന്നും ചിലതെല്ലാം വെട്ടിനീക്കിയിരിക്കുന്നു. ചേർത്തല നങ്ങേലിയുടെ 1803- ലെ അനശ്വരമായ രക്തസാക്ഷിത്തത്തിനു ശേഷം കേരളനവോത്ഥാനത്തിനു സംഘടിതമായി ചാലകത പകർന്ന, ആധുനികതയുടെ സന്ദർഭത്തിൽ നാടുണർത്തിയ നാടാർപോരാട്ടങ്ങളും നാടാർ വനിതകൾ നടത്തിയ ത്യാഗോജ്ജ്വലമായ മാറുമറയ്ക്കൽ സമരവും ആയിരുന്നു ഒഴിവാക്കപ്പെട്ടത്. 2016 ൽ ദേശീയവിദ്യാഭ്യാസ നയമെന്ന എൻ. ഇ. പി. കരടുരേഖ റ്റി. എസ്. ആർ. സുബ്രമണ്യൻ കമ്മിറ്റി റിപോർട്ടിന്റെ പുറത്ത് വികസിപ്പിച്ചു കൊണ്ടുവന്നപ്പോൾ തന്നെ ഇത് കാവിവൽക്കരണത്തിന്റേയും കോർപ്പറേറ്റ്‌വൽക്കരണത്തിന്റേയും ഹൈന്ദവമായ കരടുരേഖയാണെന്ന് ഇംഗ്ലീഷിലും (ഇന്ത്യ കൾച്ചറൽഫോറം.കോം, സബ്‌രംഗ്ഇന്ത്യ.ഇൻ 2016) മലയാളത്തിലും (മാധ്യമം വാരിക 2017 ഏപ്രിൽ 2; “കാവിവൽക്കരണത്തിന് ഒരു കരടു രേഖ”) ഈ ലേഖകൻ എഴുതി പ്രസിദ്ധീകരിക്കുകയും സർവകലാശാലാ അധ്യാപകരുടെ ഇടയിൽ ചർച്ചയാക്കുകയും ചെയ്തിരുന്നു. പിന്നീട് ഗാഡ്ഗിൽ റിപ്പോട്ടിൽ ഒരുപാട് ഒത്തുതീർപ്പുകൾ നടത്തിയ കസ്തൂരിരംഗൻ എന്ന ബാഹ്യാകാശ ശാസ്ത്രജ്ഞനെ കൊണ്ട് അതു കൂടുതൽ ഭരണകൂടാനുകൂലമായി മാറ്റിയപ്പോൾ ആദ്യം പിടികിട്ടാത്ത പലർക്കും കൂടി ഭരണകൂടലക്ഷ്യം കൂടുതൽ വ്യക്തമായിരുന്നു. 2018 ലും 2019 ലും തൃശ്ശൂർ വച്ചു നടന്ന സർക്കാർ കോളേജ് അധ്യാപക സംഘടനയുടെ (എ. കെ. ജി. സി. റ്റി.) സമ്മേളനങ്ങളിലും നയത്തെക്കുറിച്ചുള്ള വിമർശ ഭാഷണങ്ങളും സംവാദങ്ങളും നടത്തിയിട്ടുണ്ട്. ഈ ലേഖനത്തിലെ പല ആശയങ്ങളും അവരുടെ സംസ്ഥാന സമ്മേളന

സുവനീറിലും 2020 ആദ്യത്തോടെ വന്നിട്ടുണ്ട്. എന്നാൽ സത്യത്തിനും നീതിക്കും വേണ്ടി സംസാരിക്കുകയും എഴുതി പ്രസിദ്ധീകരിക്കുകയും അധീശവിമർശനങ്ങളിലൂടെ ജനങ്ങളോട് ജനായത്തപരമായും ആശയപരമായും സംവദിക്കുകയും ചെയ്യുവരെ ജാതിഹിന്ദു അജണ്ട ഇടത്തും വലത്തും കൂടി നടപ്പാക്കുന്ന വരേണ്യവക്താക്കൾ വിദ്യാർഥികളേയും സഹപ്രവർത്തകരേയും കുപ്രചാരണങ്ങളിലൂടെ ദുരുപയോഗം ചെയ്തും വെട്ടിനീക്കിയും നാവുമുറിച്ചു നാടുകടത്തിയും ഗോപ്യമായ വരേണ്യ ഹൈന്ദവപദ്ധതിയുടെ ആത്യന്തിക ലക്ഷ്യമായ ഇന്ത്യൻ ഭരണഘടനയെ റദ്ദാക്കുന്ന സാമ്പത്തിക സംവരണം, കേരളത്തിലെ ദേവസ്വംബോർഡ് ഓഡിനൻസിലൂടെ ഷാ-മോദി ഭരണകൂടം കേന്ദ്രത്തിൽ പ്രഖ്യാപിക്കുന്നതിനും മൂന്നു മാസം മുമ്പ് 2018 മഞ്ഞുകാലത്തെ വിശ്വാസി ശൂദ്രലഹളയുടെ സമ്മർദ്ദ പരിസരത്തിൽ ഹിംസാത്മകമായി നടത്തിയെടുക്കുകയാണുണ്ടായത്.

ലിംഗനീതിക്കു വേണ്ടിയുള്ള സുപ്രീം കോടതിയുടെ 2018 ലെ വിധി നടപ്പാക്കാനുള്ള ഭരണഘടനാബാധ്യതയും നീതിബോധവും കാട്ടിയ കേരളമുഖ്യമന്ത്രി പിണറായി വിജയനെ പോലും തെരുവിൽ വരേണ്യ സ്ത്രീകളെ കൊണ്ട് മനുഷ്യത്വത്തിനും നാഗരികതയ്ക്കും നിരക്കാത്ത ജാതിത്തെറി വിളിപ്പിച്ചാണ് ഈ സാമ്പത്തിക സംവരണ ഓഡിനൻസ് ഏതാനും ദിവസങ്ങളിൽ കേരളനിയമസഭയിൽ പാസാക്കിയെടുത്തത്. പുരാണപാരായണങ്ങളും സൗന്ദര്യാത്മക ഗീർവാണങ്ങളും മാവാരതപട്ടത്താനങ്ങളും ഗീതാഗിരികളും, കഴിഞ്ഞ ഇരുപതു വർഷമായി കേരളത്തിൽ അടിസ്ഥാന ജനതയുടെ ചോരയും നീരുമുപയോഗിച്ചു കെട്ടിപ്പടുത്ത ഇടതുവേദികളെ പോലും ദുരുപയോഗം ചെയ്ത് ജനങ്ങളുടെ നികുതിപ്പണത്താൽ നടക്കുന്ന അക്കാദമികളെ പോലും കരുവാക്കുകയാണ് ഹിന്ദുത്വത്തിനു പരോക്ഷപാഠബലം പകരുന്ന സാർവഭൗമ സാമ്രാട്ടുകളും ഭട്ടസ്ഥാനികളും.

പൂരപ്പാട്ടുകളും പുരാണപാരായണങ്ങളും മുഴങ്ങുന്ന കേരളം

മഹാഭാരതവും രാമായണവും ഗീതയും പോരാഞ്ഞ് ഗുരു "മരം പൊട്ടിമുളയ്ക്കും പോലെയോ" എന്ന് ആക്ഷേപവിമർശം ചെയ്ത പുരുഷസൂക്തം വഹിക്കുന്ന വേദോച്ചാരണത്തിലേക്കാണ് പലരും പടർന്നു കയറുന്നത്. ഭരണഘടനയുടെ ആധാരമായ സാമൂഹ്യനീതിയാണിവരെല്ലാം ചേർന്ന് സങ്കുചിത സാമ്പത്തികസ്വത്വവാദങ്ങളിലൂടെ അട്ടിമറിക്കാൻ കോപ്പുകൂട്ടിക്കൊടുത്തത്. ഭരണഘടനാവിരുദ്ധമായതിനാൽ കേന്ദ്രത്തിലധികാരം പലതവണ കിട്ടിയിട്ടും രാഷ്ട്രീയ

സ്വയം സേവകർ പുറത്തുപറയാൻ മടിച്ച സാമ്പത്തിക സംവരണം, ജനപക്ഷമാകേണ്ട ഇടതിലൂടെ തന്നെ മധ്യകാലത്തെ കാവുകളെ ന്ന പോലെ ജാതിഹിന്ദു ശക്തികൾ പിടിച്ചെടുത്തു. കേരളത്തിൽ ബ്രാഹ്മണരേക്കാൾ വലിയ ഹിന്ദുക്കളായി ചമയുന്ന നവക്ഷത്രിയ യശപ്രാർഥികളായ ശൂദ്രരാണിതിന് ചുക്കാൻ പിടിച്ചത്.

വിദ്യാഭ്യാസവും ചരിത്രപാഠങ്ങളും അക്കാദമികളും മാധ്യമസം സ്കാരവുമെല്ലാം കേരളത്തിലും ഇത്തരം ആസ്ഥാന വിദുഷിമാരും വിദ്വാന്മാരും കുത്തകയാക്കിയിരിക്കുകയാണ്. കേന്ദ്രത്തെ ഏകപ ക്ഷീയമായി വിമർശിച്ചിട്ട് കാര്യമില്ല. യാഥാർഥ്യവും ജനതയുടെ അവകാശ പോരാട്ടങ്ങളും മറച്ച് സങ്കുചിതമായ സാമ്പത്തികമാത്ര സ്വ ത്വവാദത്തെ സ്ഥാപിക്കുകയാണ് വരേണ്യത കേരളത്തിൽ. ഇന്ത്യൻ പ്രബുദ്ധതയുടെ യഥാർഥ ചരിത്രത്തെ മറച്ച് സൗന്ദര്യാത്മകതയുടെ പേരിൽ ഹൈന്ദവമായ മിത്തും പുരാണവും കാവ്യേതിഹാസങ്ങളും അനവരതം പഠിപ്പിച്ചാണ് ഈ അധീശ ഹിന്ദുപൊതുബോധവും ജാതിഹിന്ദു സമവായവും ഗുരുവിനും സഹോദരനും ശേഷം കേര ളത്തിൽ മലയാള കുലീനത ഉണ്ടാക്കിയെടുക്കുന്നത്. ജാതിയേയും ബ്രാഹ്മണ്യത്തേയും ചെറുക്കുന്ന തെന്നിന്ത്യയുടെ പ്രബുദ്ധമായ ദമിള സംഘസാഹിത്യ സംസ്കാര ഭൂമികയെക്കുറിച്ച് സംശയവും വെറുപ്പും അജ്ഞതയും പുലർത്തുന്ന ഇവർ സംസ്കൃതപാഠമൂലങ്ങളായ മാവാരത, രാമായണ പാരായണത്തിൽ അതീവ തൽപ്പരരാകുന്നതി ന്റെ രാഷ്ട്രീയം വ്യക്തമാണല്ലോ. കഴിഞ്ഞ ഏതാനും ദശകങ്ങളിലൂടെ ദേശീയവാദ കക്ഷി കേന്ദ്രത്തിലൂടെ കൊണ്ടുവന്ന സംസ്കൃതീകരണ ലക്ഷ്യങ്ങളുള്ള ഗുരുകുല സമീപനമെടുക്കുന്ന നവ ദേശീയ വിദ്യാ ഭ്യാസ നയത്തെക്കുറിച്ചുള്ള വിമർശ സംവാദം പ്രധാനമാകുന്നത് ഈ സന്ദർഭത്തിലാണ്.

സംസ്കാര ദേശീയവാദവും പ്രാദേശിക സംസ്കാര വരേണ്യതയും മാതൃവാദങ്ങളും

സങ്കുചിതത്വവും വംശീയഛായയുമുള്ള, ഏകഭാഷയേയും (ദേവ സ്വത്തിലെ ഒറ്റജാതി പോലെ) സാമ്പത്തികസ്വത്വത്തേയും മാത്രം കേന്ദ്രീകരിക്കുന്നതും അജ്ഞതയെ വളർത്തുന്നതുമായ അയുക്തിക രവും സാമൂഹ്യ-സംസ്കാര-ചരിത്ര വിരുദ്ധവും രാഷ്ട്രീയമായി പ്രതി ലോമകരവുമായ; പശു-പ്രദേശ-ഭാഷാ മാതൃവാദങ്ങളും എട്ടും പൊട്ടും തിരിയാത്ത വിദ്യാർഥികളുടെമേൽ ലാവണപ്രേമികളും തിണ്ണമിടുക്ക രുമായവർ സ്വന്തം ജോലിയും കുടുംബവും അധികാരവും സംരക്ഷി ക്കാനായി ഉന്നതവിദ്യാഭ്യാസമെന്ന ലേബലിൽ ആക്രാമകമായി

കത്തിച്ചെല്ലുത്തുന്നു. ഇതിന്റെ ദേശീയ വിപുല രൂപമാണ് ഒറ്റഭാഷയെയും ഏകാത്മകമായ അധീശ വരേണ്യ ഭാരതീയദർശനത്തേയും കേന്ദ്രീകരിക്കുന്ന നവ ദേശീയവിദ്യാഭ്യാസനയം.

പ്രാദേശിക വരേണ്യതയും സങ്കുചിതത്വങ്ങളും കത്തകവാദങ്ങളും മാതൃവാദങ്ങളും അപരഹിംസയും വിപുലമായ ദേശീയവാദങ്ങൾക്കും മാതൃഭക്തി പ്രസ്ഥാനത്തിനും അവർക്കു ഭീഷണിയായി തോന്നുന്ന അപരങ്ങളുടെ നിഷ്ക്കരുണമായ വംശഹത്യയ്ക്കും പീഡനപർവങ്ങൾക്കും തന്നെ കോപ്പുകൂട്ടിക്കൊടുക്കും. പ്രാദേശിക വരേണ്യവാദവും സംസ്കാര ദേശീയവാദവും തമ്മിലുള്ള ബോധാബോധ സംബന്ധരതിയാണിതു വെളിപ്പെടുത്തുന്നത്. രണ്ടും ഫൂക്കോ, ദല്യൂസിന്റേയും ഗ്വതാരിയുടേയും 'ആന്റീ ഈഡിപസി'ന്റെ ആമുഖത്തിൽ വിശദീകരിച്ചതു പോലെ തികച്ചും ഫാഷിസ്റ്റായ ആത്മ-അപര ദമനങ്ങളുടെ ഭരണക്രമീകരണങ്ങളിലൂടെ പ്രവർത്തിക്കുന്നു. നിർമാണഘടന പോലുള്ള പൊതുവായ നൈതിക കരാറുകളൊന്നും അവയ്ക്കു ബാധകമല്ല. നീതിയുടെ കരാറാണവയുടെ മുഖ്യ ശത്രു. കാരണം അപരോന്മുഖമാണു നീതി. അപവാദ സന്ദർഭങ്ങളുണ്ടാക്കി, അഥവാ അത്തരം അടിയന്തര സന്ദർഭങ്ങളുടെ മറയിൽ അവ നീതിയുടെ പുത്തകത്തെ അട്ടിമറിക്കുന്നു. അതാണ് അഗമ്പൻ പറയുന്ന അപവാദസന്ദർഭവും നഗ്നമാക്കപ്പെടുന്ന-ബലിയാടാക്കപ്പെടുന്ന മനുഷ്യജീവിതവും ഭരണകൂടത്തിന്റെ സമഗ്രാധിപത്യവും. അധികാരം ജൈവശരീരത്തിലൂടെയും ജൈവാധികാരത്തിലൂടെയും പ്രവർത്തിക്കുന്നു. കോവിഡ് മഹാമാരി വെളിപ്പെടുത്തുന്നത് അമേരിക്കയിലാകട്ടെ ഇന്ത്യയിലാകട്ടെ അതു പെരുകുകയാണ് എന്നു തന്നെ. ഷീഷേക്കും ബട്‌ലറും വാദിക്കുന്നതു പോലെ മഹാമാരി മുതലാളിത്തത്തിന്റെ അന്ത്യമോ റാഡിക്കൽ തുല്യതയുടെ ഉദയമോ സാധ്യമാക്കുമെന്ന പ്രവചനം കാലമിനിയും സത്യമായി വെളിപ്പെടുത്തേണ്ടതായാണിരിക്കുന്നത്. ഗ്രാംചി വിമർശബോധത്തോടെ വിശദീകരിച്ച ബൗദ്ധികതയുടെ സങ്കടസത്യദർശനവും ഇച്ഛയുടെ ശുഭാപ്തിവിശ്വാസവും തമ്മിലുള്ള നൈതിക സംതുലനം നാമോർക്കാം.

മാതൃഭാഷാവാദത്തെ തലോടി ആധുനിക ലോകഭാഷയായ ഇംഗ്ലീഷിനെ ഇകഴ്ത്തി, രാഷ്ട്രമാനം പഴകിയ സംസ്കൃതത്തെ നവീനകുപ്പിയിൽ പുനരാനയിക്കുന്ന തന്ത്രം ദേശീയവാദകക്ഷി സ്വയംസേവക അജണ്ടയോട് ചേരുന്ന നിലയിൽ പരോക്ഷമായി നടപ്പാക്കുന്നതും ഈ പ്രകരണത്തിലാണ്. സംസ്കാരദേശീയവാദത്തിനും ഭാഷാദേശീയവാദത്തിനും യൂറോപ്യരെ ഗുരുക്കളായി കണ്ട, ബ്രിട്ടനേയും ഇംഗ്ലീഷിനേയും ആധുനികതയുടെ നിർവാഹകത്വമായി

കണ്ട ഗുരുവിന്റെ കേരളമണ്ണിൽ ഹിംസാത്മകമായ പ്രതിഷ്ഠാപനം കൊട്ടുക്കുകയാണ് മലയാള സംസ്കാര വരേണ്യത തങ്ങളുടെ മാതൃ ഭാഷാവാദത്തിലൂടെ പരോക്ഷമായി നടത്തിപ്പോന്നത്. വന്ദേമാതര ദേശീയതയിലൂടെയാണ് അശോകന്റെ ആഗോള പ്രബുദ്ധതയെ ഹിന്ദുത്വം ഇന്ത്യയിലും കേരളത്തിലും കീഴടക്കിയത്. കഴിഞ്ഞ മുപ്പതു വർഷത്തെ നിരന്തരമായ ഈ പുരാണപാരായണ മാതൃവാദ കർമപരിപാടികളിലൂടെയാണ് ബൗദ്ധവും ഇസ്ലാമികവുമായ പുരാവസ്തുക്കൾക്കുമീതേ അയോധ്യയിലെ രാമക്ഷേത്രമെന്ന പോലെ, ഇന്ത്യൻ ഭരണഘടനയെ അട്ടിമറിക്കുന്ന ജനായത്തവിരുദ്ധത ഗുരുവിന്റേയും അയ്യങ്കാളിയുടേയും സഹോദരന്റേയും അപ്പച്ചന്റേയും കേരളത്തിൽ സാഹിത്യ സൗന്ദര്യാത്മക വൈരുദ്ധ്യവാദ മേലങ്കിയണിഞ്ഞ ഇരുട്ടിന്റെ ശക്തികൾ നടത്തിയിരിക്കുന്നത്. ചവരിമലയെ ശബരിമലയാക്കി രാമവൽക്കരിച്ച് യുവതീപ്രവേശം വിലക്കിയ ശൂദ്രലഹളയും തീണ്ടാരി, നാമജപ ഘോഷയാത്രകളും നിർമിച്ചത് ഈ പുരാണ പട്ടത്താനങ്ങളും മാതൃസ്നേഹ മൗലികവാദവുമാണ്. ഭാഷാസാഹിത്യ അക്കാദമിക പഠനമെന്ന ലേബലിലാണ് ഇതെല്ലാം കേരളത്തിൽ പോലും മലയാളി കുലീനത തരപ്പെടുത്തിയെടുത്ത് നീതിനിയമ സംവിധാനമായ നിർമാണഘടനയെ പടിപടിയായി അട്ടിമറിച്ച് സാമ്പത്തിക സംവരണം കൊയ്തത്. സ്വയംസേവക സംഘവും മലയാളി ഭൃത്യജനസമാജവും ഇതിലൊന്നായിരുന്നു. ഇടതുപക്ഷ സർക്കാരിലൂടെയാണ് ദേവസംബോഡിൽ അമിതപ്രാതിനിധ്യത്തിന്റെ ഓഡിനൻസ് ദിവസങ്ങൾക്കുള്ളിൽ പാസാക്കിയെടുത്തത്. ഇത്തരം പ്രാദേശിക കുത്തക സംസ്കാര മൗലിക വരേണ്യവാദങ്ങളുടെ ആകെത്തുകയും സായുധദേശീയ പരിപൂർത്തിയുമാണ് ദേശീയവാദകക്ഷിയുടെ നവീന ദേശീയവിദ്യാഭ്യാസ നയം 2020 എന്നു വിശദമായ വിമർശ വിശകലനം ബോധ്യപ്പെടുത്തും.

സാമൂഹ്യനീതിയെ അട്ടിമറിക്കുന്ന ശ്രേണീകൃത വിഭജന സാമ്പത്തിക യുക്തികൾ

ഭരണഘടനയുടെ ആധാരമായ സാമൂഹ്യ നീതിയെ അട്ടിമറിക്കുന്ന കർമപരിപാടി അതു നിലവിൽ വന്ന 1950കളിൽ തന്നെ കേരളത്തിൽ ബ്രാഹ്മണിക സഖ്യങ്ങൾ തുടങ്ങിക്കഴിഞ്ഞിരുന്നു. യോഗ്യതയും കാര്യക്ഷമതയും കൈമിടുക്കുമാണ് ജനായത്തത്തിന്റെ അടിത്തറയായ സാമൂഹ്യ പ്രാതിനിധ്യമെന്ന ഭരണഘടനാപരമായ സാമുദായിക സംവരണത്തേക്കാൾ മുഖ്യമെന്നായിരുന്നു വമ്പിച്ച സമ്മതസമവായവും ഗൂഢവ്യവഹാരവും. സാമൂഹ്യ സംവരണത്തെ തകർക്കാൻ ജോസഫ് കമ്മീഷനിലൂടെ ബ്രാഹ്മണ പിതൃത്വ

പ്രതിസന്ധി അനുഭവിക്കുന്ന ന്യൂനപക്ഷങ്ങളിലെ ചില വരേണ്യരേയും കൂട്ടുപിടിച്ച് ഉയർത്തിക്കാട്ടിയ സാമ്പത്തിക നിർണയനവാദമാണ് പിന്നീട് കേന്ദ്രതലത്തിൽ ചില വരേണ്യ സുപ്രീംകോടതി ജഡ്ജിമാർ ഏറ്റുപിടിച്ച വെണ്ണപ്പാളിവാദം. ഇടതുവലതു പക്ഷങ്ങളിലൂടെ ഇന്ത്യൻഭരണഘടനയെ തകർക്കുന്ന ഈ മാധ്യമത്തൊഴിലാളിമാരുടേയും മുതലാളിമാരുടേയും ഊർജിത സഹായത്തോടെ പ്രചാരവേല ചെയ്ത് സാമാന്യജനങ്ങൾക്കിടയിൽ ആശയക്കുഴപ്പവും അധീശ സമവായവുമുണ്ടാക്കുന്നതിൽ അന്നുമുതൽ 2018 വരെയുള്ള നിരന്തര അധരസേവയിലൂടെ ജാതിഹിന്ദു സഖ്യങ്ങൾ വിജയിച്ചു. സാമൂഹ്യ പ്രാതിനിധ്യത്തെ മുളയിലേ നുള്ളുന്ന സാമ്പത്തികമൗലികതയാർന്നതും സങ്കുചിതവുമായ ക്രീമീലെയർ വാദം അവിടെത്തുടങ്ങുന്നു. പിന്നാക്ക ജനതയിലെ വിദ്യാഭ്യാസവും ശബ്ദവും സാമൂഹ്യ, മൂലധന ചാലകതയുമുള്ളവരെയെല്ലാം അതിലൂടെ ചാതുർവർണ്യയുക്തിയിൽ വിഭജിപ്പിച്ചു തരംതിരിച്ച് ശ്രേണീകരണ യുക്തിയിൽ പടിപടിയായി വെട്ടി നീക്കി. സേവന വിദ്യാഭ്യാസ രംഗങ്ങളിൽ ദേവസ്വത്തിലെ പോലെ ഒറ്റജാതിക്കാരുടെ കുത്തക പെരുകി. അതും പോരാഞ്ഞിട്ട് ഭരണഘടനയുടെ സാമൂഹ്യനീതി ദർശനത്തിനു നിരക്കാത്ത വെണ്ണപ്പാളി വെട്ടിനിരത്തൽ സാമ്പത്തിക നിർണയനവാദം പട്ടികജാതി-വർഗങ്ങളിലേക്കും ബാധകമാക്കാനാണ് വർത്തമാനകാല കാര്യപരിപാടികൾ നടക്കുന്നത്. ഇന്ത്യൻ ഭരണഘടനയെ തകർത്താൽ പിന്നെ മനുഷ്യാവകാശവും പൗരത്വവും ഫെഡറലിസവും ന്യൂനപക്ഷാവകാശങ്ങളും വിദ്യാഭ്യാസത്തിന്റെ കൺകറന്റ് പദവിയും ഒന്നും തന്നെ നിലനിൽക്കില്ല എന്ന് കുൽസിതമായ ഈ മലയാള കുലീനതയ്ക്കു ചൂട്ടുപിടിക്കുന്ന അവർണരും ന്യൂനപക്ഷങ്ങളുമായ പിണിയാളുകൾ ഓർക്കുന്നത് ഏറെ വൈകിയെങ്കിലും നന്നാകും. സുകുമാരകലാവാദികളും സൗന്ദര്യാത്മകവാദികളും ന്യൂനീകൃത സാമ്പത്തികസ്വത്വവാദം പറയുന്നതിന്റെ വൈരുദ്ധ്യം യുവചേതന തിരിച്ചറിയേണ്ടതുണ്ട്. അടിത്തറ-മേൽപ്പുര വൈരുദ്ധ്യാത്മകതയുടെ ലളിത സാമ്പത്തിക യുക്തികൾ ഗ്രാംചിയുടെ രചനകൾ പുറത്തുവന്ന 1950കളിൽ തന്നെ ലോകത്തു നിന്നും നാടുനീങ്ങിയതാണ്. സാംസ്കാരികമായ അധീശത്വത്തെ കുറിച്ച് വിശദീകരിച്ചത് ഇറ്റാലിയൻ ക്ലാസിക്കൽ ഫാഷിസത്തിന്റെ സന്ദർഭത്തിൽ ഗ്രാംചിയാണ്. കേവലം സാമ്പത്തിക തൽസ്ഥിതി നിർണയനവാദങ്ങളിലൂടെ നീതിബോധവും സാമൂഹ്യ രാഷ്ട്രീയ ബോധവും സാമൂഹ്യതുല്യതയും കൈവരിക്കാനാവില്ല എന്ന തിരിച്ചറിവ് വിദ്യാഭ്യാസരംഗത്തുള്ളവരെങ്കിലും ചുരുങ്ങിയത് വളർത്തേണ്ടതുണ്ട്.

ഇന്ത്യൻ അധീശത്വം വിദ്യാഭ്യാസത്തേയും പാഠപുസ്തകങ്ങളേയും അധിനിവേശം ചെയ്യുന്നു

വിദ്യാഭ്യാസരംഗത്തിന്റേയും ചരിത്രപാഠപുസ്തകങ്ങളുടെ പ്രത്യേകിച്ചും വമ്പിച്ച ഹിന്ദുവൽക്കരണം ഇന്നും ഇന്നലേയും തുടങ്ങിയതല്ല. ഇരുപത്തൊന്നാം നൂറ്റാണ്ടിന്റെ തുടക്കത്തിൽ വാജ്പേയ് സർക്കാരും മുരളീമനോഹർജോഷിയും ചേർന്ന് എം. ജി. എസ് എന്ന ചരിത്രവിശാരദനെ ചാട്ടിൽക്കയറ്റി ദില്ലിക്കു കൊണ്ടുപോയി ഇന്ത്യൻ ചരിത്ര ഗവേഷണ കൗൺസിലിന്റെ അധ്യക്ഷനാക്കി വച്ചുകൊണ്ടാണ് ചരിത്രപാഠപുസ്തകങ്ങളടക്കം ഹിന്ദുവൽക്കരിക്കുന്ന കാര്യപരിപാടിക്കു തുടക്കം കുറിച്ചത് (റ്റൈംസ് ഓഫ് ഇന്ത്യ 2002, മാർച്ച് 19). 1986 ലെ രാജീവ്ഗാന്ധി സർക്കാരിന്റെ ദേശീയവിദ്യാഭ്യാസനയത്തിൽ നിന്നുള്ള തികഞ്ഞ മാറ്റമാണ് 2016 ഓടെ മോദി സർക്കാരിന്റെ മാനവവിഭവവികസന മന്ത്രാലയം പുറത്തിറക്കിയ ദേശീയ വിദ്യാഭ്യാസ നയത്തിന്റെ കരടിലുള്ളത്. അതിന്റെ തികഞ്ഞ ഏകാത്മക മതകേന്ദ്രിത ആന്തരിക സ്വഭാവത്തോടെയാണ് 2020 ജൂലൈ അവസാനം കേന്ദ്രഭരണകൂടം അതു ചില്ലറ ബാഹ്യ ഭേദഗതികളോടെ അംഗീകരിച്ചിരിക്കുന്നത്. തങ്ങളുടെ ആവശ്യങ്ങളുടെ അറുപതു ശതമാനവും അംഗീകരിക്കപ്പെട്ടതായി സ്വയംസേവക വൃന്ദങ്ങൾ തന്നെ പറഞ്ഞതായി മാധ്യമ റിപ്പോർട്ടുകൾ വന്നു കഴിഞ്ഞു. ഏതാണ്ട് മൂന്നു ദശകങ്ങൾക്കു ശേഷം ഇന്ത്യൻ സർക്കാർ വിദ്യാഭ്യാസ നയത്തിൽ വമ്പിച്ച അഴിച്ചുപണിക്കുള്ള ഒരുക്കത്തിലാണ്. അയായത് കഴിഞ്ഞ മൂന്നു ദശകങ്ങളിലെ അഹോരാത്രമായ പണിപ്പെടൽ ഇതിനു പിന്നിലുണ്ടെന്നു ചുരുക്കം. ഇരുപത്തൊന്നാം നൂറ്റാണ്ടിലെ ഇന്ത്യയുടെ അനന്തമായ ലോകദർശനമായാണതിനെ വിവേകാനന്ദോ-ഓരബിന്ദോ-ബങ്കിംചന്ദ്രോ വന്ദേമാതര പൈതൃക ധാരയിൽ മാനവവിഭവശേഷി മന്ത്രാലയം സ്ഥാപിക്കുന്നത്.

ഏതാനും പത്രവാർത്തകളൊഴിച്ചാൽ ഇതിനു പിന്നിലുള്ള വമ്പിച്ച ഹിന്ദുത്വ ഗൂഢാലോചനയും രാഷ്ട്രീയ സ്വയംസേവക അജണ്ടയും വേണ്ടത്ര വിമർശ വിശകലനാത്മകമായി ചർച്ച ചെയ്യപ്പെട്ടിട്ടില്ല. അമിത് ഷായും സ്വയംസേവക സംഘവും മോദിയേയും ഇറാനിയേയും ജാവദേക്കറേയും പൊക്കിറിയാലിനേയും ഉപമന്ത്രിയേയും പലവട്ടം ഇക്കാര്യത്തിൽ നേരിട്ടുകണ്ടു നടത്തിയ സമ്മർദ്ദങ്ങളുടെ ഫലമായി ഏതാണ്ട് സ്വയംസേവക അജണ്ടയെ പൂർണമായും സാധൂകരിക്കുന്ന രീതിയിലുള്ള നയസമീപനങ്ങളാണ് നടപ്പാക്കി വരുന്നത്. ഹിന്ദുദേശീയവാദ പാർട്ടിയുടെ വിദ്യാഭ്യാസ നയസമീപനങ്ങളെ നിരീക്ഷിക്കുന്നവർക്കു വ്യക്തമാകുന്നതു പോലെ വാജ്പേയ്

സർക്കാരിന്റെ ആക്രാമകമായ ഹൈന്ദവ വിദ്യാഭ്യാസ നയസമീപനങ്ങളെ പിൻതുടരുകയും ശക്തമാക്കുകയും ചെയ്യുന്ന ഒരു നയരേഖയായിട്ടാണ് 2016 ലെ കരടുരേഖ ഇറങ്ങിയിരിക്കുന്നത് എന്ന് അന്നു തന്നെ ലേഖകനടക്കം നിരവധി വിമർശശബ്ദങ്ങൾ ചൂണ്ടിക്കാട്ടിയിരുന്നു. ഇന്ത്യൻ വിദ്യാഭ്യാസത്തിന്റെ ഹൈന്ദവവൽക്കരണവും കാവിവൽക്കരണവും വാണിജ്യ-വർഗീയ-മുതലാളിത്തവൽക്കരണവും തന്നെയാണിതിന്റെ ലക്ഷ്യം എന്നതിൽ സംശയത്തിനു വകയില്ല. കാവിവൽക്കരണമെന്ന ഹിന്ദുവൽക്കരണം വാജപേയി കാലത്തു തന്നെ പ്രമാദമായിരുന്നു (സർക്കാർ 2002, ഥാപ്പർ 2000). ഏറ്റവും പുതിയ ഒരുക്കത്തിലുള്ള സർക്കാർ അംഗീകാരം അതിന്റെ വിജയകരമായ പൂർത്തീകരണമാണ്. തികഞ്ഞ പ്രതിസന്ധിയിലേക്കാണ് ഈ മന്ത്രിസഭാ തീരുമാനം രാജ്യത്തെ നയിക്കുക. രണ്ടു നൂറ്റാണ്ടെങ്കിലും പിന്നിൽ ആധുനിക പൂർവ്വമായ കിരാതാവസ്ഥയിലേക്കുള്ള തിരിച്ചുപോക്കായി കേരളത്തിൽ തന്നെ തലമുതിർന്ന ചിന്തകർ അതിനെ വിലയിരുത്തിക്കഴിഞ്ഞു. വർത്തമാനത്തിലെ നീറുന്ന പ്രശ്നങ്ങളായ ജാതി, ലിംഗ അസമത്വങ്ങളും അനീതികളും പാരിസ്ഥിതിക വിഷയങ്ങളും ഈ നയത്തിൽ പരാമർശിക്കപ്പെടുന്നേയില്ല. മനുഷ്യാവകാശ, പൗരാവകാശ, ഭരണഘടനാ വിഷയങ്ങളൊന്നും ഇല്ല. പകരം മൂല്യവിദ്യാഭ്യാസമെന്ന പേരിൽ യോഗയും സംസ്കൃതവും മറ്റുമാണ് സ്കൂൾ തലം മുതൽ അടിച്ചേൽപ്പിക്കാൻ ശ്രമിക്കുന്നത്. ഇത് സ്പഷ്ടമായും സ്വയംസേവക അജണ്ടയുടെ ഭാഗവുമാണ്. "മൂല്യ, ധാർമിക വിദ്യാഭ്യാസ"ത്തിന്റെ പേരിൽ യുവമനസ്സുകളിൽ തന്നെ വർണാശ്രമധർമത്തിന്റേയും ശ്രേണീകൃത അസമത്വത്തിന്റേയും സങ്കുചിത വിഭജിത ലോകബോധത്തെ അടിച്ചുറപ്പിക്കാനുള്ള ജാതിഹിന്ദു ഗൂഢാലോചന കാണാതിരിക്കാനാവില്ല.

വ്യാജമായ ആധാരങ്ങളും തദ്ദേശീയ വിദ്യാഭ്യാസചരിത്ര തമസ്കരണവും

കോടിക്കണക്കിനു ജനങ്ങളുടെ ഭാവിയെ ബാധിക്കുന്ന ഏതു സുചിന്തിതമായ സർക്കാർ നയവും മൂർത്തമായ ചരിത്ര പുരാവസ്തു തെളിവുകളുടേയും നൈതിക വിചിന്തനത്തിന്റേയും വിമർശബോധമുള്ള പഠനങ്ങളുടേയും കരടുരേഖകളുടെ മേലാണുയർത്തേണ്ടത്. വൈദിക ഗുരുകുല വിദ്യാഭ്യാസമാണ് ഇന്ത്യയിലെ ഏറ്റവും പ്രാചീനമായ വിദ്യാഭ്യാസ മാതൃകയെന്ന ആദ്യ കരടിലെ ആമുഖ പരാമർശം ചരിത്രത്തിനും പുരാവസ്തു തെളിവുകൾക്കും യുക്തിചിന്തയ്ക്കും നിരക്കുന്നതല്ല. വ്യാജവും അസത്യജഡിലവുമായ ആധാരങ്ങളിലാണ് നയം കെട്ടിപ്പടുത്തിരിക്കുന്നതെന്നു ചുരുക്കം. സൈന്ധവ നാഗരികതയേയും

അതിന്റെ പൂർവശ്രമണമായ ജനകീയ വിദ്യാഭ്യാസ സംസ്കാരത്തേയും കുറിച്ചുള്ള പുത്തൻ വിജ്ഞാനീയം നിരവധി പഠനഗവേഷണങ്ങളിലൂടെ പുറത്തു വന്നുകൊണ്ടിരിക്കുമ്പോൾ ഇത് തികഞ്ഞ ചരിത്രതമസ്കരണവും കണ്ണടച്ചിരുട്ടാക്കലുമാകുന്നു (രത്നാകർ 2000, ഷെൻജെ 2002). ഇന്ന് ലോകത്തിനറിയാവുന്ന ഏറ്റവും പഴയതും സമ്പന്നവുമായ സൈന്ധവ നാഗരികത എണ്ണായിരത്തോളം വർഷം പഴക്കമുള്ളതാണെന്ന് പുതിയ പഠനങ്ങൾ പറയുന്നു (സർക്കാർ 2016). ഈ സൈന്ധവ സംസ്കാരം വൈദികമെന്നു വിളിക്കുന്ന വേദകാലത്തിന് വ്യക്തമായും സഹസ്രാബ്ദങ്ങൾക്കു മുന്നിലാണു വരുന്നത്. ബി. സി. 2000 നും ബി. സി. 1000 നും ഇടയിലുള്ള കാലത്തെയാണ് വേദകാലം എന്നു പലപ്പോഴും വിളിക്കുന്നത്. ഇതിനിടയിൽ ബി. സി. 1500 നടുത്താണ് സൈന്ധവ നാഗരികതയുടെ തകർച്ച ഉണ്ടായിട്ടുള്ളത്. മഹാമാരിയും പ്രളയവും വരൾച്ചയും വാണിജ്യ സാമ്പത്തിക തകർച്ചയും ബാഹ്യാധിനിവേശവും ആന്തരികമായ ഛിദ്ര വളർച്ചയാലുള്ള തകർച്ചയുമെല്ലാം ആ പ്രാചീന നാഗരികതയുടെ പൊടുന്നനെയുള്ള പതനത്തിന് ആക്കം കൂട്ടിയിരിക്കാം. അതിന്റെ കാരണമെന്തായാലും സിന്ധൂതടത്തിൽ നിന്നുകിട്ടിയ മുഗങ്ങളുടെ ഇടയിൽ ധ്യാനഭാവത്തിൽ ഇരിക്കുന്ന മനുഷ്യന്റെ മുദ്രകളും ബിംബങ്ങളും സൂചിപ്പിക്കുന്നത് തികച്ചും പൂർവിക ശ്രമണധാരയിലുള്ള മാനവിക വിദ്യാഭ്യാസ സംസ്കാരത്തേയും തദ്ദേശീയ ബോധോദയ പാരമ്പര്യത്തേയും വിദ്യയുടേയും വിജ്ഞാനത്തിന്റേയും ബഹുജനോന്മുഖമായ വിതരണത്തേയുമാണ്. ജൈനർ ഈ എരുമക്കൊമ്പു തലപ്പാവുധരിച്ച മനുഷ്യരൂപത്തെ ആദിനാഥനായ ഋഷഭനായി കാണുന്നു. ബൗദ്ധർ സഹോദരജീവികളോടു മൈത്രീബന്ധുത്വം പുലർത്തുന്ന ഒരു പൂർവ്വബുദ്ധനായും. എരുമദേശീയതയുടെ ചരിത്രം ഒരുപക്ഷേ കൊമ്പും തലപ്പാവും ധരിച്ച ഈ മനുഷ്യരൂപത്തിലാകാം തുടങ്ങുന്നത്. എന്നാൽ ഉത്തരേന്ത്യയിൽ എ. ഡി. അഞ്ചാം ശതകത്തിനു ശേഷം ഉണ്ടായ പാശുപത ശൈവിസം കാലപ്രമാദത്തോടെ അവകാശപ്പെടുകയാണ്, പദ്മാസനയോഗി തങ്ങളുടെ പശുപതി തന്നെയെന്ന്. തമിഴകത്ത് എട്ടാം നൂറ്റാണ്ടിൽ ജൈനത്തെ വിട്ട് ശൈവനായ അപ്പരുടെ പ്രമാദമായ അവകാശവാദം പോലെ പരിഹാസ്യമാണിത്. മൂന്നു പ്രാചീന തമിഴ് സംഘങ്ങളിൽ ആദ്യത്തേതിന്റെ അധ്യക്ഷൻ ശിവനായിരുന്നെന്നാണ് അപ്പർ എട്ടാം നൂറ്റാണ്ടിലിരുന്ന് അവകാശപ്പെട്ടത്! നയരേഖകളും ഭാവനകളും ഇത്തരം കാലപ്രമാദങ്ങളിൽ പടുത്തതും ചരിത്രവിരുദ്ധവും സത്യനിഷേധവുമാണ്. വേദകാലത്തെ ഓർമിപ്പിക്കുന്ന ഗുരുകുല-പാഠശാലാ സമ്പ്രദായത്തിലേക്ക് ഇന്ത്യയുടെ

ആധുനിക വിദ്യാഭ്യാസം മാറണമെന്ന് 2020 ലെ നയരേഖയും ആഹ്വാനം ചെയ്യുന്നത് ഇതേ രീതിയിലാണ്.

അധ്യാപക കേന്ദ്രിതമായ വൈദിക-ഗുരുകുല വിദ്യാഭ്യാസത്തിലേക്കുള്ള തിരിച്ചുപോക്ക്

പത്തൊമ്പതാം നൂറ്റാണ്ടിൽ ജാതിഹിന്ദുക്കളിൽ തന്നെ ഉൾപ്പെട്ട സവർണരായിരുന്ന ചട്ടമ്പിസ്വാമികൾക്കും ഫൂലേക്കും നിഷേധിക്കപ്പെട്ടതായിരുന്നു ബ്രാഹ്മണികമായ ഗുരുകുല വിദ്യാഭ്യാസം. അവർ നാലാം വർണമായ, പാദജരായ ശൂദ്രരായിരുന്നു എന്നാണ് പൗരോഹിത്യം പറഞ്ഞത്. രാമാദികളുടെ കാലത്തെ ശംബൂകന്റെ ഗതിയെക്കുറിച്ചുള്ള 1914ലെ നാണുഗുരുവിന്റെ പ്രസ്താവവും നാമോർക്കാം. സമൂഹത്തിലെ ബഹുഭൂരിപക്ഷം ബഹുജനങ്ങൾക്കും; സ്ത്രീകൾക്കു പ്രത്യേകിച്ചും നിഷേധിക്കപ്പെട്ട വൈദിക-വർണാശ്രമധർമ-ഗുരുകുല-സംസ്കൃത വിദ്യാഭ്യാസത്തെയാണ് കരടും നയരേഖകളും പൈതൃക മാതൃകയാക്കുന്നത്. അതിന്റെ പുരുഷാധ്യാപകകേന്ദ്രിതമായ മാതൃകയാണിവിടെ ആദർശമാതൃകയായി വാഴ്ത്തിയെടുക്കുന്നത്. ജാതിവർണ ആൺകോയ്മാ മൂല്യങ്ങളെ ചെറുക്കുന്ന അശോക ഭിക്കുനിമാർ അടിസ്ഥാനജനതയിൽ പടർത്തിയ ജനായത്തപരമായ ശ്രമണവിദ്യാഭ്യാസ ദർശനങ്ങളെ മറയ്ക്കാനും തമസ്ക്കരിക്കാനുമാണീ പൗരോഹിത്യ-പുരുഷകേന്ദ്രിത-ബ്രാഹ്മണിക വിദ്യാഭ്യാസത്തെ മുന്നോട്ടു വയ്ക്കുന്നതെന്നു വ്യക്തമാണ്. അപ്പോൾ ചരിത്രവിരുദ്ധമായി തികച്ചും വർണാശ്രമപരവും വൈദികവുമായ വരേണ്യ-പുരുഷകേന്ദ്രിത, കേന്ദ്രീകരണ മാതൃകയെ പൈതൃകവും പാരമ്പര്യവുമാക്കി പുനഃസ്ഥാപിക്കുന്നത് നവോത്ഥാന ആധുനികതയ്ക്കു മാത്രമല്ല, തികച്ചും വികേന്ദ്രിതവും ജനായത്തപരവുമായ വർത്തമാന ആധുനിക ബോധനശാസ്ത്രത്തിനും വിദ്യാഭ്യാസ സമീപനരീതികൾക്കും കൂടി കടകവിരുദ്ധമാണ് (സെൻ 2002). ഒരേ സമയം വേദകാല ഗുരുകുല പാഠശാലാ മാതൃകയും ആധുനികമായ വിദ്യാർത്ഥി കേന്ദ്രിത ശൈലിയും സ്വീകരിക്കുക എന്നതും നയത്തിന്റെ അടിസ്ഥാന വൈരുദ്ധ്യവും താത്വികമായ പരിപൂർണ പാപ്പരത്തവുമാണ്. രണ്ടുമൂന്നു കരടുരേഖകളിലൂടെ കടന്നു പോയിട്ടും പ്രകടമായ ആന്തര വൈരുദ്ധ്യങ്ങളും പൊരുത്തക്കേടുകളും പരിഹരിക്കാൻ ബാഹ്യാകാശ ശാസ്ത്രജ്ഞൻമാർക്കുമായില്ല എന്ന സത്യം വെളിപ്പെടുത്തുന്നത് എന്താണെന്നും ചിന്തിക്കേണ്ടതുണ്ടല്ലോ.

ഇന്ത്യൻ വിദ്യാഭ്യാസ ചരിത്രത്തിന്റെയും തത്ത്വചിന്തയുടേയും വളച്ചൊടിക്കലുകൾ

അമർത്യാ സെന്നിനെ പോലുള്ള മുൻനിര വിദ്യാഭ്യാസ ചിന്തകരുടെ നാളന്ദയേയും തക്ഷശിലയേയും കുറിച്ചുള്ള യുക്തിയുക്തമായ അഭിപ്രായങ്ങൾക്കും കാലഗണനകൾക്കും കടകവിരുദ്ധമായാണ് നയരേഖകളിലെ ഇന്ത്യൻ സർവകലാശാലകളുടെ കാലനിർണയം. (സെൻ 2011). തക്ഷശിലയേയും നാളന്ദയേയും അവിശ്വസനീയമായ രീതിയിൽ പിന്നോട്ടു കൊണ്ടുപോയിരിക്കുകയാണ്. വ്യാജപഴക്കവാദങ്ങളിലൂടെ തക്ഷശിലയുടെ വൈദികവിദ്യാഭ്യാസ ചരിത്രത്തെ ഊതിപ്പെരുപ്പിക്കുന്ന ഒരു രഹസ്യ ഹിന്ദു അജണ്ടയാണിതെന്നു കാണാം. പക്ഷേ ഇല്ലാത്ത പഴക്കം തക്ഷശിലയ്ക്കും നാളന്ദയ്ക്കും കൊടുക്കുമ്പോൾ തകർക്കപ്പെടുന്നത് ഇന്ത്യയുടെ യഥാർഥ വിദ്യാഭ്യാസ ചരിത്രമാണ്. അയുക്തിയുടേയും അവിശ്വസനീയതയുടേയും പുണ്യപുരാണ സനാതനഭ്രമികയാക്കി ഇന്ത്യാചരിത്രത്തേയും വിദ്യാഭ്യാസചരിത്രത്തേയും മാറ്റാനുള്ള പരിവാരപരിഷത്തുകളുടെ പഴകിയ അജണ്ടയാണിത്. തക്ഷശില ബി. സി. എട്ടാം നൂറ്റാണ്ടിലും നാളന്ദ ബി. സി. നാലാം നൂറ്റാണ്ടിലും സ്ഥാപിക്കപ്പെട്ടെന്ന് കരട് പറയുന്നു (1). തക്ഷശിലയെ ബി. സി. എട്ടാം നൂറ്റാണ്ടിലേക്കു വലിച്ചു നീട്ടുന്നത് തികച്ചും തട്ടിപ്പാണ്. സുദർശന റാവുവിന്റെ മഹാഭാരത കാലഗണനയ്ക്കു സമാനമായ ഒരു കാലപ്രമാദ തന്ത്രമാണിത്. ഹൈന്ദവേതിഹാസങ്ങളുടെ പഴക്കം യുക്തിക്കു നിരക്കാത്ത രീതിയിൽ ഊതിപ്പെരുപ്പിച്ച് ഹിന്ദുസംസ്കാരത്തിന്റെ പ്രാചീനത കൂട്ടുന്ന ക്രിയാതന്ത്രം പരിഹാസ്യമാണ്. ഇന്നു പല പ്രാദേശിക വിശാരദന്മാരും ഇത്തരം മാഭാരതവായനകളും കാലഗണനകളും നടത്തിയാടുന്നുണ്ട്. ബി. സി. ആറാം നൂറ്റാണ്ടിൽ നടന്ന ബുദ്ധന്റേയും അദ്ദേഹത്തിന്റെ സംഘങ്ങളുടേയും വിമോചന വിദ്യാഭ്യാസ പ്രവർത്തനങ്ങളെ തമസ്ക്കരിക്കാനും മറയ്ക്കാനും കൂടിയാണ് തക്ഷശിലയെ രണ്ടുനൂറ്റാണ്ടു കൂടി പഴക്കത്തിലേക്കു സ്ഥാപിക്കുന്നത്. ഇവിടെയെല്ലാം ബോധപൂർവ്വം മായിക്കപ്പെടുന്നത് വൈദികവിദ്യാഭ്യാസം ജനസംഖ്യയുടെ ഒരുശതമാനം മാത്രമുള്ള ബ്രാഹ്മണർക്കുമാത്രമായി, അതിലെ തന്നെ ആഢ്യപുരുഷസന്താനങ്ങൾക്കു മാത്രമായി സംവരണം ചെയ്യപ്പെട്ടിരുന്നു എന്ന വസ്തുതയും കൂടിയാണ്. കേരളത്തിലിന്നും ആസ്യരും ക്ഷുദ്രപൗരോഹിത്യവും ഇതിനെ പരോക്ഷമായി ചുമക്കുന്നതാണ് രസകരമായ സംഗതി. തക്ഷശിലയുടെ ഈ തള്ളൽ ബി. സി. 1500 നു ശേഷവും ചിതറിക്കപ്പെട്ട നിലയിൽ തെക്കു കിഴക്കായി വ്യാപിച്ച സൈന്ധവ സഭ്യതയുടേയും ശ്രമണ വിദ്യാഭ്യാസ പാരമ്പര്യങ്ങളുടേയും മറയ്ക്കലിനും

കൂടിയാവാം കെട്ടിച്ചമച്ചിരിക്കുന്നത്. ഋഗ്വേദത്തിലെ പുരുഷസൂക്തം പോലൊരു വൈദികവിരാട്പുരുഷ ഉൽഭവവാദം തക്ഷശിലയുടെ കാലപ്രമാദത്തിലൂടെ ബഹുജനവിദ്യാഭ്യാസ ചരിത്രത്തിലേക്ക് ഒളിച്ചു കടത്താനുള്ള ഗൂഢശ്രമമാണിവിടെ പരിഹാസ്യമായി തെളിയുന്നത്. നാളന്ദയെ ബി. സി. നാലാം നൂറ്റാണ്ടിലേക്കു വലിച്ചു കൊണ്ടുപോകുന്നതും ഈ ഗൂഢബ്രാഹ്മണിക തന്ത്രത്തിന്റെ ഭാഗമാണ്. അമർത്യ സെൻ അടക്കമുള്ള ലോകമാദരിക്കുന്ന സാമൂഹ്യശാസ്ത്ര വിദ്യാഭ്യാസ പഠിതാക്കൾ വ്യക്തമാക്കിയിട്ടുള്ള പോലെ എ. ഡി. നാലാം നൂറ്റാണ്ടോടെ മാത്രമാണ് നാളന്ദ ഒരു വിശ്വവിദ്യാലയമായി ഉയർന്നു വന്നിട്ടുള്ളത്. തക്ഷശിലയ്ക്ക് അവിഹിതമായ പഴക്കം കൊടുക്കാനാണ് നാളന്ദയേയും എട്ടു നൂറ്റാണ്ടോളം പഴമയിലേക്കു വലിക്കുന്നതെന്നു വ്യക്തം. തികഞ്ഞ കാലപ്രമാദങ്ങളും അതിവാദങ്ങളും വൈദികഭാവനകളുമാണ് നയത്തിനടിയിൽ മുങ്ങിക്കിടക്കുന്നതെന്നു കാണാൻ പ്രയാസമില്ല. ഘട്ടം ഘട്ടമായി കഴിഞ്ഞ ഇരുപതു വർഷത്തെ ഔദ്യോഗിക നടപടിക്രമങ്ങളിലൂടെ ഭരണഘടനാ സംവിധാനങ്ങളും ചട്ടകളും ദുരുപയോഗം ചെയ്തു കൊണ്ടുവന്ന് 2020 ൽ നടപ്പാക്കുന്നു എന്നതാണ് ദേശീയവാദകക്ഷിയുടെ മിടുക്ക്. ഇന്ത്യയെ ഇന്ത്യയാക്കി നിലനിർത്തുന്ന നീതിയുടെ കരാറായ നിർമാണഘടന കൊണ്ട് അവർക്കെന്തു പ്രയോജനം. അത്തരം വിശേഷപദവികളേയും പുരസ്കാരങ്ങളേയും തുല്യതയുടെ തലത്തിൽ റദ്ദാക്കുന്ന സത്യനീതിപുത്തകമാണത്. ആ ജനായത്ത കരാറിലേക്ക് ഇന്ത്യയെ നയിച്ച ജനകീയ ജനായത്ത ധാരയായ ഫൂലേ, സാവിത്രീബായ്, അംബേദ്കർ നാരായണഗുരു, അയ്യോതി താസർ, പെരിയോർ എന്നിങ്ങനെയുള്ള വൈജ്ഞാനിക വംശാവലിയെകുറിച്ചും അവർക്കു വഴിയൊരുക്കിയ പാശ്ചാത്യ ആധുനികതയുടെ ഇടപെടലിനെ കുറിച്ചും ക്രൈസ്തവ, ഇസ്ലാമിക മിഷനറിമാരുടെ വിദ്യാഭ്യാസ പ്രവർത്തനങ്ങളെക്കുറിച്ചും കരടും നയവും നിശ്ശബ്ദത പാലിക്കുന്നതായി കാണാം.

"വിജ്ഞാന സമ്പദ്വ്യവസ്ഥ"യും നൈപുണ്യ പരിശീലനത്തിനുള്ള പരമാധിപത്യവും

വിജ്ഞാന സമ്പദ്വ്യവസ്ഥയെന്ന നവ ഉദാരവാദ ആശയവും ഗുരുകുല പാഠശാലാ പദ്ധതിയും തമ്മിൽ തികഞ്ഞ വൈരുദ്ധ്യവും സംഘർഷവുമാണുള്ളത്. നയത്തിൽ അത് ജ്ഞാനസമൂഹം എന്നു മാറ്റിയിട്ടുണ്ട്. ജ്ഞാനസിദ്ധാന്തത്തേയും ജ്ഞാനവ്യവസ്ഥകളേയും അതിന്റെ നൈതികവും മാനവികവും ഭവിഷ്യോന്മുഖവുമായ വിമോചന സംസ്കാരതലങ്ങളെ തൃണവൽഗണിച്ച് ഒരു വാണിജ്യ

വിനിമയക്രമത്തിലുള്ള സമ്പദ്വ്യവസ്ഥയായി കാണുന്നത് തികച്ചും നവ ഉദാരവാദത്തിന്റേയും ഉത്തര കോർപ്പറേറ്റ് മൂലധന വ്യവസ്ഥയുടേയും യുക്തിയും കമ്പോള ലോകബോധവുമാണ്.

സാങ്കേതിക നൈപുണ്യപരിശീലനത്തിന് നമുക്കിപ്പോൾ തന്നെ ഐ. ഐ. റ്റി, എൻ. ഐ. റ്റി, ഐ. ഐ. എസ്, സാങ്കേതിക സർവകലാശാലകൾ, പൊളിടെക് കോളേജുകൾ, ഐ. റ്റി. ഐ, സ്വകാര്യ സാങ്കേതിക നൈപുണ്യപരിശീലന വലകൾ എന്നിങ്ങനെ രാജ്യാവ്യാപകമായ സംവിധാനങ്ങളാണുള്ളത്. നൈപുണീശീലനത്തിൻമേലുള്ള അന്ധമായ ഈ ഊന്നൽ യഥാർഥത്തിൽ ഉദാര മാനവിക വിദ്യാഭ്യാസത്തോടുള്ള അമർഷമാണെന്നും കാണാം. ഭാഷാമാനവിക വിഷയങ്ങളിലടിയുറച്ച ഒരു സാമൂഹ്യശാസ്ത്ര വിദ്യാഭ്യാസം പഠിതാക്കളെ രാഷ്ട്രീയ ബോധവും സാമൂഹ്യ സാക്ഷരതയും വിമർശചിന്തയുമുള്ള സജീവ മനുഷ്യവിഷയികളും ജാഗ്രതയുള്ള രാഷ്ട്രീയ കർതൃത്വങ്ങളുമാക്കും. എന്നാൽ ചരിത്രത്തേയും തത്വചിന്തയേയും സംസ്കാരത്തേയും രാഷ്ട്രീയത്തേയും വിദ്യാഭ്യാസത്തിൽ നിന്നും ക്രമേണ പിൻവലിച്ച് യാന്ത്രികവും അപമാനവീകരിക്കുന്നതുമായ കേവല സങ്കേതങ്ങളും നൈപുണികളും ശീലിപ്പിച്ചാൽ പ്രോഗ്രാംഡ് യന്ത്രമനുഷ്യരെ ഉൽപ്പാദിപ്പിക്കാൻ എളുപ്പമാകും. 1990 കളിൽ ഇന്നത്തെ തേരേസ മേയുടെ തികഞ്ഞ പൂർവഗാമിയായ നിയോ ലിബറൽ താച്ചർ ബർമിങ്ങാം സർവകലാശാലയിലെ സെന്റർ ഫോർ കണ്ടമ്പററി കൾച്ചറൽ സ്റ്റഡീസിനെ (ബി. സി. സി. സി. എസ്.) സാമ്പത്തിക സഹായം നിർത്തി കഴുത്തു ഞെരിച്ചു കൊന്നത് ഇവിടെ സ്മരണീയമാണ്. ആഫ്രോ-ബ്രിട്ടീഷ് ജൈവ ബുദ്ധിജീവികളായ സ്റ്റുവർട്ട് ഹോളും പോൾ ഗിൽറോയിയുമെല്ലാം തികച്ചും വംശീയവും കൂടിയായ ബ്രിട്ടന്റെ നവ ലിബറൽ സാമ്പത്തിക നയങ്ങളെ രൂക്ഷമായി വിമർശിച്ചെഴുതിയതായിരുന്നു മുതലാളിത്തത്തെക്കൊണ്ട് ആ കൊലച്ചതി ചെയ്യിച്ചത്. ഏതു പ്രകോപനത്തിനും ആണവായുധം പ്രയോഗിക്കുമെന്നാണ് തെരേസയുടെ ഇടതടവില്ലാത്ത പ്രതികരണം. ട്രംപിന്റെ കോവിഡ് നിരീക്ഷണങ്ങൾ പോലെ പ്രമാദമായ ഫലിതങ്ങൾ!

ഗാന്ധിയൻ ദേശീയ സൗഖ്യവും ജനതയുടെ തിരസ്കാരവും

ദേശീയ സൗഖ്യവും ദേശീയ സ്വത്വവും പരമപ്രധാനമാണെന്നും അതു വിദ്യാഭ്യാസത്തിലൂടെ കൈവരിക്കേണ്ട ഒരു വമ്പിച്ച ലക്ഷ്യമാണെന്നും ഊന്നിപ്പറയുന്നു. ആദർശവൽകൃതമായ ഗാന്ധിയൻ

മാതൃകയെ ആണ് നയം ആധാരമാക്കുന്നത്. ഗാന്ധിയൻ അടിസ്ഥാന വിദ്യാഭ്യാസവീക്ഷണത്തിന്റെ പ്രധാന പ്രശ്നം അത് ഹരിജനോദ്ധാരണ, ഗ്രാമസ്വരാജ്യ, ഹിന്ദുസ്വരാജ്യ, വർണാശ്രമധർമ കർമപരിപാടികൾ പോലെ ദർശനപരമായി തികച്ചും ഹൈന്ദവവും ബ്രാഹ്മണികവും പ്രയോഗപരമായി തികച്ചും ഉദ്ധാരകഭാവത്തിലുള്ളതും പിതൃത്വപരവും ജാത്യാചാരപരവുമാണെന്നതാണ്. അവർണരുടെ നിർവാഹകത്വത്തേയും ശബ്ദത്തേയും അതില്ലാതാക്കുകയും ജാതി ഹിന്ദുക്കളുടെ പരിഷ്കരണപരമായ പിതൃത്വാധികാരത്തേയും ഉദ്ധാരകനിലയേയും ഊട്ടിയുറപ്പിക്കുകയും ചെയ്യുന്ന ഈ വർണാശ്രമ ധർമ കാര്യപരിപാടി. ജാതിഹിന്ദുക്കൾ ന്യൂനപക്ഷമാകാതിരിക്കാൻ മരണംവരെ നടത്തുമെന്നദ്ദേഹം പ്രഖ്യാപിച്ച പട്ടിണിസമരവും പൂനാപാക്റ്റുമെല്ലാം നമുക്കറിവുള്ളതാണല്ലോ. ധാർമിക വിലപേശലിന്റെ ഹിംസാത്മകമായ തലമുണ്ടായിരുന്ന ഈ ജാതിഹിന്ദു തന്ത്രത്തെ “പൂനാപ്പട്ടിണി” എന്ന പ്രയോഗത്തിലൂടെയാണ് സഹോദരൻ 1932 ൽ തികഞ്ഞ വിമർശ ചരിത്രബോധത്തിലൂടെ കേരളത്തിലെ പത്രഭാഷയുടെ ഭാഗമാക്കി മാറ്റിയത്. 1920 കളിൽ തന്നെ തിരുനക്കര മൈതാനത്തു വച്ചു മാളവ്യയുടെ രാമനാമജപത്തെ തടഞ്ഞവനായിരുന്നു “കൊല്ലുന്നവൻ മുത്തിനു തുല്യനെന്ന്” 1914 ൽ തന്നെ എഴുതിയ ഗുരുവിന്റെ ആ വൽസല ശിഷ്യൻ. ഗുജറാത്തിലെ വൈഷ്ണവക്ഷേത്രങ്ങളിലെ ദേവദാസികളുടെ “തന്തയില്ലാത്ത” മക്കളെ അവിടുത്തെ ജാതിഹിന്ദുക്കൾ വിളിച്ചിരുന്ന “ഹരിജൻ” എന്ന പദമുപയോഗിച്ച് അദ്ദേഹം ദലിതരെ അഭിസംബോധന ചെയ്തതും, അവരതുടനടി തിരസ്കരിച്ചതും, അംബേദ്കർ തന്നെ ‘ഗാന്ധിയും കോൺഗ്രസും തൊട്ടുകൂടാത്തവരോടു ചെയ്തത്’ എന്ന പുസ്തകമെഴുതിയതും ഇവിടെ ഓർക്കാവുന്നതാണ് (അംബേദ്കർ 2002, ശേഖർ 2012). അദ്ദേഹത്തിന്റെ രാഷ്ട്രീയദർശനമായ ഹിന്ദ്സ്വരാജ് പോലെതന്നെ വിദ്യാഭ്യാസ ചിന്തയും തികച്ചും കാല്പനികാദർശ തലത്തിലുള്ളതും ആധുനിക ജനായത്ത സമൂഹത്തിൽ പ്രതിവിപ്ലവപരവും പ്രതിലോമപരവുമായതിനാൽ വിമർശവിചാരമില്ലാതെയുള്ള അതിന്റെ ആഘോഷം തികച്ചും അപകടകരമായിരിക്കുമെന്നും വിമർശകർ അംബേദ്റുടെ കാലം മുതലിങ്ങോട്ടു പറഞ്ഞു പോരുന്നു. ഹിന്ദുരാഷ്ട്രവാദമുയർത്തുന്ന മനുവാദികൾക്കു പോലും എളുപ്പത്തിലെടുത്തു പ്രയോഗിക്കാവുന്ന ഭാവാത്മകമായ ഉദാരഹൈന്ദവത മഹാത്മാവിന്റെ രചനകളിൽ നിറയുന്നതായാണ് വിമർശം.

അഖണ്ഡ, ഏകശിലാത്മക സംസ്കാരവാദവും 'ദേശീയ വികസന ലക്ഷ്യങ്ങളും'

"ഇന്ത്യൻ സംസ്കാരത്തിലും പാരമ്പര്യത്തിലും അടിയുറച്ചുകൊണ്ട് ആഗോള പൗരന്മാരാകാൻ" നവനയത്തിനാധാരമായ കരട് വിദ്യാർഥികളോട് ആഹ്വാനം ചെയ്യുന്നു (5). ഈ പറയുന്ന ഏകവും സനാതനവുമായ ഇന്ത്യൻ സംസ്കാരം ഏതാണ്? ദേശീയവാദ ഹിന്ദുക്കൾ പാശ്ചാത്യവിരുദ്ധ സമരസന്ദർഭത്തിൽ കെട്ടിച്ചമച്ചുണ്ടാക്കിയ ആർഷവും വൈദികവും വർണാശ്രമപരവും ഔപനിഷദികവും ബ്രാഹ്മണികവും ഹൈന്ദവവുമായ ഒരു സനാതന അധീശ സംസ്കാരത്തെ വർണവ്യവസ്ഥയ്ക്കും ജാതിക്കും പുറത്തുള്ള അവർണരുടെ മേൽ കെട്ടിയേൽപ്പിക്കുന്നത് നീതിക്കും ചരിത്രത്തിനും നിരക്കുന്നതല്ല (ശേഖർ 2008). അവർണരുടെ സംസ്കാരം അംബേദ്കർ മുതൽ ഓംവെതും ഗോപാൽ ഗുരുവും കേരളത്തിൽ സഹോദരനും തമിഴകത്ത് അയ്യോതി താസരും വരെ വ്യക്തമാക്കിയിട്ടുള്ളതുപോലെ തികച്ചും ജാതിവിരുദ്ധവും ബ്രാഹ്മണ്യവിരുദ്ധവുമായ ബുദ്ധവാദമാണ് (ഓംവെത് 2006). ഇന്ത്യക്ക് ബൗദ്ധവും ജൈനവും ആജീവകവും ജ്ഞതവും ക്രൈസ്തവവും ഇസ്ലാമികവും സൂഫിയും സിഖും എല്ലാമായ മിശ്ര സംസ്കാരധാരകളാണുള്ളത്. സൈന്ധവം മുതലുള്ള ഇന്ത്യയുടെ വൈവിധ്യത്തേയും ബഹുസ്വരതയേയും ഏകശിലാത്മകവും അഖണ്ഡവുമായ ഒരു സനാതന വൈദിക ഹൈന്ദവ സംസ്കാരത്തിലേക്കൊതുക്കുക എന്നത് തികച്ചും ഹിംസാത്മകവും സമഗ്രാധിപത്യപരവുമായ ഒരു ഫാഷിസ്റ്റ് അജണ്ടയുടെ ഭാഗമാണ്. ദേശീയ വിദ്യാഭ്യാസ നയം 2020 ന്റെ ഏറ്റവും കാരുണ്യരഹിതമായ ഹിംസയിതാണ്.

തികച്ചും ബ്രാഹ്മണികമായ ഇന്ത്യൻ സംസ്കാര ദേശീയവാദത്തിന്റേയും കോർപ്പറേറ്റ് ആഗോളീകരണത്തിന്റേയും തികഞ്ഞ ഇഴുകിച്ചേരലാണീ നവനയം വെളിപ്പെടുത്തുന്നത്. ഭരണകൂടോപാധികളും അതിന്റെ പ്രത്യയശാസ്ത്രോപാധികളായ വിദ്യാഭ്യാസവും കോർപ്പറേറ്റ് മൂലധന ഉൽപ്പാദനവ്യവസ്ഥകളും വിപണിശക്തികളും സമൂഹത്തിലെ സംസ്കാര വരേണ്യമൂല്യങ്ങളും ഇങ്ങനെ തികഞ്ഞ സംബന്ധത്തിൽ പ്രവർത്തിക്കുന്ന ഒരധീശ വ്യവസ്ഥയെയാണ് ഫാഷിസം എന്നു വിളിക്കുന്നത് (ഗ്രിഫിൻ 1995). അത്തരം സമഗ്രാധിപത്യത്തിനു ജനവഞ്ചനയിലൂടെ കോപ്പുകൂട്ടി കൊടുക്കുന്നത് ഗ്രാംചി മുസോലിനിയുടെ തടവറയിൽ കിടന്നെഴുതിയ പോലെ, പരമ്പരാഗത ബുദ്ധിജീവികളാണ്. അംബേദ്കർ പണ്ഡിതമന്യരെന്ന് "തൊട്ടുകൂടാത്ത"വരുടെ ആമുഖത്തിൽ വിളിച്ച ക്ഷുദ്രരായ അധികാര സേവകരും

അധീശ ദല്ലാളന്മാരുമത്രേ ഇത്തരം ഭട്ടസ്ഥാനമോഹികൾ.

നയം വ്യക്തമാക്കുന്നത് സമഗ്രക്രമീകരണപരവും സമഗ്രാധീശപരവും ഫാഷിസ്റ്റുമായ ഒരു ദാർശനിക, ജ്ഞാനിമ, ബോധന, പ്രതിനിധാന ഹിംസയും വൈവിധ്യനിഷേധവും ആക്രാമകമായ ഏകീകരണവും സംസ്കാര ന്യൂനീകരണവുമാണ്. വിദ്യാഭ്യാസത്തെ കൺകറന്റ് ലിസ്റ്റിൽ സ്ഥാനപ്പെടുത്തി പ്രാദേശിക സംസ്ഥാന സർക്കാരുകൾക്കുള്ള നയനിർണയന അവകാശങ്ങൾ സംരക്ഷിച്ചു പോന്ന ഇന്ത്യൻ നിർമാണ ഘടനയിലെ ഫെഡറലിസത്തിനും കൂടി കടകവിരുദ്ധമാണീ നവദേശീയ നയം. ഭരണഘടനയുടെ ആധാരമായ സാമൂഹ്യ നീതിയെ കേരളത്തിലെ ഇടതിലൂടെ ഉയർത്തിയ സാമ്പത്തിക നിർണയന സംവരണവാദത്തിലൂടെ തകർത്തു വാരി ദേവസ്വംബോഡിലെ അമിതപ്രാതിനിധ്യത്തിന്റെ ഓഡിനൻസ് രായ്ക്കുരാമാനം പാസാക്കിയെടുത്ത കേരളകുലീനരാണ് ഇതിനും ഉത്തരം പറയേണ്ടത്.

അനിയന്ത്രിതമായ 'അരബിന്ത്യൻ' അധീശ ദർശനം

ഗാന്ധിജിയെ പോലെ തന്നെ കരടിന്റെ മറ്റൊരു ഊർജ സ്രോതസ്സാണ് അരബിന്ദോ. അരബിന്ദോയുടെ അഥവാ വംഗരീതിയിൽ ഓരബിന്ദോയുടെ അപരിമേയമായ ഇന്ത്യയെ കുറിച്ചുള്ള ദർശനത്തേയാണ് അരബിന്ത്യൻ അധീശദർശനമെന്നു വിളിക്കാവുന്നത്. ഓരോ ഇന്ത്യക്കാരനും "ഉദിച്ചുയരുന്ന ഇന്ത്യ"യെ കുറിച്ചുള്ള ഒരു സങ്കൽപം അവശ്യമാണത്രേ (6). വാജപേയി കാലത്ത് പ്രമോദ് മഹാജനിലൂടെ അവതരിപ്പിക്കപ്പെട്ട "തിളങ്ങുന്ന ഇന്ത്യ" പോലൊന്നാണിതെന്നു തോന്നുന്നു. അതിന്റെ സൈനികവും സായുധവുമായ സൂക്ഷ്മവിവക്ഷകളും സൂചനകളും തിരിച്ചറിഞ്ഞാൽ തികച്ചും സംസ്കാരദേശീയതയുടെ രാഷ്ട്രീയാതിർത്തികളേ പോലും ഉല്ലംഘിക്കുന്ന ഹൈന്ദവ സാമ്രാജ്യത്താതിരേകമാണീ അരബിന്ത്യൻ അപരിമേയ ഇന്ത്യയെ കുറിച്ചുള്ള അതിരുകൾ കവിയുന്ന വികാരവൈവശ്യമെന്നു വ്യക്തമാകും. സാമൂഹ്യ രാഷ്ട്രീയ ശരീരത്തിന്റെ അർബുദമായി പെരുകുകയാണ് ഹിന്ദുത്വ ഫാഷിസമായിരിക്കുന്ന അരബിന്ത്യൻ ഹിന്ദു ദേശീയവാദം (ജാഫ്രലോട്ട് 2009).

ബുദ്ധനുപയോഗിച്ച പാലിയും യഥാർഥ ഹിന്ദുസ്ഥാനിയായ ഉറുദുവും ഇന്നു സംസ്കൃതീകരണത്തിലൂടെ ഇല്ലാതാക്കിയിരിക്കുന്നു. ഉനയിൽ 2016 ജൂലൈ 11 ന് നടന്ന കിരാത മർദ്ദനവും 2002 ൽ ഹരിയാനയിലെ ജാഝർ മുതലിങ്ങോട്ടു നടമാടുന്ന ഗോസംരക്ഷണ മനുഷ്യക്കൊലകളും മൃഗീയ മർദ്ദനങ്ങളും വെളിപ്പെടുത്തുന്നത്

സംസ്കാരദേശീയതയുടെ മൃഗീയതയെത്തന്നെയാണ്. ബ്രിട്ടീഷ് അധിനിവേശ സന്ദർഭത്തിൽ വംഗദേശത്ത് ഹൈന്ദവമായ നവോത്ഥാനം ഉണ്ടാക്കിയ നവഹിന്ദുത്വത്തിന്റെ പ്രവാചകരായ അരബിന്ദോയും ബിബേകാനന്ദോയും തന്നെയാണ് ഹിന്ദുത്വത്തിന്റെ ആഗോള ഉയിർപ്പിനേക്കുറിച്ചുള്ള കാമനാഖ്യാനങ്ങൾ ചമച്ചത്. ജാതിയുടേയും വർണത്തിന്റേയുമെല്ലാം തടസ്സങ്ങൾക്കപ്പുറത്ത് ഇന്ത്യ ലോകമെമ്പാടും തുടിച്ചുയരണമെന്നാണ് അരബിന്ദോ കാംക്ഷിക്കുന്നത് (5). അത്തരത്തിൽ ഏഷ്യയിലും ലോകത്തും എമ്പാടും ഉദിച്ചുയരുന്ന ഇന്ത്യ ഇരുപത്തൊന്നാം നൂറ്റാണ്ടിനെ തന്നെ സ്വന്തമാക്കുമെന്നാണ് നയത്തിന്റെ ആധാരമായ കരട് അവകാശപ്പെടുന്നത്. വിജ്ഞാന സൂപ്പർ പവറിന്റെ സത്ത വെളിവായല്ലോ.

ഗാന്ധിവാദം പോലെ തന്നെ അരബിന്ദോയുടെ അപരിമേയ ഇന്ത്യാവാദത്തിന്റെ പ്രശ്നം അതിന്റെ ആധാരം മുൻപറഞ്ഞ അഖണ്ഡ ഏകാത്മക വരേണ്യ സംസ്കാര ദേശീയതയിൽ അടിയുറച്ചതാണ് എന്നതാണ്. വൈദികവും വേദാന്തികവുമായ തികഞ്ഞ ബ്രാഹ്മണീയ ഹൈന്ദവതയാണതിന്റെ കാതൽ. മാത്രമവുമല്ല ഇന്ത്യൻ ഭരണഘടനയിൽ അധിഷ്ഠിതമായ ആധുനികവും ജനായത്തപരവും മതേതരവും സ്ഥിതിസമത്വപരവുമായ ആശയാദർശങ്ങൾക്കും വർത്തമാന മൂല്യങ്ങൾക്കും കടകവിരുദ്ധവുമാണീ വരേണ്യ സംസ്കാര ദേശീയവാദത്തിന്റെ സൈനികവും സായുധവും ഹിംസാത്മകവുമായ അധീശ യുക്തിയും ഹൈന്ദവലോകബോധവും. 'മഹർഷി' അരബിന്ദോയുടെ സാവിത്രി, രാജയോഗ, ലൈഫ് ഡിവൈൻ, ഫ്യൂച്ചർ പോയട്രി തുടങ്ങിയ രചനകൾ തികഞ്ഞ ഹൈന്ദവ സംസ്കാര ദേശീയവാദത്തിന്റേയും കറകളഞ്ഞ ബ്രാഹ്മണിക മൂല്യങ്ങളുടേയും അധീശപാഠങ്ങളായി ഇന്ന് വിമർശചിന്തകരും ചരിത്രരചയിതാക്കളും തിരിച്ചറിഞ്ഞു രേഖപ്പെടുത്തി വരുന്നു (ശർമ 2003). ഇന്ത്യയിലെ സംസ്കാര ദേശീയവാദത്തിന്റെ ആധാരമായ ബ്രാഹ്മണിക വ്യാഖ്യാനവ്യവസ്ഥയെ പുനരുൽപ്പാദിപ്പിക്കുകയും പുനസ്ഥാപിക്കുകയും ചെയ്തു എന്നതാണ് അരബിന്ദോയുടെ അപരിമേയ ഇന്ത്യയെക്കുറിച്ചുള്ള അധീശകാമനയും ബിബേകാനന്ദോയുടെ പുനരുൽപ്പാദിപ്പിക്കപ്പെട്ട ഹിന്ദുയിസത്തെക്കുറിച്ചുള്ള ഭാവനകളും ചെയ്തതെന്ന് ഇന്ന് വിമർശചിന്തകർ നിരീക്ഷിക്കുന്നു (മിശ്ര 2005). വന്ദേമാതര പ്രശസ്തമായ, അപരവൽക്കരണപരവും രാക്ഷസീകരണപരവുമായ, ഹിംസോൽസുകമായ 'മഹിഷാസുരമർദിനീ ദേശീയത' അഥവാ 'മ്ലേഛമർദ്ദന ദേശീയത' മുന്നോട്ടുവയ്ക്കുന്ന ബങ്കിംചന്ദ്രോയുടെ കഥനാഖ്യാനങ്ങളുടെ കാര്യം കൂടുതൽ വ്യക്തമാണല്ലോ. മൗലികാവകാശങ്ങളേയും

ഭരണഘടനാപരമായ വാഗ്ദാനങ്ങളേയും കുറിച്ചുള്ള മൗനവും നയരേഖകളിലും കരടുകളിലും നിറയുന്നത് അപരിമേയ ഇന്ത്യയെ കുറിച്ചുള്ള തികച്ചും 'ആർഷമായ' അരബിന്ദ്യൻ ദർശനത്തിന്റെ അധീശമറയുടെ സാന്നിധ്യത്തിലാണ്.

ഗാന്ധിയൻ അടിസ്ഥാന വിദ്യാഭ്യാസവും സ്വധർമവും

ഗാന്ധിയുടെ അടിസ്ഥാന വിദ്യാഭ്യാസ ദർശനത്തിന്റെ പരിമിതിയും പ്രശ്നവും ഇത്തരത്തിൽ വൈദികവും വർണാശ്രമധർമ പരവുമായ ജനായത്ത വിരുദ്ധ ഹൈന്ദവാടിത്തറയാണ്. അദ്ദേഹത്തിന്റെ സ്വന്തം രചനകളായ "ആദർശവാനായ തോട്ടിപ്പണിക്കാരനും" (1936) നവജീവൻ പ്രസ്സിലൂടെ അടിച്ചു വിറ്റ "വർണാശ്രമധർമ"യും ഈ ഹൈന്ദവാശ്രമധർമത്തിന്റെ ഉറച്ച അടിത്തറ വെളിവാക്കുന്നു (ഗാന്ധി 1962). തൊട്ടുകൂടായ്മയെ മാത്രം ജാതിഹിന്ദുക്കളുടെ ഒരു സ്വകാര്യ പാപമായി കരുതുകയും അതിന്റെ മതാധാരമായ വൈദിക വർണാശ്രമധർമത്തെ അതായത് ചാതുർവർണ്യ വ്യവസ്ഥയെ ഉദാത്തമായ ധാർമിക വ്യവസ്ഥയായി വാഴ്ത്തുകയും അവിടേയും നിർത്താതെ വർണാശ്രമധർമത്തെ സ്വധർമമായി വാഴ്ത്തുകയും ചെയ്യുകയായിരുന്നു ഗീതയെ ഉപജീവിച്ച ഗാന്ധി. വർണധർമത്തിന്റെ ആധാരപാഠങ്ങളായ ഋഗ്വേദത്തേയും ഗീതയേയും ഉപജീവിച്ചു കൊണ്ടാണ് വംഗനാട്ടിലെ ബിബേകാനന്ദോയ്ക്കും അരബിന്ദോയ്ക്കും ശേഷം പടിഞ്ഞാറേ ഇന്ത്യയിൽ ഗാന്ധിയും തിലകം പട്ടേലുമടങ്ങുന്ന ദേശീയവാദ നേതാക്കൾ പൊതുമണ്ഡലത്തെ ഹിംസാത്മകമായി ഹിന്ദുവൽക്കരിച്ചത്. ഗുജ്ജറുകളുടെ രാജ്യമായ ഗുജറാത്തിലും മഹാറുകളുടെ രാഷ്ട്രമായ മഹാരാഷ്ട്രയിലുമാണ് ഈ വരേണ്യ പദ്ധതി നടപ്പാക്കപ്പെട്ടത്. മഹാത്മാ ഫൂലേ പത്തൊമ്പതാം നൂറ്റാണ്ടിൽ തന്നെ ബലിരാജ്യമായും ക്രിസ്തുരാജ്യമായും വിഭാവനം ചെയ്ത ഭാവി ഭാരതത്തെ (സഹോദരന്റെ പ്രയോഗം) ഇരുപതാം നൂറ്റാണ്ടിന്റെ തുടക്കത്തിൽ വെള്ളക്കാരുടെ ചവിട്ടേറ്റിട്ടും കൂടെ ജയിലിൽ കിടന്ന സൗത്താഫ്രിക്കയിലെ "കാഫിറു"കളെ കുറിച്ചെഴുതി മടങ്ങി വന്ന ഗാന്ധി എങ്ങനെയാണ് രാമരാജ്യമായും ഹിന്ദുസ്വരാജായുമെല്ലാം വിഭാവനം ചെയ്തതെന്നു നമുക്കറിയാം. ഹരിജനോദ്ധാരണവും ഗ്രാമസ്വരാജും വർണാശ്രമധർമ-സ്വധർമ സങ്കൽപ്പനവുമെല്ലാം എങ്ങനെയാണ് തികച്ചും ബ്രാഹ്മണികമായ ഹൈന്ദവ സംസ്കാര ദേശീയവാദത്തിനാക്കവും പാഠബലവും പകരുന്നതെന്നും നാം കണ്ടു കഴിഞ്ഞു. ഈ കാരണങ്ങൾ കൊണ്ടു തന്നെ കഴിഞ്ഞ 65 വർഷമായി പൊതുപണമുപയോഗിച്ച് ഭരണകൂടം അതിന്റെ എല്ലാ പ്രത്യയശാസ്ത്രോപാധികളിലൂടെയും (ആകാശവാണി, ദൂരദർശൻ,

അച്ചടി മാധ്യമങ്ങൾ എന്നിവയിലൂടെ പ്രത്യേകിച്ചും) നിർബാധം തുടരുന്ന ഗാന്ധിമന്ത്രണ പ്രചാരണ പരിപാടിയേയും ഗാന്ധിയൻ വിദ്യാഭ്യാസ മാതൃകയേയും അടിയന്തിരമായി പുനർവിചാരം ചെയ്യേണ്ടതുണ്ട്. വർത്തമാനകാലത്ത് ഹിന്ദുസ്വരാജ്യം ഹിന്ദുരാഷ്ട്രവും തമ്മിലുള്ള അകലം തുലോം കുറഞ്ഞു വന്നിരിക്കുന്ന എന്ന കാലം പഠിപ്പിക്കുന്നു. ഈ പ്രകരണത്തിൽ ഗാന്ധിയേയും അരബിന്ദോ യേയും ബിബേകാനന്ദോയേയും ആധാരമാക്കുന്ന ഒരു വിദ്യാഭ്യാസ നയരേഖ നിശിതമായ വിമർശത്തിനും വിശകലനത്തിനും ചെറുക്ക ലിനും വിധേയമാക്കേണ്ടിയിരിക്കുന്നു.

വിടവിലായിപ്പോയ ലിംഗപദവി,
ജാതി, ലൈംഗികത, പരിസ്ഥിതി

ആമുഖത്തിലൊരിടത്തു മാത്രമാണ് 'ലിംഗം' എന്ന വാക്കുപയോ ഗിക്കുന്നത്. അതു തന്നെ "ലിംഗവിടവ്" എന്ന വിചിത്രമായ പ്രയോ ഗത്തിലൊതുക്കിയിരിക്കുകയാണ് (11). കരടിലല്ലാതെ നയത്തിൽ അതുമില്ല. ഇന്ത്യയിലെ നീറുന്ന ലിംഗ അസമത്വവും അനീതിയും ഗോപ്യമായി മറയ്ക്കാനും ചെറുതാക്കാനുമാണ് ഈ വിചിത്ര പദാവലി യുടെ ഒതുക്കത്തിലുള്ള പ്രയോഗമെന്ന വ്യക്തം. വർത്തമാനകാലത്ത് ജിഷയുടേയും രോഹിത് വെമുലയുടേയും കെവിൻ ജോസഫിന്റേയും ഉനയിലേയടക്കം മറ്റു നിരവധി ജാതി-ലിംഗ ശ്രേണീകൃത അസമത്വ ഇരകളുടെ ഭാഗധേയങ്ങൾ വിശദീകരിച്ചിട്ടുള്ളതു പോലെ ശരീരപര വും മതപരവുമായ ജാതി-ലിംഗക്കോയ്മയും ബ്രാഹ്മണിക ആൺകോ യ്മയും നടത്തുന്ന പ്രചണ്ഡമായ താഡനപീഡനങ്ങളെ മറയ്ക്കാനും മായിക്കാനും മൂകമാക്കാനുമാണ് ജാതിയേയും ലിംഗപദവിയേയും കുറിച്ചുള്ള ഈ മൂകത. വിദ്യാഭ്യാസരംഗത്തെ ലിംഗ അസമത്വവും അതിന്റെ ജാതി അസമത്വവുമായുള്ള സഹസംബന്ധങ്ങളും കരടിന്റെ പരിഗണനകളിലെങ്ങും സ്ഥാനപ്പെടുന്നില്ല. മറ്റൊരു ഭീകരമായ ഒഴിവാക്കലും പുറന്തള്ളലും ലൈംഗിക ന്യൂനപക്ഷങ്ങളും ട്രാൻസ് ജൻഡർ സമുദായവുമായി ബന്ധപ്പെട്ടതാണ്. വർത്തമാന ഇന്ത്യയിൽ ഭീഷണമായ മനുഷ്യാവകാശ പൗരാവകാശ നിഷേധങ്ങൾ നേരിടുന്ന ഒരു ചെറു സമുദായമാണിവർ. വിദ്യാഭ്യാസത്തിലൂടെ വേണം ഇത്തരം യാഥാസ്ഥിതിക മനോനിലകളെ സംബോധന ചെയ്യാനും മാററാനും. അടിസ്ഥാന സാമൂഹ്യ വിഷയങ്ങളായ ലിംഗ, ജാതി, ലൈംഗികത പ്രശ്നങ്ങളെ കുറിച്ചുള്ള മൗനവും പരിസ്ഥിതിയെ കുറിച്ചുള്ള പരാമർശമില്ലായ്മയും ഈ സമഗ്രാധിപത്യ വിദ്യാഭ്യാസ നയത്തിന്റെ പൊള്ളത്തരവും കള്ളത്തരവും പാപ്പരത്തവും തുറന്നു കാട്ടുന്നു. അടിസ്ഥാന സാമൂഹ്യ, പാരിസ്ഥിതിക പ്രശ്നങ്ങളുടെ

നേരെ കണ്ണടച്ചിരുട്ടാക്കി തികച്ചും ദമനാത്മകമായ ഒരു ഫാഷിസ്റ്റ് സംസ്കാര ദേശീയ പദ്ധതിയുമായി ജനങ്ങളുടെ ചിലവിൽ മുന്നോട്ട് പോകാനാണ് ഹിന്ദുത്വശക്തികളുടെ ശ്രമം.

വിജ്ഞാനത്തിന്റെ അതിയായ അധികാരവും കൂടിയ പ്രകടനവും വമ്പിച്ച വളർച്ചാനിരക്കും

"കൂടിയ പ്രകടനം നടത്തി കുതിച്ചു വളരുന്ന വിദ്യാഭ്യാസം" എന്ന സങ്കൽപ്പം (14) മറ്റൊരു കോർപ്പറേറ്റ് മൂലധന ആദർശമാതൃകയും ചോദ്യം ചെയ്യപ്പെടേണ്ടതും ആണ്. 1966 ലെ കോത്താരി കമ്മീഷൻ മുതൽ 1986 ലെ ദേശീയ വിദ്യാഭ്യാസ നയം വരെയുള്ള വിദ്യാഭ്യാസത്തിന്റെ സാമൂഹ്യ പ്രതിബദ്ധതയെ ഊന്നുന്ന ദർശനത്തിന് കടകവിരുദ്ധം കൂടിയാണ് ഈ ഗ്ലോബൽ പ്രതിബദ്ധതയും അരബിന്ത്യൻ ദർശനം പോലുള്ള കൂടിയ പ്രകടനവും പെരുകിയ വളർച്ചാനിരക്കും. കോത്താരി കമ്മീഷൻ മുതൽ ഊന്നിയിട്ടുള്ള ഇന്ത്യൻ ഭരണഘടനയിലാധാരമായ സാമൂഹ്യവും പാരിസ്ഥിതികവുമായ നീതിബോധത്തെ തൃണവൽഗണിച്ചുകൊണ്ടാണ് ഈ ആഗോള വിപണികേന്ദ്രിതമായ ബ്രാഹ്മണ്യത്തിന്റെ സൈനിക യുക്തികളായ കാലാളുകളുടെ കാടടച്ചുള്ള പടവെടിയെന്നതാണ് ശ്രദ്ധേയം. വിമർശചിന്തയ്ക്കും സാമൂഹ്യോന്മുഖമായ അറിവിനും അതിലേക്കുള്ള വിഷയാന്തരവും ബഹുവിഷയപരവുമായ ഗവേഷണ പഠനങ്ങൾക്കും ഊന്നൽ കൊടുക്കേണ്ടുന്ന സർവകലാശാലാ വിദ്യാഭ്യാസത്തെ കൂടിയ പ്രകടനത്തിന്റേയും അപരിമേയവും അതിവേഗത്തിലുമുള്ള സാമ്പത്തിക വളർച്ചയുടേയും കൂത്തരങ്ങാക്കുക എന്നാൽ ഇന്ത്യയുടെ ഉന്നതവിദ്യാഭ്യാസത്തിന്റെ സർവനാശത്തിന്റെ കുളം തോണ്ടുക എന്നതു തന്നെയാണ്. കൂടിയ പ്രകടനം നടത്തുന്ന, സാമ്പത്തിക പെരുക്കത്തിന്റെ അതിവേഗതയാർന്ന "മികവി"ന്റെ കേന്ദ്രങ്ങളാക്കി ഇന്ത്യൻ വിദ്യാഭ്യാസത്തെ വാർത്തെടുക്കുക എന്നത് തികച്ചും ബ്രാഹ്മണികവും കോർപ്പറേറ്റ് മാതൃകയാർന്നതുമായ വരേണ്യ സമീപനമാണ്. മറിച്ച് ഇന്നോളമുണ്ടായിട്ടുള്ള എല്ലാ വിദ്യാഭ്യാസ നയസമീപനങ്ങളും ആവർത്തിക്കുന്നതുപോലെ തുല്യതയുടേയും നീതിയുടേയും വിമർശചിന്തയുടേയും സാമൂഹ്യസാക്ഷരതയുടേയും ജനായത്തത്തിന്റേയും കേന്ദ്രങ്ങളാവണം ഉന്നതവിദ്യാഭ്യാസകേന്ദ്രങ്ങൾ.

ചരക്കുവൽക്കരിക്കപ്പെടുന്ന ഭാഷയും വിദ്യാഭ്യാസത്തിന്റെ "ഉൽപന്നങ്ങളും"

വിദ്യാഭ്യാസത്തെ "മാനുഫാക്ചറിങ്ങാ"യാണ് നയരേഖകൾ വ്യവഹരിക്കുന്നത് (14). ഇത് മൂലധന കോർപ്പറേറ്റ് വാണിജ്യ

വിപണിയുക്തിയുടെ അപരിമേയമായ പരകോടിയാണ്. മനുഷ്യ വിഷയികളെ കേവലം "പ്രോഡക്ട്"കളായി അപമാനവീകരിക്കുന്ന ബ്രാഹ്മണ്യ മൂലധന വ്യവസ്ഥയുടെ അപരഹത്യാപരമായ ഹിംസയും കൂടിയാണിത്. വിദ്യാഭ്യാസത്തേയും വിദ്യാർഥികളേയും ഗവേഷകരേയും അധ്യാപകരേയുമെല്ലാം ചരക്കുവൽക്കരിച്ചു കൊണ്ട് "വിദ്യാഭ്യാസത്തിന്റെ ഉൽപ്പന്നങ്ങളുടെ ജോലിക്കുനെയോജ്യമായ ശേഷികളെ കൂട്ടുന്നതിനെ" കുറിച്ച് കരട് പറയുന്നു (14). ആമുഖത്തിനു ശേഷം വെളിവാക്കുന്ന ഉദ്ദേശലക്ഷ്യങ്ങൾ തികച്ചും നവബ്രാഹ്മണ്യത്തിനും കോർപ്പറേറ്റ് വിപണിക്കും വേണ്ടിയുള്ളതാണെന്ന് ഒരിക്കൽ കൂടി വ്യക്തമാക്കുന്നതാണ് ചരക്കുവൽക്കരിക്കപ്പെട്ട ഉൽപ്പന്നങ്ങളെ കുറിച്ചുള്ള ഈ നിഷ്കളങ്കമായ വെളിപ്പെടുത്തൽ. ഇന്ത്യൻ സർവ്വകലാശാലാ വ്യവസ്ഥയുടെ തുടക്കം മുതൽ പത്തൊമ്പതാം നൂറ്റാണ്ടിലെ മിഷനറിമാരുടെ കാലം മുതൽ ഇന്ത്യൻ ഉന്നതവിദ്യാഭ്യാസത്തിന്റെ നട്ടെല്ലായി നിൽക്കുന്ന ലോകഭാഷയായ ഇംഗ്ലീഷിന്റെ പ്രസക്തിയെ ഇല്ലായ്മ ചെയ്ത് സംസ്കൃതത്തിനും ഇതര ഇന്ത്യൻ ഭാഷകൾക്കും കേന്ദ്രീകൃത സ്ഥാനം നൽകണമെന്നതാണ് മറ്റൊരു നിർദേശം. പ്രാദേശിക ഭാഷകൾക്കുള്ള ഒരു ഊന്നലായി ഇതിനെ പല ഭാഷാഭിമാനവാദികളും നല്ലതായി കാണുമെങ്കിലും യഥാർഥത്തിൽ ആന്തരാധിനിവേശമായ ഹിന്ദുസാമ്രാജ്യത്തത്തിന്റെ ഭാഷയായ, വരേണ്യ വൈദിക സംസ്കൃതത്തിന്റെ അപ്രമാദിത്തം പുനഃസ്ഥാപിക്കാനുള്ള ഒരു ബ്രാഹ്മണിക ആൺകോയ്മാ തന്ത്രമാണിത്. പ്രാദേശിക ഭാഷകളുടെ പ്രോത്സാഹനമെന്ന വെടിമറയിൽ ഇംഗ്ലീഷിന്റെ ആധുനികതയേയാണ് അസ്ഥാനത്താക്കുന്നത്. ഫൂലേയും അംബേദ്കറും അവരുടെ ജീവിതപ്പോരാട്ടങ്ങളും വെളിപ്പെടുത്തിയിട്ടുള്ള പോലെ ഇന്ത്യയെ പോലെ ബ്രാഹ്മണിക ആൺകോയ്മയും അതിന്റെ ഭാഷാവതാരമായ സംസ്കൃതവും, മധ്യകാലത്തോടെ സംസ്കൃതീകരിച്ച് കാനോനീകരിക്കപ്പെട്ട പല പ്രമുഖ പ്രാദേശിക ഭാഷകളും അവയുടെ വരേണ്യ ഹിന്ദുലോകബോധവും കൂടി അപമാനവീകരിക്കുകയും നശിപ്പിക്കുകയും ചെയ്തിട്ടുള്ള ഒരു പരമ്പരാഗത സമൂഹത്തിൽ ഇംഗ്ലീഷിന്റെ മേലുള്ള ആക്രമണം ആധുനികതയ്ക്കും രാജ്യാന്തര സംസ്കാരത്തിനും യുക്തിചിന്തയ്ക്കും ശാസ്ത്രീയ മനോഭാവത്തിനും നിയമവാഴ്ച്ചയ്ക്കും ഭരണഘടനാ നൈതികതയ്ക്കും നേരേയുള്ള കിരാത പാഷണ്ഡ അക്രമണം തന്നെയാണ്. തികച്ചും സങ്കുചിതവും ആധുനിക പൂർവ്വവുമായ ജാതി വരേണ്യതയിലുയർത്തിയ ഭാഷാസ്വത്വവാദത്തേയും പ്രാദേശിക ദുരഭിമാനത്തേയും കേന്ദ്രീകരിക്കുന്ന പ്രാദേശികഭാഷാ സ്വത്വക്കാർഡുകളിച്ചുകൊണ്ട് സംസ്കൃതത്തിന്റെ ബ്രാഹ്മണികലോകബോധത്തെ

കേന്ദ്രീകരിക്കുകയാണ് സംസ്കാര ദേശീയവാദം. ഹൈന്ദവ ഫാഷിസത്തിന്റെ കിരാത ഹിംസാ സന്ദർഭത്തിൽ ഭാഷാസ്വത്വവാദവും സംസ്കാരദേശീയവാദവും തമ്മിലും അകലം വളരെ കുറവാണെന്നു വ്യക്തമാകുന്നു. ഇന്ത്യയെ പോലുള്ള പരമ്പരാഗത പൗരോഹിത്യ ആൺകോയ്മയാൽ നിർണയിക്കപ്പെട്ടുപോന്ന സമൂഹങ്ങളിൽ ആധുനികതയേയും ജനായത്ത ചാലകതയേയും നിർവാഹകത്വത്തേയും സൂചിപ്പിക്കുന്ന ഇംഗ്ലീഷിനെ ഇകഴ്ത്താനാണ് ഈ നവ ദേശീയ വിദ്യാഭ്യാസ ഭാഷാ നയരൂപീകരണമെന്നു വ്യക്തം. സനാതന വൈദിക വർണാശ്രമ തമസ്സിലേക്കുള്ള വഴിമടക്കമാണ് ഈ ആധുനിക ജനായത്ത വിരുദ്ധതയും അധീശ ഭാഷാ, ജ്ഞാനിമ ഹിംസയും

ബഹുഭാഷകത്വവും ഭാഷയുടെ അധികാരവും ഗൂഢപദ്ധതിയും

കരടുകളുടെ തുടർച്ചയായി 2020 ഓഗസ്റ്റാദ്യം വിദ്യാഭ്യാസ മന്ത്രാലയമെന്നു പേരുമാറ്റിയ പഴയ ഹ്യൂമൻ റിസോഴ്സസ് വികസന മന്ത്രാലയത്തിന്റെ വെബ്സൈറ്റിൽ കൊടുത്തിരിക്കുന്ന നയരേഖയിൽ മൂന്നു പേജാണ് ഭാഷാനയക്രമീകരണത്തിനായി നീക്കിവച്ചിരിക്കുന്നത് (2020: 13 -15). ബഹുഭാഷകതയെ കുറിച്ചു പറയുകയും മാതൃഭാഷാവാദത്തിന്റെ ഉറുപ്പുചീട്ടിറക്കുകയും ജനപ്രീണനം നടത്തുകയും, അനന്തരം എല്ലാ ആധുനിക ഇന്ത്യൻ ഭാഷകളും എട്ടാം ഷെഡ്യൂളിൽ പെടുന്ന സംസ്കൃതം എന്ന ശ്രേഷ്ഠഭാഷയുടെ സന്താനങ്ങളും പ്രജകളുമാണെന്ന മട്ടിലുള്ള പരോക്ഷ വരേണ്യവൽക്കരണമാണ് പുനരാനയിക്കുന്നത്. കരടുകളിലെ പ്രകടമായ സംസ്കാര ദേശീയ ചിന്തകളെ 2016 മുതൽ വിപുലമായി ലേഖകനടക്കമുള്ള വിദ്യാഭ്യാസ വിമർശ ചിന്തകരും പഠിതാക്കളും ചോദ്യം ചെയ്തപ്പോൾ മാവാരതപട്ടത്താനം പോലെ പരോക്ഷമായി കൂടുതൽ ഫലപ്രദമായി സ്വയംസേവക അജണ്ട നടപ്പാക്കാൻ പറ്റിയ വിളനിലമായി ഭാഷാനയത്തെ കണ്ടെത്തി കുത്തകയാക്കി മാറ്റിയിരിക്കുകയാണ് എന്നു വിമർശവീക്ഷണത്തിൽ കാണാം. ഇന്ത്യൻ ഭാഷകളുടെ ഘടനയും പദാവലിയും ശൈലികളുമെല്ലാം സംസ്കൃതവുമായി ബന്ധപ്പെട്ടു വികസിച്ചതാണെന്നും ആത്യന്തിക വിജ്ഞാനഭാഷയും അധികാരഭാഷയും (യഥാർഥത്തിൽ പ്രാകൃതഭാഷകളിൽ നിന്നും വരേണ്യമായി സംസ്കൃതീകരിച്ചു പൗരോഹിത്യ പണ്ഡിത ആൺകോയ്മാധികാരം കൃത്രിമമായി കുത്തകാധികാരത്തിനായി വികസിപ്പിച്ച) ദേവവാണിയാണെന്നും മറ്റുമുള്ള വിശദീകരണം വ്യക്തമാക്കുന്നതിതാണ്. വർത്തമാനത്തിലെ പരമാധികാര അധികാരഭാഷയായി സംസ്കൃതത്തെ പുനരാനയിക്കാനുള്ള മായിക ഗൂഢ പദ്ധതിയാണീ

ദേശീയനയത്തിലെ ഭാഷാവിചാരമെന്നതിൽ സംശയമില്ല. കാഞ്ച ഐലയ്യ അടക്കമുള്ള ദലിത്-ബഹുജന വിമർശചിന്തകർ ഇംഗ്ലീഷിനും ആധുനികതയ്ക്കും ജനായത്തത്തിനും സാംസ്കാരിക നീതിക്കുമെതിരായ ഈ ഗൂഢഹൈന്ദവ ഭാഷാനയസമീപനത്തെ എതിർത്തെഴുതിക്കഴിഞ്ഞു (ഐലയ്യ 2020). ആദിവാസികൾക്കും ദലിതർക്കും പിന്നാക്കസമുദായങ്ങൾക്കും അവർണർക്കും ന്യൂനപക്ഷ ങ്ങൾക്കും മാതൃഭാഷാ പദവിയിലാറാടിക്കുന്ന പല ശ്രേഷ്ഠഭാഷകളും, പ്രത്യേകിച്ച് സംസ്കൃതമെന്ന കാമധേനുവായ പരിശുദ്ധ മാതാവും തികച്ചും ഹിംസാത്മകമായ അധിനിവേശ അധീശ ഭാഷകളാണെന്ന വസ്തുത നമ്മുടെ ആദിവാസി-ഭാഷാന്യൂനപക്ഷ വിഷയികൾ തന്നെ നിരന്തരം നിരവധി ആത്മകഥന വിചാരങ്ങളിലൂടെ വരമൊഴിയിൽ തന്നെ രേഖപ്പെടുത്തിക്കഴിഞ്ഞിരിക്കുന്നു. ആന്ധ്രാ മുഖ്യമന്ത്രി ജഗൻ മോഹൻ റെഡ്ഡി സർക്കാർ സ്കൂളുകളിൽ ഇംഗ്ലീഷിലുള്ള പഠനം നിർബന്ധമാക്കിയപ്പോൾ എതിർപ്പുമായി വന്ന ദ്വിജ വരേണ്യരെ ഗ്രാമീണ ബഹുജനങ്ങൾ നേരിട്ടത് നിങ്ങളുടെ മക്കളെ സംസ്കൃത പാഠശാലയിലേക്കയച്ചോളൂ, നമ്മുടെ കുട്ടികൾക്ക് ഇംഗ്ലീഷു പഠിച്ച് ലോകവുമായി ഇടപെടേണ്ടതുണ്ട് എന്ന് പറഞ്ഞുകൊണ്ടാണ് എന്ന് കാഞ്ച ഐലയ്യ ചൂണ്ടിക്കാണിക്കുന്നു. നാലുവർഷം മാത്രം ഇന്ത്യയിൽ ജീവിച്ച് ഇന്ത്യയിലെ ആധുനിക ഇംഗ്ലീഷ് വിദ്യാഭ്യാസത്തിന് വഴിമരുന്നിട്ട മെക്കാളേയുടെ ഇടപെടൽ ജാതിയടിമത്തത്തിലും ബ്രാഹ്മണിക സംസ്കൃതാധിനിവേശത്തിലും ഉഴറിയ ഇന്ത്യയെ സംബന്ധിച്ച് വിമോചനപരം കൂടിയായിരുന്നു എന്നദ്ദേഹം നിരീക്ഷി ക്കുന്നു. ഇംഗ്ലീഷു പഠിച്ചാൽ മാത്രമേ ബഹുജനങ്ങൾക്ക് ഭരണഘടനാ സ്ഥാപനങ്ങളും സംവിധാനങ്ങളും സേവനങ്ങളും ലോകസമ്പദ്വ്യവ സ്ഥകളും സാധ്യതകളും ഉപയോഗപ്പെടുത്താനാവൂ എന്നും കാഞ്ചയെ പോലുള്ള ബഹുജനചിന്തകർ നിരീക്ഷിക്കുന്നു.

ഇന്ത്യൻ വിദ്യാഭ്യാസത്തിന്റെ ഭാവി?

2020 മധ്യത്തിൽ നയം കേന്ദ്രഭരണകൂടം അംഗീകരിച്ചതോടെ തങ്ങളുടെ അറുപതു ശതമാനം ആവശ്യങ്ങളും സഫലമായെന്ന് സ്വ യംസേവകർ മാധ്യമങ്ങളിൽ വിളിച്ചു പറഞ്ഞതും സ്ഥിതിഗതികളുടെ ഗൗരവമേറ്റുന്നു. നീതിയുടേയും നേരിന്റേയും ഉൾക്കൊള്ളലിന്റേയും ജനായത്തപരമായ ഭരണഘടനാപരമായ പുത്തൻ വിദ്യാഭ്യാസ നയമല്ല, മറിച്ച് പുറന്തള്ളലിന്റേയും വരേണ്യവൽക്കരണത്തിന്റേ യും കുത്തകവൽക്കരണത്തിന്റേയും ഭരണഘടനാവിരുദ്ധമായ കോർപ്പറേറ്റ്-ബ്രാഹ്മണിക അജണ്ടയാണീ നവ ദേശീയ വിദ്യാഭ്യാ സനയത്തിൽ പദ്ധതിചെയ്തു വച്ചിരിക്കുന്നതെന്നത് വ്യക്തമാകുന്നു.

വിപുലമായി പെരുകുന്നതെന്ന നയം വിഭാവനം ചെയ്യുന്ന ഒരു നവ സമ്പദ്‌വ്യവസ്ഥയിലെ തുല്യതയേയും ഉൾക്കൊള്ളലിനേയും കുറിച്ച് ആവർത്തിക്കുന്നുവെങ്കിലും 2020 ലെ നയരേഖ യഥാർത്ഥത്തിൽ പുറന്തള്ളലിന്റേയും ശ്രേണീകരണത്തിന്റേയും വരേണ്യ ലോക ബോധത്തെ പുനരാനയിക്കുന്നതാണെന്ന് നവഉദാര കോർപറേറ്റ് ബ്രാഹ്മണ്യത്തിന്റെയും ഹിന്ദുത്വ സംസ്കാര ദേശീയവാദത്തിന്റേയും വിമർശകർ പറയുന്നു. പുറന്തള്ളലിനേയും പലതരത്തിലുള്ള വിദ്യാഭ്യാസ ശ്രേണീകരണത്തേയും ഗൂഢമായ ഹിംസാകാമനകളേയും നവ്യവരേണ്യ ഭവിഷ്യോന്മുഖ ശുദ്ധഭാവനകളേയും പൗരക്രമീകരണത്തേയും ഭാഷാലീലയിലൂടെ സൗന്ദര്യവൽക്കരിക്കുകയും വ്യവസ്ഥാപിത ഭരണഘടനാ സംവിധാനങ്ങളിലൂടെയും നയനടപടി പ്രയോഗ പരിപാടികളിലൂടെയും സാധാരണീകരിച്ച് സാധൂകരിക്കുകയുമാണ് നയരേഖ. മഹാമാരിയുടെ സവിശേഷ അപവാദ സന്ദർഭത്തെ മുതലെടുത്ത് അസാധാരണമായതിനെ സാധാരണീകരിക്കുകയാണിവിടുത്തെ സമഗ്രാധിപത്യ കേന്ദ്രീകരണ തന്ത്രവും പ്രയോഗവും. രാഷ്ട്രീയ സ്വയംസേവക ശൈലിയിലുള്ള പ്രധാനമന്ത്രിയേയും ഭരണകൂടത്തേയും കേന്ദ്രീകരിക്കുന്ന ഒരു ദേശീയ ശിക്ഷാ ആയോഗെന്ന കേന്ദ്രീകൃത വിദ്യാഭ്യാസ പ്രതിഷ്ഠാനവും അതിന്റെ തൽസമയ പ്രതിഷ്ഠാപനവും വിജ്ഞാന നിർമിതിയെ ആകെ പിടിയിലൊതുക്കുന്ന ഒരു ദേശീയ ഗവേഷണ ഫൗണ്ടേഷനുമെല്ലാം സമഗ്രാധിപത്യ അജണ്ടയുടെ മൂർത്തമായ യാഥാർത്ഥ്യത്തെ തുറന്നുകാട്ടുന്നു.

പരാമർശിത രചനകൾ

Ambedkar, B R. Essential Writings of B R Ambedkar. Ed. Valerian Rodriguez. New Delhi: Oxford UP, 2002.

Gandhi, M K. Varnasramadharma. Bombay: Navjivan, 1962.

Griffin, Roger. Fascism. London: Oxford U P, 1995.

Ilaiah, Kancha. 'Macaulay Is Very Relevant Today and Helps Dalits, OBCs Join the Global Economy.' https://thewire.in/education/macaulay-english-medium-new-education-policy. Accessed 7 Aug 2020.

Jaffrelot, Christophe. Hindu Nationalism: A Reader. New York: Princeton UP, 2009.

Omvedt, Gail. Buddhism in India: Challenging Brahmanism and Caste. New Delhi: Sage, 2006.

Mahajan, Nitin. 'RSS Calls Shots on Educational Policy.' Asian Age, 21 Jun 2016. Web. 25 July 2016. <<http://www.asianage.com/india/rss-calls-shots-education-policy-867>> Accessed 20 Aug 2016.

Misra, Amalendu. Identity and Religion: Foundations of Anti Islamism in India. New Delhi: Sage, 2005.

Ratnagar, Shereen. The End of Great Harappan Tradition. New Delhi: Manohar, 2000.

Sarkar, Anindia et al. 'Oxygen isotope in archaeological bioapatites from India: Implications to climate change and decline of Bronze Age Harappan civilization.' Nature 25 May 2016.

Sarkar, Sumit. Beyond Nationalist Frames: Relocating Post Modernism, Hindutva, History. New Delhi: Permanent Black, 2002.

Sekher, Ajay. Representing the Margin: Caste and Gender in Indian Fiction. New Delhi: Kalpaz/Gyan, 2008.

-. Sahodaran Ayyappan: Towards a Democratic Future. Calicut: Other, 2012.

-. Dr B R Ambedkar. Kottayam: SPCS, 2015.

-. Nanuguruvinte Atmasahodaryavum Matetara Bahuswara Darsanavum: Anukambayute Neetisastram. Trivandrum: Mythri, 2016.

---. Putan Keralam: Kerala Samskaratinte Baudha Atithara. Kerala Bhasha Institite, 2018.

---. 'Saffronising and Corporatising Indian Education: Critique of the National Educational Policy 2016 Draft.' Web. 13 Aug 2016. https://www.sabrangindia.in/article/saffronising-and-corporatising-indian-education-critique-national-educational-policy-2016. Accessed 6 Aug 2020.

Sen, Amartya. 'Restoring Nalanda.' Web. 25 Jul 2016. <<http://asiasociety.org/restoring-nalanda-lecture-amartya-sen>>

-. 'Basic Education: India's Backwardness and the Lessons of Kerala.' New Trends. Kottayam: D C Books, 2002. 3-8.

Sharma, Jyotirmaya. Hindutva: Exploring the Idea of Hindu Nationalism. New Delhi: Viking and Penguin, 2003.

Shendge, Malati. The Civilized Demons: Harapppans in Rgveda. New Delhi: Abhinav, 2002.

Thapar, Romila. Narratives and the Making of History: Two Lectures. New Delhi: Oxford UP, 2000.

'ICHR Chairman Defends Saffronisation of History.' Times of India. 19 March 2002. web.<<http://timesofindia.indiatimes.com/city/hyderabad/ICHR-chairman-defends-saffronisation-of-history/articleshow/4209980.cms>>14 Aug 2016.

NEP 2016 Draft Inputs and TSRSC Report by MHRD, Govt of India.pdf. Accessed 2 July 2026.

NEP 2019 Draft by MRRD, Govt of India. https://www.mhrd.gov.in/sites/upload_files/mhrd/files/nep/English1.pdf. Accessed 6 Aug 2020.

NEP 2020 Final by Ministry of Education/MHRDS, Govt of India. https://www.mhrd.gov.in/sites/upload_files/mhrd/files/NEP_Final_English_0.pdf. Accessed 8 Aug 2020.

(കടപ്പാട്:പച്ചക്കുതിര സെപ്റ്റംബർ,2020)

വിദ്യാഭ്യാസ നയത്തിന്റെ രാഷ്ട്രീയവും മുസ്ലിം ചോദ്യങ്ങളും

ലദീദ ഫർസാന

വിജ്ഞാനം,ജ്ഞാനോല്പാദനം, വിജ്ഞാനത്തിന്റ അധികാരം/വിതരണം തുടങ്ങിയവയെ ഇന്ത്യൻ ദേശീയതയുടെ അധികാര ബന്ധങ്ങളുടെ സ്വഭാവത്തെ മുൻനിർത്തി വിശകലനം ചെയ്യേണ്ടതുണ്ട്. വിദ്യാഭ്യാസ പരിഷ്കരണങ്ങളെയും നയമാറ്റങ്ങളെയും ഇതിന്റെത്തന്നെ അടിസ്ഥാനത്തിൽ വിശകലന വിധേയമാക്കുമ്പോൾ മാത്രമാണ് ഇന്ത്യയിലെ വിദ്യാഭ്യസ പ്രക്രിയയിലെ സാമൂഹിക നീതിയെക്കുറിച്ചുള്ള അന്വേഷണങ്ങൾ പൂർണത കൈവരിക്കുന്നത്.

വിദ്യാഭ്യാസ നയങ്ങളെ വിശകലനം ചെയ്യുമ്പോൾ ഒരേ സമയം ഘടനാപരമായ പരിഷ്കരണങ്ങളും നയപരമായ മാറ്റങ്ങളും ചർച്ചചെയ്യപ്പെടാറുണ്ട്.

അവസരസമത്വം, വിമർശന ചിന്ത, സാമൂഹിക വൈവിധ്യങ്ങളോടുള്ള നീതിപൂർവ്വമായ സമീപനം, വിദ്യാഭ്യാസ ഉള്ളടക്കത്തിലെ സർഗാത്മകത, വിദ്യാർത്ഥി സമൂഹത്തിനും അധ്യാപക സമൂഹത്തിനും അനുകൂലമായ വിദ്യാഭ്യസ അന്തരീക്ഷം, അതിനാവശ്യമായ ഘടനാപരമായ പരിഷ്കരണങ്ങൾ, തുടങ്ങിയവ ഓരോ വിദ്യാഭ്യാസ നയപ്രഖ്യാപനങ്ങൾക്ക ശേഷവും ഉയർന്നുവരുന്ന “മുഖ്യധാരാ”ചർച്ചാ വിഷയങ്ങളിൽ പ്രധാനമായവയാണ്. എന്നാൽ

നിലനിൽക്കുന്ന വിദ്യാഭ്യാസ വ്യവസ്ഥിതിയുടെയും സമ്പ്രദായത്തിന്റെയും മൗലികമായ പരിമിതികളെ വരച്ചുകാണിക്കുക കൂടി ചെയ്യുന്ന ഒന്നായി അതൊരിക്കലും വികസിക്കാറുമില്ല. മറിച്ച് ജനാധിപത്യ പ്രക്രിയയെ നിയന്ത്രിക്കുന്ന രാഷ്ട്രീയ കക്ഷികളും ഭരണകൂട സ്ഥാപനങ്ങളും വിതരണം ചെയ്യുന്ന വിദ്യാഭ്യാസ നയങ്ങളുടെ തന്നെ യുക്തിക്കുള്ളിൽ നിന്നുകൊണ്ട്, നീക്കുപോക്കുകളുടെ നിർദേശങ്ങളായി പരിമിതപ്പെട്ട ചർച്ചകളായാണ് അവയൊക്കെയും അരങ്ങേറുന്നത്.

ഇന്ത്യയിലെ വ്യവസ്ഥാപിത വിദ്യാഭ്യസ പ്രക്രിയ പ്രോത്സാഹിപ്പിക്കുന്ന വിജ്ഞാനങ്ങളും അതുല്പാദിപ്പിക്കുന്ന രാഷ്ട്രീയ വ്യവഹാരങ്ങളും നിലനിൽക്കുന്ന അധീശ സാമൂഹിക ഘടനയ്ക്ക് ഒരുതരത്തിലുള്ള വെല്ലുവിളികളും സൃഷ്ടിക്കുന്നില്ല എന്ന യാഥാർഥ്യം ഇതോടൊപ്പം ചേർത്തു വായിക്കേണ്ടതുമുണ്ട്.

ബി ജെ പി ഭരണകൂടം മുന്നോട്ടുവച്ച പുതിയ വിദ്യാഭ്യാസ നയത്തെ മുസ്‌ലിം പരിപ്രേക്ഷ്യത്തിൽ നിന്ന് വിലയിരുത്തൽ നടത്താനായി രണ്ട് കാര്യങ്ങളെ പരസ്പര ബന്ധിതമായി ചർച്ചക്കെടുക്കേണ്ടതുണ്ട്.

ഒന്ന്, ഇന്ത്യൻ ദേശീയതയെ രൂപപ്പെടുത്തിയ ഭാവനകളിൽ മുസ്ലിമിനെ സ്ഥാനപ്പെടുത്തിയ രാഷ്ട്രീയ വ്യഹഹാരങ്ങളാണ്. മറ്റൊന്ന് മുസ്ലിങ്ങളുടെ ഇന്ത്യയിലെ വിദ്യാഭ്യാസപരമായ അനുഭവങ്ങളുടെ ചരിത്രപരമായ വസ്തുതകളും.ഇവ രണ്ടും പരസ്പരബന്ധിതമാകുന്ന രാഷ്ട്രീയ പരിസരത്തെ വിശകലനം ചെയ്തുകൊണ്ട് ചില നിരീക്ഷണങ്ങൾ പങ്കുവെക്കാനാണ് ഈ ലേഖനത്തിലൂടെ ശ്രമിക്കുന്നത്.

വിവേചനങ്ങളുടെ രാഷ്ട്രീയം

ഇന്ത്യൻ മുസ്ലിങ്ങളുമായി ബന്ധപ്പെട്ട നിരവധി വിഷയങ്ങളെ സംബന്ധിച്ചുള്ള സച്ചാർ കമ്മിറ്റി റിപ്പോർട്ട് പരിശോധിച്ചാൽ ഇന്ത്യയിൽ ആകമാനമുള്ള സാക്ഷരതാനിരക്ക് കുറച്ചുകാലമായി 74% ആണ് എന്ന് കാണാൻ സാധിക്കും.അതിൽ മുസ്ലീങ്ങളുടെ സാക്ഷരതാനിരക്കാവട്ടെ 60 ശതമാനവും. ഡ്രോപ്പ് ഔട്ട് ആവുന്ന സാഹചര്യം കാരണം ഹൈസ്കൂൾ തലത്തിൽ പോലും അതേ സ്ഥിതി വർദ്ധിച്ചതോടെ ഡാറ്റ വീണ്ടും താഴുകയാണുണ്ടായത്. പൊതുവിൽ, 17 വയസ്സും അതിന് മുകളിലുമുള്ളവരിൽ 26% പേർ മെട്രിക്കുലേഷൻ പൂർത്തിയാക്കി. മുസ്ലീങ്ങൾക്കിടയിൽ ഇത് 17 ശതമാനം മാത്രമാണ്. ഗവൺമെന്റ് തന്നെ പുറത്തുവിട്ട ഔദ്യോഗിക രേഖകൾ പ്രകാരം ഇന്ത്യയിലെ ഉന്നത വിദ്യാഭ്യാസ മേഖലയിലെ മുസ്ലീങ്ങളുടെ പ്രവേശന നിരക്ക് (Enrollment Ratio) മറ്റു സമുദായങ്ങളെ അപേക്ഷിച്ച് തീർത്തും കുറവാണ്. ഓൾ ഇന്ത്യാ സർവ്വേ ഓൺ ഹയർ

എജ്ജുക്കേഷന്റെ വിവരങ്ങൾ പ്രകാരം 2017-18 ലെ മുസ്ലീം വിദ്യാർത്ഥി നിരക്ക് മുസ്ലിം ജനസംഖ്യയായ 17 ശതമാനം വെച്ച് നോക്കുമ്പോൾ വെറും 4.9 മുതൽ 5.0 ശതമാനം വരെ മാത്രമായിരുന്നു. അധ്യാപകർക്കിടയിലെ മുസ്ലീം സമുദായ പ്രാതിനിധ്യത്തിന്റെ സ്ഥിതിയും പരിതാപകരമാണ്. ഉന്നത വിദ്യാഭ്യാസ രംഗത്തെ അധ്യാപക സമൂഹത്തിൽ മുസ്ലീം സാന്നിധ്യം വെറും 4.9 ശതമാനം മാത്രമാണ്.

ഉത്തരേന്ത്യയിൽ ന്യൂനപക്ഷ യൂണിവേഴ്സിറ്റികളല്ലാത്ത യൂണിവേഴ്സിറ്റികളിലെ മുസ്ലീങ്ങളുടെ ശരാശരി പ്രവേശനം 1 മുതൽ 3 ശതമാനം വരെയാണ്. ജാമിഅഃ മില്ലിയ ഇസ്ലാമിയയിലെ മുസ്ലിം പ്രവേശനം 50 ശതമാനവും അലിഗഢ് യൂണിവേഴ്സിറ്റിയിൽ അത് 75 ശതമാനവുമാണ്.

(Source: Indian Muslims and Higher Education: A Study of Select Universities in North and South India).

ഗോപാൽ സിങ് മൈനോരിറ്റി പാനൽ റിപ്പോർട്ടും നാഷണൽ സാമ്പിൾ സർവ്വേയുടെ 43-ആം റിപ്പോർട്ടും 53-ആം റിപ്പോർട്ടും ന്യൂ എജ്ജുക്കേഷൻ പോളിസി (1986)യുടെയും 1992ലെ പുതുക്കിയ എൻ.ഇ.പി എന്നിവയുടെയും കീഴിൽ നടത്തിയ കാര്യപരിപാടികൾ, സച്ചാർ കമ്മിറ്റി റിപ്പോർട്ട് തുടങ്ങി അനേകം ഔദ്യോഗിക റിപ്പോർട്ടുകൾ ഇന്ത്യയിലെ മുസ്ലിം സമുദായത്തിന്റെ വിദ്യാഭ്യാസപരമായ പിന്നോക്കാവസ്ഥയെ ഉയർത്തിക്കാണിച്ചിട്ടുണ്ട്. സാമ്പത്തികവും വിദ്യാഭ്യാസപരവുമായ മുസ്ലിങ്ങളുടെ പ്രശ്നങ്ങളെ പരിഹരിക്കാൻ ഗവൺമെന്റ് കൊണ്ടുവന്ന പദ്ധതികളിൽ മിക്കവയും കടലാസുകളിൽ ഒതുങ്ങിയിരിക്കുകയാണ്. സമൂഹത്തിലെ ദുർബല വിഭാഗങ്ങളുടെ സാമ്പത്തികവും സാമൂഹികവുമായ ശാക്തീകരണം ലക്ഷ്യം വച്ചു കൊണ്ട് ഗവൺമെന്റ് നടപ്പിലാക്കുന്ന പല പദ്ധതികളുടെയും ഗുണം മുസ്ലിങ്ങൾക്ക് കൃത്യമായ രീതിയിൽ ലഭിച്ചിട്ടില്ല.

മുസ്ലിങ്ങൾക്ക് ലഭിക്കേണ്ട വിദ്യാഭ്യസപരമായ അവസരസമത്വവും നീതിയും ഏത് സ്വഭാവത്തിലാണ് ഇന്ത്യയിൽ നിലനിൽക്കുന്നതെന്ന് വ്യക്തമാക്കുന്ന അനവധി പഠനങ്ങളും റിപ്പോർട്ടുകളും മേൽപ്പറഞ്ഞവ കൂടാതെയും പുറത്തു വന്നിട്ടുണ്ട്.

സ്ഥിതിവിവരക്കണക്കുകൾ അവതരിപ്പിക്കുക എന്നതിനപ്പുറം മുസ്ലിങ്ങളുടെ സാമൂഹികാവസ്ഥയെ നിർണയിക്കുന്ന അനവധി ഘടകങ്ങളെക്കൂടി ഇതോടൊപ്പം കണക്കിലെടുക്കേണ്ടതുണ്ട്.

ഭരണരംഗത്തെയും ഭരണകൂട സ്ഥാപനങ്ങളിലെയും വിവേചനം ,സാമൂഹിക ജീവിതത്തിലെ അരക്ഷിതാവസ്ഥ, ഓരോ പതിറ്റാണ്ടിലും ഭരണകൂടങ്ങളുടെ ഒത്താശയോടെ സംഭവിച്ചുകൊണ്ടിരിക്കുന്ന വംശഹത്യകൾ, മുസ്ലീം സ്വത്വവും അടയാളങ്ങളും അടിസ്ഥാനമാക്കി നടത്തിക്കൊണ്ടിരിക്കുന്ന ഹിന്ദു ആൾക്കൂട്ട കൊലപാതകങ്ങൾ, ഭീകരവാദ വിരുദ്ധ പോരാട്ടമെന്ന പേരിൽ മുസ്ലിങ്ങൾ നേരിടുന്ന ഭരണകൂട വേട്ടയും പോലീസ് നടപടികളും, വിദ്യാഭ്യാസ സംവിധാനങ്ങളിലെ ദുർബലമായ സാന്നിധ്യം, പൗരത്വത്തിന്റെ പ്രതിസന്ധികൾ, സാംസ്കാരിക സംരംഭങ്ങളും മാധ്യമ സംവിധാനങ്ങളും മറ്റു ജനപ്രിയ വ്യവഹാരങ്ങളും മുസ്ലിങ്ങളെക്കുറിച്ച് നിരന്തരം ഉല്പാദിപ്പിക്കുന്ന വികലമായ കാഴ്ചപ്പാടുകൾ തുടങ്ങി അനവധി നിരവധി പ്രശ്നമണ്ഡലങ്ങളുടെ മധ്യത്തിലാണ് മുസ്ലിം സമൂഹം സ്വജീവിതം നയിച്ചുകൊണ്ടിരിക്കുന്നത്. എന്താണ് ഇതിനു പിന്നിലെ രാഷ്ട്രീയമെന്നും എങ്ങനെയാണ് അതിനെ മനസിലാക്കേണ്ടതെന്നതും ഗൗരവതരമായ ഒരു ആലോചനാവിഷയമാണ്.

രാഷ്ട്ര പുരോഗതി ഉറപ്പാക്കുക, മാതൃകാ പൗരന്മാരെ സൃഷ്ടിക്കുക, ഭാവി ഇന്ത്യയെ രൂപപ്പെടുത്തുക തുടങ്ങിയ കാഴ്ചപ്പാടുകൾ ഇന്ത്യയിലെ വിദ്യാഭ്യാസ സമ്പ്രദായങ്ങളുടെ ആകെത്തുകയായി വ്യവഹരിക്കപ്പെടാറുണ്ട്. എല്ലാ വിദ്യാഭ്യാസ നയങ്ങളിലും പരിഷ്കരണങ്ങളിലും ഈ അടിസ്ഥാന ലക്ഷ്യം ഉന്നയിക്കപ്പെടുകയും ചെയ്യാറുണ്ട്. എല്ലാ പൗരന്മാർക്കും നിർബന്ധിത സൗജന്യ വിദ്യാഭ്യാസം എന്ന തത്വം നിലവിൽ വരുന്നത് ഇതിന്റെ അടിസ്ഥാനത്തിലാണ്. ഭരണഘടനാപരമായ പ്രത്യേകാവകാശങ്ങൾ നൽകിക്കൊണ്ട് വിദ്യാഭ്യാസ മേഖലയിലെ സമൂഹിക അകലം കുറയ്ക്കാനുള്ള പദ്ധതികളും ഇന്ത്യയിൽ കാണാൻ സാധിക്കും. ഇതൊക്കെതന്നെയും ഇന്ത്യയിലെ മുസ്‌ലിം, ബഹുജന പോരാട്ടങ്ങളുടെയും പ്രക്ഷോഭങ്ങളുടെയും രാഷ്ട്രീയ സമ്മർദ്ദങ്ങളുടേയുമൊക്കെ അനന്തരഫലമായി നേടിയെടുത്ത അവകാശങ്ങളാണ്. ജ്യോതിറാവോ ഫൂലെ, സാവിത്രി ഭായ് ഫൂലെ, അംബേദ്കർ, പെരിയാർ, ഫാത്തിമ ഷെയ്ഖ്, അസിം ബിഹാരി, അബ്ദുൽ കയ്യൂം അൻസാരി, തുടങ്ങിയവരുടെയൊക്കെ പോരാട്ടങ്ങളുടെ പിൻബലം കൂടി പ്രസ്തുത അവകാശങ്ങളുടെ പിന്നിലുണ്ട്.

എന്നാൽ ഭരണഘടനപരമായ തത്ത്വങ്ങളുടെയും അവകാശങ്ങളുടെയും പിൻബലമുണ്ട് എന്നതുകൊണ്ട് നീതിപൂർവ്വമായ നിർവഹണങ്ങൾ ഉണ്ടാകണമെന്നില്ല. എല്ലാം ഭരണകൂട ബന്ധിതമായ ഉത്തരവാദിത്വങ്ങളുടെ പരിധിയിലാണ് നിലകൊള്ളുന്നത് എന്നതു തന്നെ കാരണം. വേചനത്തിന്റെയും പുറംതള്ളലിന്റെയും

പ്രക്രിയകൾ മുഴുവൻ ആരംഭിക്കുന്നത് അവിടെ നിന്നാണ്. ഇവയിലെ മുസ്ലിം അനുഭവങ്ങൾ ചേർന്നുനിൽക്കുന്നത് ഇന്ത്യൻ ദേശീയതയെ രൂപപ്പെടുത്തിയ രാഷ്ട്രീയ സാഹചര്യങ്ങളോടാണെന്നും കാണാം.

മുസ്ലിങ്ങളും ദേശീയ വ്യവഹാരങ്ങളും

ഇന്ത്യൻ ദേശീയതയും അതിനെ താങ്ങിനിർത്തുന്ന സാമൂഹിക രാഷ്ട്രീയ വ്യവഹാരങ്ങളും അതിന്റെ ഘടനയിലും സ്വഭാവത്തിലും എങ്ങനെയാണ് നിർണയിക്കപ്പെട്ടിട്ടുള്ളത് എന്നതും മുസ്ലിം സമുദായത്തിനുമേൽ അത് ഏതെല്ലാം രീതിയിലാണ് ആവിഷ്കരിക്കപ്പെട്ടിട്ടുള്ളത് എന്നതും ഇന്ത്യൻ ദേശീയതയുടെ രൂപീകരണ ചരിത്രത്തോളം പഴക്കമുള്ള അന്വേഷണ വിഷയമാണ്.

ഇന്ത്യൻ ദേശീയതയ്ക്കുള്ളിലെ മുസ്ലീങ്ങളുടെ ജീവിതം, നിലനില്പ്, അതിജീവനം എന്നീ ചോദ്യങ്ങൾ കൂടുതൽ സങ്കീർണമായി രൂപാന്തരപ്പെടുന്ന സമകാലികാവസ്ഥയിൽ അതിന് കൂടുതൽ പ്രാധാന്യമുണ്ടാവുകയും ചെയ്യുന്നുണ്ട്. ഇന്ത്യയിലെ വിദ്യാഭ്യാസ സമ്പ്രദായങ്ങളുടെ നയം, ഉള്ളടക്കം, ഘടന, വ്യവസ്ഥ, വിതരണ പ്രക്രിയ, പ്രയോഗം മുതലായവ ഇന്ത്യയിലെ മുസ്ലിം സമുദായത്തെ അഭിസംബോധന ചെയ്തത്, സാമൂഹിക രാഷ്ട്രീയ വ്യവഹാരങ്ങളിൽ മുസ്ലിങ്ങളെ അഭിസംബോധന ചെയ്തതിൽ നിന്നും വ്യത്യസ്തമായിട്ടല്ല എന്നതാണ് വസ്തുത.

ഇതിനെ അടിസ്ഥാനമാക്കിയാണ് വിദ്യാഭ്യാസ ഇടങ്ങളിലെ മുസ്ലിമിനെക്കുറിച്ചുള്ള ചർച്ചകളും നടക്കേണ്ടതെന്നാണ് കരുതുന്നത്. അതായത് കേവലം വിദ്യാഭ്യാസപരമായ ഒരു പ്രശ്നം എന്നതിനപ്പുറം സാമൂഹിക രാഷ്ട്രീയ പ്രതിനിധാനങ്ങളെക്കൂടി അത് ഉള്ളടക്കം ചെയ്തിരിക്കുന്നു എന്നു വേണം മനസ്സിലാക്കാൻ.

വിഭജനാനന്തരം ഇന്ത്യയിൽ അവശേഷിച്ച

മുസ്ലിങ്ങളുടെ സാമൂഹിക ജീവിതവും അനുഭവങ്ങളും ഇതോടൊപ്പം കൂട്ടിവായിക്കണം. കൊളോണിയലാനന്തരമുള്ള ഇന്ത്യയുടെ സാമൂഹിക/രാഷ്ട്രീയ ഘടനയിൽ മുസ്ലിങ്ങളുടെ രാഷ്ട്രീയ സാംസ്കാരിക പ്രാതിനിധ്യം എന്താകും എന്നും അത് എങ്ങനെ മുന്നോട്ടുപോകും എന്നുമുള്ള മൗലികമായ ചോദ്യങ്ങൾ ഉൽപാദിപ്പിച്ച ആശങ്കകൾ കൂടിയായിരുന്നു പാക്കിസ്ഥാനെ രൂപപ്പെടുത്തിയത്. വിഭജന കാരണങ്ങളെക്കുറിച്ചുള്ള അനവധി വിശകലനങ്ങൾ നിലനിൽക്കുമ്പോൾ തന്നെ മൗലികമായ ഈയൊരു കാരണത്തെ നിഷേധിക്കാൻ കഴിയില്ല.

പാക്കിസ്ഥാൻ ഉണ്ടാകുന്നത് മുസ്ലിങ്ങളുടെ സ്വയംനിർണയാവകാശത്തിന്റെയും സാമൂഹിക സമത്വത്തിന്റെയും അവകാശബോധത്തിന്റെയും ഭാഗമായ രാഷ്ട്രീയ മുറവിളികളുടെ അനന്തരഫലമെന്ന നിലയിലായിരുന്നു.

വിഭജനത്തോടെ പാക്കിസ്ഥാനിലേക്ക് പലായനം ചെയ്ത മുസ്ലിങ്ങളെയും ("വിഘടനവാദികൾ") ഇന്ത്യയിൽ ബാക്കിയായ, അല്ലെങ്കിൽ പാക്കിസ്ഥാനിലേക്ക് പല കാരണങ്ങൾ കൊണ്ട് പോകാൻ സാധിക്കാത്ത മുസ്ലിങ്ങളെയും ബന്ധിപ്പിച്ചുകൊണ്ടുള്ള ഭാവനയാണ് ഇന്ത്യൻ ദേശീയതയെത്തന്നെ നിർണയിച്ച പ്രധാന ഘടകം.

പൗരത്വ ഭേദഗതി നിയമത്തിന്റെ രാഷ്ട്രീയം ദേശീയതയുടെ (മുകളിൽ സൂചിപ്പിച്ച) വ്യവഹാരങ്ങളോട് ചേർന്നുനിൽക്കുന്നതാണ് എന്ന നിരീക്ഷണങ്ങൾ ഇതിനോടകം തന്നെ ധാരാളമായി വന്നു കഴിഞ്ഞിട്ടുണ്ട്. ഇതൊക്കെയും ദേശീയ രാഷ്ട്രീയത്തിലും കേന്ദ്ര ഭരണത്തിൻ കീഴിലും മാത്രം കേന്ദ്രീകൃതമായ ഒരു പ്രശ്നമായി മനസിലാക്കുന്നതിലും പരിമിതികളുണ്ട്. ഇന്ത്യൻ ജനാധിപത്യഘടനയുടെ ഓരോ യൂണിറ്റിലും ഈ വിവേചനത്തിന്റെയും പുറംതള്ളലിന്റെയും സ്ഥിതിവിശേഷം കണ്ടെത്താൻ സാധിക്കും. വികസനത്തിന്റെയും വിദ്യാഭ്യാസത്തിന്റെയും സാമ്പത്തിക വിനിയോഗത്തിന്റെയും തൊഴിൽ വിതരണത്തിന്റെയും മേഖലകളിൽ ഇന്ത്യയിലെ ഓരോ സംസ്ഥാനങ്ങളിലും അസന്തുലിതാവസ്ഥകൾ നിലനിൽക്കുന്നതു കാണാം. ഭൂമിശാസ്ത്രപരമായും മതപരമായും സാംസ്കാരികമായുമുള്ള അനവധി ഘടകങ്ങൾ അതിനു പിന്നിൽ പ്രവർത്തിക്കുന്നുണ്ട്. അതുകൊണ്ടു തന്നെ ഭരണകൂടബന്ധിതമായി പരിഹരിക്കപ്പെടേണ്ട വിവേചനത്തിന്റെ വലിയ ചരിത്രത്തെയും അതിന്റ ഉത്തരവാദിത്തത്തെയും നിഷേധിക്കാൻ അധികാര രാഷ്ട്രീയം നിയന്ത്രിച്ചിട്ടുള്ള ഒരു മുന്നണികൾക്കും സാധ്യമാകുകയില്ല.

വിദ്യാഭ്യാസ ഇടങ്ങളിലെ അനുഭവങ്ങളും പുതിയ വിദ്യാഭ്യാസ നയവും

വിദ്യാഭ്യാസം പോലുള്ള തികച്ചും സർഗാത്മകവും നിർമാണാത്മകവുമായ രംഗങ്ങളിൽ വേണ്ടത്ര ശ്രദ്ധ കൊടുക്കാൻ മുസ്ലിങ്ങൾക്ക് സാധിച്ചിട്ടില്ല എന്ന, സ്വയംവിമർശനത്തിന്റെ ശൈലിയിലുള്ള നവീകരണ ശ്രമങ്ങൾ ചരിത്ര ഘട്ടങ്ങളിൽ പലതിലും സമുദായത്തിന്റെ വിവിധ കോണുകളിൽ നിന്നുതന്നെ ഉണ്ടായിട്ടുണ്ട്. അതുകൊണ്ടു തന്നെ സ്വയംപര്യാപ്തതയുടെ അനവധി സാദ്ധ്യതകൾ മുസ്ലിങ്ങൾ വികസിപ്പിച്ചെടുക്കുകയും അതിലൂടെ ഭരണകൂട വിവേചനകളെ

നേരിടുകയും ചെയ്തുപോന്നു. ആയതിനാൽ തന്നെ ഇന്ന് മുസ്ലിം സമുദായത്തിൽ ദേശവ്യാപകമായി കാണാൻ സാധിക്കുന്ന വിദ്യാഭ്യാസപരമായ ഉണർവുകളുടെ മുഴുവൻ ക്രെഡിറ്റും മുസ്ലിം സമുദായത്തിന് തന്നെ അവകാശപ്പെട്ടതാണ്. അതിനായി ഇന്ത്യൻ സമൂഹത്തിൽ നടന്നിട്ടുള്ള രാഷ്ട്രീയ ഗതിമാറ്റങ്ങളുടെ പലവിധ സാധ്യതകൾ മുസ്ലിങ്ങൾ ഉപയോഗപ്പെടുത്തിയിട്ടുമുണ്ട്. രാഷ്ട്രീയ പ്രക്ഷോഭങ്ങൾ, നിയമപോരാട്ടങ്ങൾ, സമുദായ നവീകരണത്തിന്റെ ഭാഗമായ വ്യത്യസ്ത പദ്ധതികൾ, പൊതുജനപങ്കാളിത്തത്തോടെയുള്ള സ്വകാര്യ വിദ്യാഭ്യാസ സംരംഭങ്ങൾ, എന്നിങ്ങനെ നിരവധി പരിഷ്കരണങ്ങളിലൂടെ കൈവരിച്ച മാറ്റങ്ങളാണ് മുസ്ലിങ്ങൾക്ക് മുതൽക്കൂട്ടായി ബാക്കിയുള്ളത്. എന്നാൽ ഇതിലൂടെ ഭരണകൂട നടപടികളുടെ ഭാഗമായുണ്ടായ വിവേചനങ്ങളെ പരിഹരിക്കാൻ സാധിക്കണമെന്നില്ല.

സ്വയം നവീകരണത്തിന്റെയും, സ്വയംപര്യാപ്തയുടെയും ശ്രമഫലമായി ഒരു സമുദായം കൈവരിക്കുന്ന നേട്ടങ്ങളെ എടുത്തുകാട്ടിക്കൊണ്ട് ഭരണകൂടങ്ങളും രാഷ്ട്രീയപാർട്ടികളും തങ്ങളുടെ ഉത്തരവാദിത്വങ്ങളെ കയ്യൊഴിയുന്ന രീതിയും നിലനിൽക്കുന്നുണ്ടെന്നും ഇതോടൊപ്പം തിരിച്ചറിയേണ്ട കാര്യമാണ്.

മുകളിൽ സൂചിപ്പിച്ച മുസ്ലിം ഉണർവിന്റെ പ്രതിഫലനമെന്നോണമായിരുന്നു ഇന്ത്യയിലെ ഉന്നതവിദ്യാഭ്യാസ മേഖലയിൽ മുസ്ലിങ്ങൾ വ്യാപകമായി പ്രവേശിക്കാനാരംഭിച്ചത്. പ്രത്യേകിച്ച് മണ്ഡൽ കമ്മീഷന് ശേഷം ഇന്ത്യയിലെ ഉന്നത സർവകലാശാലാ അഗ്രഹാരങ്ങളിൽ മുസ്ലിങ്ങളുടെയും കീഴാള സമൂഹങ്ങളുടെയും സാന്നിധ്യം പുതിയ രാഷ്ട്രീയ സമവാക്യങ്ങൾക്ക് ഇടമുണ്ടാക്കിത്തുടങ്ങി. “മുഖ്യധാരാ”രാഷ്ട്രീയ വ്യവഹാരങ്ങൾക്ക് പുറത്തു നിന്ന് സംഭവിച്ച പ്രസ്തുത ചലനങ്ങൾ, ഇന്ത്യയിലെ സവർണ/മുസ്ലിം വിരുദ്ധ ദേശീയ പൊതുമണ്ഡലത്തിന് വലിയ ആഘാതമായിരുന്നു സൃഷ്ടിച്ചത്.

ദേശത്തെ നിർമിക്കുക, നാളത്തെ ഇന്ത്യയെ നയിക്കുക, ഭാവിയുടെ പൗരന്മാരെ സൃഷ്ടിക്കുക എന്നീ സമവാക്യങ്ങളിൽ വിദ്യാഭ്യാസത്തെ നിർവചിക്കുകയും വിദ്യാഭ്യാസ സംരംഭങ്ങൾ അതിനുള്ളതാകണമെന്ന് നിശ്ചയിക്കുകയും ചെയ്ത വിദ്യാഭ്യാസ വ്യവസ്ഥിതിയുടെ ദേശീയമായ ഭാവനാ പരിസരത്ത് മുസ്ലിങ്ങൾ ധാരാളമായി എത്തിപ്പെടുക മാത്രമല്ല ചെയ്തത്, മറിച്ച് ഇന്ത്യയുടെ സവർണമായ ദേശീയ വ്യവഹാരങ്ങളെ വെല്ലുവിളിക്കുന്ന രാഷ്ട്രീയ സമവാക്യങ്ങൾക്ക് രൂപം കൊടുക്കുക കൂടി ചെയ്തു. ഇന്ത്യയിലെ ഉന്നത സർവ്വകലാശാലകളിൽ വലിയതോതിലുള്ള അടിച്ചമർത്തൽ നടത്താൻ ഭരണകൂടങ്ങളെയും അവരെ പിന്തുണക്കുന്ന വിദ്യാർത്ഥി

സംഘടനകളെയും യൂണിവേഴ്സിറ്റി അധികാരികളെത്തന്നെയും ഇത് പ്രേരിപ്പിച്ചു. അങ്ങനെ യൂണിവേഴ്സിറ്റികളിൽ നിന്നും വിവേചനത്തിന്റെയും വിദ്വേഷത്തിന്റെയും അടിച്ചമർത്തലിന്റെയും അനുഭവങ്ങൾ മുസ്ലിങ്ങളും കീഴാള സമൂഹങ്ങളും ധാരാളമായി അഭിമുഖീകരിക്കാനും തുടങ്ങി. രോഹിത് വെമുല, ഫാത്തിമ ലത്തീഫ്, നജീബ് അഹ്മദ് തുടങ്ങിയ അനവധി ഉദാഹരണങ്ങൾ ഇതിന്റെ അനന്തരഫലങ്ങളാണ്. എന്നാൽ ഇതിനെയെല്ലാം സാമൂഹിക നീതിക്കു വേണ്ടിയുള്ള പുതിയ പോരാട്ടങ്ങളുടെ ഭാവനകളിലേക്ക് പരിവർത്തിപ്പിച്ചുകൊണ്ടാണ് ഇന്ത്യയിലെ മുസ്ലിം-കീഴാള കാമ്പസ് ജീവിതം മുന്നോട്ടു പോയിക്കൊണ്ടിരിക്കുന്നത്. പൗരത്വ പ്രക്ഷോഭത്തിന്റെ നേതൃത്വം വഹിച്ച ഇന്ത്യയിലെ സർവ്വകലശാലകൾ (പ്രത്യേകിച്ച് ന്യൂനപക്ഷ സർവ്വകലാശാലകൾ) മുകളിൽ സൂചിപ്പിച്ച മുസ്ലിം വിദ്യാഭ്യാസ ഉണർവിന്റെത്തന്നെ തുടർച്ചയെന്ന തരത്തിൽ കൂടിയാണ് പ്രക്ഷോഭങ്ങൾ നയിച്ചത്. വിദ്യാഭ്യാസ മേഖലയിലെയും വിദ്യാർത്ഥി രാഷ്ട്രീയ മണ്ഡലങ്ങളിലെയും മുകളിൽ വിശദമാക്കിയ കീഴാള മുസ്ലിം മുന്നേറ്റത്തിന്റെ പശ്ചാത്തലം കൂടി പുതിയ വിദ്യാഭ്യാസ നയത്തിന്റെ ഘട്ടത്തിൽ പരാമർശിക്കേണ്ടത് അനിവാര്യമാണ്.

ഇന്ത്യയുടെ അധികാരത്തിൽ ഘടനപരമായിത്തന്നെ പിടിമുറിക്കുയ സംഘപരിവാറും അവർ മുന്നോട്ടുവയ്ക്കുന്ന ഹിന്ദു രാഷ്ട്ര അജണ്ടയും മുസ്ലിം എന്ന ശത്രുവിനെ ദേശീയതയുടെയാകെ ഔദ്യോഗിക ശത്രുവാക്കി പ്രതിഷ്ഠിച്ച് കൂടുതൽ കരുത്തോടെ ചുവടുവയ്ക്കുന്ന സാഹചര്യമാണ് നിലനിൽക്കുന്നത്. രണ്ടാം മോദി സർക്കാരിന്റെ കടന്നുവരവോടെയാണ് അത് കൂടുതൽ ശക്തിപ്രാപിച്ചത്. ഈ ഘട്ടത്തിൽ ജീവിക്കാനുള്ള സമരം, നിലനിൽപ്പിനായുള്ള പ്രക്ഷോഭം, പൗരത്വം സംരക്ഷിക്കാനുള്ള പോരാട്ടം തുടങ്ങിയവ മുസ്ലിങ്ങളുടെ ദൈനംദിന രാഷ്ട്രീയത്തിന്റെ മുൻഗണനാ വിഷയമായി മാറുകയാണ്. എന്നാൽ ചരിത്രപ്രാധാന്യമുള്ള ഒരു വിദ്യാഭ്യാസ നയപ്രഖ്യാപനം സംഘപരിവാർ നയിക്കുന്ന ബി.ജെ.പി. പ്രഖ്യാപിക്കുമ്പോൾ അതിനെ ഏത് രീതിയിൽ സമീപിക്കും എന്ന അന്വേഷണം മുസ്ലിം വിദ്യാഭ്യാസ പ്രവർത്തകർ ഇതിനോടകം തന്നെ തുടങ്ങിവച്ചിട്ടുണ്ട്. ഈ ഘട്ടത്തിൽ മുസ്ലിങ്ങൾ വിദ്യാഭ്യാസ മേഖലയെ സവിശേഷമായി അഭിസംബോധന ചെയ്യുമ്പോൾ, നേരത്തേത്തന്നെ നിലനിൽക്കുന്ന വിവേചനങ്ങളും അതുണ്ടാക്കിയ സാമൂഹിക അകലവും എങ്ങനെ നേരിടാം എന്ന ആലോചനയ്ക്കായിരിക്കും പ്രഥമ പരിഗണന നൽകുക എന്ന് കരുതാം. ആ വിഷയത്തിൽ ചരിത്രബോധ രഹിതമായ ഒരു സമീപനം മുസ്ലിങ്ങൾ സ്വീകരിക്കാൻ സാധ്യതയില്ല തന്നെ.

പ്രത്യേകിച്ച് സമൂലമായ മാറ്റങ്ങൾക്ക് ആഹ്വാനം ചെയ്യുന്ന പുതിയ നയം, വിദ്യാഭ്യാസ മേഖലയിലെ അനീതികളെകുറിച്ചുള്ള ഔദ്യോഗിക സ്ഥിതിവിവരക്കണക്കുകളെ മുഖവിലക്കെടുക്കാത്ത ഒരു സമീപനമാണ് സ്വീകരിച്ചിട്ടുള്ളതെന്നിരിക്കെ.

21 ആം നൂറ്റാണ്ടിലെ ഇന്ത്യയെ നിർമിക്കുന്ന പുതിയ വിദ്യാഭ്യാസ നയരേഖയിൽ മുസ്ലിങ്ങൾക്ക് സവിശേഷമായ സ്ഥാനം എന്താണെന്ന് പരിശോധിക്കുന്നതു തന്നെ വലിയ അർത്ഥമില്ലാത്തവിധം ശൂന്യമാണ്.

രാജ്യത്തിന്റെ ഫെഡറൽ വ്യവസ്ഥയെ വെല്ലുവിളിക്കുന്ന രീതിയിൽ, ജനപ്രതിനിധികളടങ്ങുന്ന പാർലമെന്റിൽ ചർച്ച ചെയ്യാതെ, മന്ത്രിസഭാ തീരുമാനത്തിലൂടെയാണ് പദ്ധതി നടപ്പിലാക്കുന്നത് എന്നതാണ് പുതിയ വിദ്യാഭ്യാസ നയത്തെകുറിച്ചുള്ള പ്രാധാന വിമർശനങ്ങളിലൊന്ന്. ഇത് മുസ്ലിങ്ങളെ സംബന്ധിച്ചും വലിയ വെല്ലുവിളിയാണ്. കേന്ദ്രീകൃതമായ വിദ്യാഭ്യാസ നിയന്ത്രണവും വിതരണവും കൂടുതൽ അസമത്വമാണ് സൃഷ്ടിക്കുക. നേരത്തേത്തന്നെ നിലനിൽക്കുന്ന വിവേചനങ്ങളെ നേരിടാൻ മുസ്ലിം സമൂഹം മറ്റേതൊരു സമൂഹത്തേയുമെന്നപോലെ ഫെഡറലിസത്തിന്റെ സാധ്യതകൾ ഉപയോഗിക്കാനും അതിനോട് നീക്കുപോക്കുകൾ നടത്താനും ശ്രമിക്കുമായിരുന്നു. അതിനുള്ള സാധ്യതയാണ് ഇവിടെ നിഷേധിക്കപ്പെടുന്നത്. പ്രത്യേകിച്ച് കേരളം പോലുള്ള സംസ്ഥാനങ്ങളിൽ മുസ്ലിം വിദ്യാഭ്യാസത്തിന്റെ ഉണർവിന് ഫെഡറൽ ഭരണ വ്യവസ്ഥ വലിയ പിൻബലമായിരുന്നു. സംസ്ഥാന ഭരണകൂടങ്ങളുടെ വിദ്യഭ്യാസപരമായ പ്രത്യേക നിയന്ത്രണാധികാര പരിധിയെ സമ്മർദ്ദ രാഷ്ട്രീയത്തിലൂടെ ഉപയോഗപ്പെടുത്താനും അതുവഴി വിദ്യാഭ്യാസാവകാശങ്ങളെ ഉറപ്പാക്കാനും മുസ്‌ലിം സമുദായ സംരംഭങ്ങൾക്ക് ഒരുപരിധിവരെ സാധിക്കുമായിരുന്നു. എന്നാൽ ഇനിയുണ്ടാകാൻ പോകുന്ന കേന്ദ്രീകൃത സ്വഭാവം കാരണം പ്രസ്തുത സാധ്യതകൾ തടയപ്പെടുകയാണ് ചെയ്യുന്നത്. അന്താരാഷ്ട്രതലത്തിൽ തന്നെ വലിയ പ്രാധാന്യമുള്ള അറബി ഭാഷയെ പ്രത്യേകമായി സമുദായത്തിന്റെ മൂലധനമാക്കാനും അതുവഴി അറബി ഭാഷാ മേഖലയിലെ അവസരങ്ങളെ വ്യാപകമായി ഉപയോഗിക്കാനും പ്രത്യകിച്ച് കേരളത്തിൽ, മുസ്ലിങ്ങൾക്ക് സാധിച്ചിരുന്നു. കേരള സംസ്ഥാന ഭരണകൂടം പ്രഖ്യാപിച്ചതും പിന്നീട് നിലച്ചുപോയതുമായ അറബിക് സർവ്വകലാശാല പോലുള്ള സാദ്ധ്യതകൾ വീണ്ടും ഉന്നയിക്കാനും നേടിയെടുക്കാനുമുള്ള അവസരം പുതിയ വിദ്യാഭ്യാസ നയത്തിന്റെ വെളിച്ചത്തിൽ പൂർണമായും ഇല്ലാതാകുന്ന സ്ഥിതിവിശേഷം കടന്നുവരുമെന്ന് ഉറപ്പാണ്. പുതിയ നയത്തിലെ

ത്രിഭാഷാ പദ്ധതിയെക്കൂടി ഇതിനോട് ചേർത്തുവായിക്കേണ്ടതു ണ്ട്. അതിൽ ഇന്ത്യയിൽ ആരുടേയും സംസാര ഭാഷയല്ലാത്ത സംസ്കൃതം കൂടി ഉൾപ്പെട്ടിട്ടുണ്ടെന്നത് ഹിന്ദുരാഷ്ട്ര പദ്ധതിയുടെ ഭാഗമാണെന്ന് നിസ്സംശയം പറയാൻ സാധിക്കും. കേന്ദ്രീകൃത റെഗു ലേറ്ററി സംവിധാനം വഴി വിദ്യാഭ്യാസ പ്രക്രിയ നിയന്ത്രിക്കപ്പെടുന്ന സാഹചര്യം കൂടി കണക്കിലെടുക്കുമ്പോൾ, അതിലൂടെ സംഘപരി വാറിന്റെ അജണ്ടകൾ തന്നെയാണ് നടപ്പിലാക്കപ്പെടുകയെന്ന് ഉറപ്പിക്കാം.

സംവരണത്തിന്റെ ഭരണഘടനാ തത്വങ്ങളും രാഷ്ട്രീയ മാനദണ്ഡ ങ്ങളും അട്ടിമറിച്ചുകൊണ്ടുള്ള ബി.ജെ.പി. ഭരണകൂടത്തിന്റെ നടപടി കൾക്കു ശേഷമുണ്ടാകുന്ന നയമാറ്റം എന്ന പ്രത്യേകതകൂടി പുതിയ വിദ്യാഭ്യാസ നയത്തിനുണ്ടെന്നത് കൂടുതൽ ആശങ്കകൾ സൃഷ്ടിക്കുന്ന സംഗതിയാണ്. പുതിയ നയത്തിന്റെ കേന്ദ്രീകൃത സ്വഭാവം വിദ്യാ ഭ്യാസ മേഖലയിലെ

സവർണ സംവരണത്തിന്റെ പദ്ധതികൾ വിജയിപ്പിക്കാനുള്ള പ്രധാന വേദിയായി മാറും. അതിലൂടെ സാമൂഹിക സംവരണത്തി ന്റെ സകല മാനദണ്ഡങ്ങളെയും അട്ടിമറിക്കാനുള്ള സാധ്യതകൾ കൂടുതലായി തുറക്കുകയും ചെയ്യും. അതിനനുയോജ്യമായ ഘടന യിലുള്ള കേന്ദ്രീകൃത അധികാര സ്വഭാവം സവർണ താല്പര്യങ്ങളെ മുൻനിർത്തി ബി.ജെ.പി. ഭരണകൂടം ഉപയോഗപ്പെടുത്തുകയും ചെയ്യും.

ഉന്നതവിദ്യാഭ്യാസ മേഖലയിൽ സംഭവിക്കാൻ പോകുന്നത് കൂടുതൽ ദുരന്തങ്ങൾ ആണ്. ഗവേഷണ മേഖലയിലെ അക്കാദമിക സ്വാതന്ത്ര്യം വലിയ അളവിൽ നിഷേധിക്കപ്പെട്ടുകൊണ്ടിരിക്കുന്ന ഒരുപാട് സംഭവങ്ങൾ നേരത്തെതന്നെ റിപ്പോർട്ട് ചെയ്യപ്പെട്ടിട്ടുണ്ട്.

യൂണിവേഴ്സിറ്റി അധികാരികളിലും ഫാക്കൽറ്റികളിലും നടന്നുകൊ ണ്ടിരിക്കുന്ന രാഷ്ട്രീയ നിയമനങ്ങൾ, സ്കോളർഷിപ്പ് വിതരണങ്ങ ളിൽ നടക്കുന്ന രാഷ്ട്രീയ വിവേചനം, വിയോജിപ്പിന്റെ രാഷ്ട്രീയം സ്വീകരിക്കുന്ന അധ്യാപകരെയും വിദ്യാർത്ഥികളെയും വേട്ടയാടൽ തുടങ്ങിയവ ഇന്ത്യയിലെ ഉന്നത സർവ്വകലാശാലകളിലെ നിത്യസം ഭവങ്ങളാണ്. മുസ്ലിം, ദളിത് /ആദിവാസി വിദ്യാർത്ഥികൾ, കശ്മീർ / നോർത്ത് ഈസ്റ്റ് വിദ്യാർത്ഥികൾ, വ്യത്യസ്ത ലൈംഗിക ന്യൂനപക്ഷ ങ്ങൾ എന്നിവർ ഇതിന്റെ ഇരകളുമാണ്. ഇഷ്ടമേഖലയിൽ ഗവേഷണ സ്വാതന്ത്ര്യം, സമരങ്ങൾക്കും മറ്റു ആവിഷ്കാരങ്ങൾക്കുമുള്ള സ്വാതന്ത്ര്യം എന്നിങ്ങനെ പല സ്വഭാവത്തിലുള്ള അവകാശങ്ങളും നിഷേധിക്കപ്പെ ട്ടുകൊണ്ടിരിക്കുന്ന വർത്തമാന ഘട്ടത്തിൽ ആണ് ഉന്നത വിദ്യാഭ്യാസ മേഖലയെ കൂടുതൽ നിയന്ത്രിക്കുന്ന കേന്ദ്രീകൃത സ്വഭാവം പുതിയ

നയത്തിന്റെ ഭാഗമായി വരുന്നതെന്നതും ഓർക്കേണ്ടതുണ്ട്.

സംഘപരിവാർ, ഇന്ത്യയിലെ ഉന്നത സർവ്വകലാശാലകളെ അർബൻ നക്സലുകളുടെയും മാവോയിസ്റ്റുകളുടെയും ഇസ്ലാമിക തീവ്ര വാദികളുടെയും ഇടമായി ചിത്രീകരിച്ചുകൊണ്ടുള്ള പ്രചാരവേലകൾ നിരന്തരം നടത്തിക്കൊണ്ടിരിക്കുകയും ചെയ്യുന്നുണ്ട്. പ്രത്യേകിച്ച് ജാമിഅ മില്ലിഅ, അലീഗഢ് പോലുള്ള ന്യൂനപക്ഷ സർവ്വകലാ ശാലകൾ സംഘപരിവാറിന്റെ പ്രധാന ആക്രമണ ലക്ഷ്യവുമാണ്. ജെ.എൻ.യു. വിലെ ഗവേഷക വിദ്യാർത്ഥിയും പൗരത്വ സമര നേതാവുമായ ശർജീൽ ഇമാമിനെതിരെയുള്ള ഡൽഹി പോലീസിന്റെ അന്യായമായ കേസിന്റെ രേഖകളിൽ ശർജീൽ ഇമാമിന്റെ ഗവേഷണ പ്രബന്ധം പോലും പ്രശ്നവൽക്കരിക്കപ്പെട്ടിരുന്നു. ഡൽഹി യൂണിവേഴ്സി റ്റി പ്രഫസർ ഹാനി ബാബുവിനെ എൻ.ഐ.എ. അറസ്റ്റുചെയ്തപ്പോൾ അദ്ദേഹത്തിൽ നിന്ന് ധാരാളമായി പിടിച്ചെടുത്തത് പുസ്തകങ്ങളാ യിരുന്നു. ഈ രണ്ട് സമീപകാല അനുഭവങ്ങളേയും സമാനസ്വഭാവ ത്തിൽ ഇതിന് മുൻപു നടന്ന അനവധി സംഭവങ്ങളേയും ചേർത്ത് വിശകലനം ചെയ്യുമ്പോൾ രാഷ്ട്രീയമായ കാരണങ്ങളാൽ, അല്ലെങ്കിൽ ഇന്ത്യയിലെ ഭരണകൂട ഫാഷിസത്തിനെതിരെ പ്രതികരിക്കുന്നുവെന്ന കാരണത്താൽ സർവ്വകലാശാലകൾ ഭരണകൂട വേട്ടയുടെ പ്രധാന ഇടങ്ങളായിട്ടുണ്ടെന്ന് മനസ്സിലാക്കാൻ സാധിക്കും. ഇത്തരം നടപടി കളിലൂടെ ഉന്നത സർവ്വകലാശാലകളിലെ മുസ്ലിങ്ങൾക്കും മറ്റു കീഴാള സമൂഹങ്ങൾക്കും നിരന്തരമായ മുന്നറിയിപ്പുകൾ നൽകിക്കൊണ്ടിരി ക്കുന്ന ബി.ജെ.പി. ഭരണകൂടം തന്നെയാണ് പുതിയ വിദ്യാഭ്യാസ നയത്തിന്റെ സമ്പൂർണാധികാരം നിർവഹിക്കുന്നതെന്നതു കൂടി പരിഗ ണിക്കേണ്ടതുണ്ട്. “ഭാരതകേന്ദ്രീകൃതമായ” സംമ്പ്രദായമാണ് പുതിയ വിദ്യാഭ്യാസനയമെന്ന് നയരേഖയുടെ ആമുഖത്തിൽ തന്നെ വ്യക്തമാ ക്കുന്ന ഭരണകൂടം, ഭാരത കേന്ദ്രീകൃതമല്ലാത്തത് എന്താണെന്ന് നിർ ണയിക്കാനുള്ള അധികാരം കൂടി കയ്യാളുന്നുണ്ടെന്നും കാണേണ്ടതുണ്ട്. അഥവാ ബി.ജെ.പി. ഭാവന ചെയ്യുന്ന ഹിന്ദുരാഷ്ട്രത്തിന് അനുഗുണമായ രീതിയിലുള്ള വായന, പഠനം, ഗവേഷണം, ആവിഷ്കാരം, രാഷ്ട്രീയ പ്രവർത്തനം, അഭിപ്രായ സ്വാതന്ത്ര്യം തുടങ്ങിയവ അനുവദിക്കപ്പെ ടുകയും അതല്ലാത്തതെല്ലാം നിരാകരിക്കപ്പെടുകയും നിയന്ത്രിക്കപ്പെ ടുകയും ചെയ്യുന്ന വിദ്യാഭ്യാസ സമ്പ്രദായമാണ് ഇനി മുതൽ നമ്മൾ അനുഭവിക്കാൻ പോകുന്നതെന്നതും യാഥാർത്ഥ്യമാണ്.

പുതിയ വിദ്യാഭ്യാസ നയത്തിന്റെ കൂടുതൽ വിശദാംശങ്ങൾ ഇതെ ഴുതുന്ന ഘട്ടത്തിൽ ഇനിയും പുറത്തു വന്നിട്ടില്ല. നിലവിൽ പുറത്തുവന്ന നയരേഖയിലെ വരികൾക്കിടയിലുള്ള അപകടകരമായ പ്രശ്നങ്ങളെ

തിരിച്ചറിയാതെയോ മനസ്സിലാക്കാതെയോ പല സ്വഭാവത്തിലുള്ള നിരീക്ഷണങ്ങളും നടന്നുകൊണ്ടിരിക്കുന്നുണ്ട്. എന്നാൽ മുസ്ലിങ്ങളെ സംബന്ധിച്ചിടത്തോളം പുതിയ വിദ്യാഭ്യാസ നയമായാലും മറ്റേത് പരിഷകാരങ്ങളെക്കുറിച്ചായാലും അവയെയൊക്കെയും സമീപിക്കാൻ കഴിയുക ചരിത്രത്തെയും അനുഭവത്തെയും അതിനെ അടിസ്ഥാനമാക്കി രൂപപ്പെടുത്തിയ രാഷ്ട്രീയ ഭാവനകളെയും മുൻനിർത്തിയാണ്. അതുകൊണ്ടു തന്നെ പുതിയ വിദ്യാഭ്യാസ നയരേഖയിലെ ഉള്ളടക്കങ്ങൾ വിശകലനം ചെയ്യുമ്പോഴും അല്ലെങ്കിൽ അതിന്റെ പ്രായോഗികതകളെ കുറിച്ച് വിലയിരുത്തലുകൾ നടത്തുമ്പോഴും അനുഭവചരിത്രത്തിന്റെ രാഷ്ട്രീയത്തെ മാറ്റിവെക്കാൻ സാധിക്കുകയില്ല.

ഹിന്ദുരാഷ്ട്ര അജണ്ടയുമായി രാജ്യം ഭരിക്കുന്ന സംഘപരിവർ ഫാഷിസത്തിന്റെ ഉന്മൂലന പദ്ധതികൾ കൂടുതൽ ക്രിയാത്മകമായ പ്രതിരോധ രാഷ്ട്രീയത്തിന്റെ അനിവാര്യതകളെ ആവശ്യപ്പെടുന്നുണ്ട്. സ്വയം നിർണയാവകാശത്തിന്റെ രാഷ്ട്രീയ അജണ്ടകൾ കൂടുതലായി പ്രതിഫലിക്കുന്ന, സ്വയംപര്യാപ്തതയുടെ പദ്ധതികൾ കൂടുതലായി പരീക്ഷിക്കുന്ന, അതിനോടൊപ്പം നവീകരണത്തിന്റെയും പ്രക്ഷോഭത്തിന്റെയും സാധ്യതകളിൽ കൂടുതലായി നിലയുറപ്പിക്കുന്ന ശീലങ്ങൾകൊണ്ട് മാത്രമേ ഹിന്ദുത്വ ഫാഷിസത്തിന്റെ ഹിംസാത്മകമായ പദ്ധതികളെ നമുക്ക് മറികടക്കാൻ സാധിക്കുകയുള്ളൂ.

കോർപ്പറേറ്റ് കാവിവൽക്കരണത്തിന് ആശയാടിത്തറ പാകുന്ന പുതിയ വിദ്യാഭ്യാസ നയം

പി.ജെ. ജെയിംസ്

വിദ്യാഭ്യാസനയ രൂപവത്കരണം എന്നത് ചരിത്രഘട്ടങ്ങളിലെല്ലാം തന്നെ അതാതു കാലത്തിന്റെ രാഷ്ട്രീയ-സാമ്പത്തിക നയ-നടപടികളുമായി ബന്ധപ്പെട്ടാണ് ആവിഷ്ക്കരിക്കപ്പെട്ടിട്ടുള്ളത്. ഇന്ത്യയെ സംബന്ധിച്ചിടത്തോളം,1966- 68 കാലത്തെ കോത്താരി കമ്മീഷൻ റിപ്പോർട്ട് പ്രകാരം ആവിഷ്കരിച്ച ദേശീയ വിദ്യാഭ്യാസ നയവും 1986ലെ പുത്തൻ വിദ്യാഭ്യാസ നയവും വിദ്യാഭ്യാസവുമായി ബന്ധപ്പെട്ട ഇതര നയ പ്രഖ്യാപനങ്ങളും നിർദ്ദേശങ്ങളും പരിശോധിച്ചാൽ ഇക്കാര്യം ബോധ്യമാകും. ക്ഷേമരാഷ്ട്രത്തിന്റെയും ഭരണകൂടത്തിന് മുൻകയ്യുള്ള വികസന പരിപ്രേക്ഷ്യത്തിന്റെയും പശ്ചാത്തലത്തിലായിരുന്നു കോത്താരി കമ്മീഷൻ നിർദ്ദേശങ്ങൾ മുന്നോട്ടു വയ്ക്കപ്പെട്ടതെങ്കിൽ, ക്ഷേമരാഷ്ട്രം അവസാനിപ്പിച്ച് നവ ഉദാരവൽക്കരണത്തിന് തുടക്കമിട്ട സന്ദർഭത്തിലായിരുന്നു രാജീവ് ഗാന്ധി സർക്കാർ പുത്തൻ വിദ്യാഭ്യാസ നയം ആവിഷ്കരിച്ചത്. ഒരു സാമൂഹ്യസേവനം എന്നതിലുപരി കമ്പോള തത്വങ്ങൾ പ്രകാരം വിൽക്കുകയും വാങ്ങുകയും ചെയ്യുന്ന ചരക്കായി വിദ്യാഭ്യാസത്തെ സമീപിച്ചതിനോടൊപ്പം കോടിക്കണക്കിനു വരുന്ന സാധാരണക്കാരായ കുട്ടികൾക്കുള്ള വിദ്യാഭ്യാസം അനൗപചാരികവൽക്കരിക്കുന്നതിനും

ഉന്നത പ്രൊഫഷണൽ വിദ്യാഭ്യാസ രംഗത്തേക്ക് സ്വകാര്യ മൂലധനത്തിന് വൻതോതിൽ കടന്നു വരുന്നതിനും സമ്പന്ന-സവർണ്ണ വിഭാഗത്തിനുള്ള വരേണ്യ വിദ്യാഭ്യാസ ധാര അഭംഗുരം തുടരുന്നതിനുമുള്ള നിർദ്ദേശങ്ങൾ 1986 ലെ വിദ്യാഭ്യാസ നയത്തിന്റെ ഭാഗമായിരുന്നു.

വാസ്തവത്തിൽ, "എല്ലാവർക്കും വിദ്യാഭ്യാസം"(Education for all) എന്ന 1986ലെ പുത്തൻ വിദ്യാഭ്യാസനയത്തിന്റെ മുദ്രാവാക്യം ഈ സമയമാകുമ്പോഴേക്ക് ലോകബാങ്ക് മുന്നോട്ട് വെച്ച പ്രഖ്യാപനത്തിന്റെ ആവർത്തനമായിത്തീരുന്നു. പ്രാഥമിക വിദ്യാഭ്യാസത്തിന്റെ അനൗപചാരികവൽക്കരണത്തിലൂടെ ദരിദ്ര ഭൂരിപക്ഷത്തിന് ഔപചാരിക വിദ്യാഭ്യാസം നിഷേധിക്കാനുള്ള ഒരു 'സത്യാനന്തര പ്രസ്താവന' കൂടിയായിരുന്നു ലോകബാങ്കിന്റെ 'എല്ലാവർക്കും വിദ്യാഭ്യാസം' എന്ന നിലപാട്. ഉദാഹരണത്തിന്, ഇന്ത്യയിലെ ഡി.പി.ഇ .പി. അടക്കം ആഫ്രോ-ഏഷ്യൻ-ലാറ്റിനമേരിക്കൻ രാജ്യങ്ങളിൽ 90 കളിൽ ലോകബാങ്കിന്റെ കാർമികത്വത്തിൽ ആവിഷ്കരിച്ച പ്രാഥമിക വിദ്യാഭ്യാസ പദ്ധതികളിൽ ഭാഷാ പഠനത്തെ സംബന്ധിച്ച് മുന്നോട്ടു വെച്ച ഉത്തരാധുനിക സമീപനങ്ങളും 'മാനക ഭാഷ' (Standard Language) യെ ഒഴിവാക്കുന്ന രീതികളും സർക്കാരിന്റെ സ്ഥാനത്ത് പൗര സമൂഹ സംഘടനകളേയും എൻ.ജി.ഓ. കളെയും കടത്തിക്കൊണ്ടുവരുന്നതും മറ്റും 90 കളിൽ കേരളത്തിൽ വലിയ ചർച്ചയായിരുന്നു. പിന്നീട്, വാജ്പേയ് സർക്കാർ അധികാരമേൽക്കുകയും ആഗോളവൽക്കണത്തിന്റെ 'രണ്ടാം തലമുറ' പരിഷ്ക്കാരങ്ങൾക്ക് അത് ശക്തിപകരുകയും ചെയ്ത സന്ദർഭത്തിലാണ് ഉന്നത- പ്രൊഫഷണൽ വിദ്യാഭ്യാസത്തിലേക്ക് കോർപറേറ്റ് മൂലധനത്തെ കയറൂരി വിടുന്നതിനും സ്വകാര്യ സർവ്വകലാശാലകൾ ആവശ്യാനുസരണം സ്ഥാപിക്കുന്നതിനും സെൽഫ് ഫൈനാൻസിങ് സ്ഥാപനങ്ങൾ വ്യാപകമാകുന്നതിനും വഴിയൊരുക്കിയ അംബാനി-ബിർള റിപ്പോർട്ട് തയ്യാറാക്കിയത്.

പുത്തൻ വിദ്യാഭ്യാസനയം 2020 ന്റെ മുഖമുദ്ര

വിദ്യാഭ്യാസ മേഖലയെ ആഗോള കോർപ്പറേറ്റ് മൂലധനശക്തികൾ സമ്പത്തു സമാഹരണത്തിന്റെ മുഖ്യ ഉറവിടങ്ങളിലൊന്നായി തിരിച്ചറിഞ്ഞതിന്റെ കൂടി പശ്ചാത്തലത്തിലാണ് ലോകവ്യാപാര സംഘടനയുടെ സേവനങ്ങളെ സംബന്ധിച്ച ഉടമ്പടി (GATS) യിൽ വിദ്യാഭ്യാസം കൂടി ഉൾപ്പെടുത്തപ്പെടുന്നത്. അതുകൊണ്ടുതന്നെ, വാജ്പേയ് സർക്കാറിനുശേഷം അധികാരത്തിലേക്ക് വന്ന യു.പി.എ. ഭരണകാലത്തും വിദ്യാഭ്യാസ മേഖലയിലെ സ്വകാര്യ-കോർപ്പറേറ്റുവൽക്കരണം

അനുദിനം ശക്തിയാർജ്ജിച്ചു. വിദ്യാഭ്യാസ മേഖലക്കായി മൊത്തം ആഭ്യന്തര ഉല്പാദന(GDP)ത്തിന്റെ 6 ശതമാനമെങ്കിലും മാറ്റിവയ്ക്കണമെന്ന കോത്താരി കമ്മീഷൻ നിർദ്ദേശമുണ്ടായിട്ടും, ഈ ദിശയിൽ ഒന്നും നടന്നിട്ടില്ലെന്ന് മാത്രമല്ല, യുണെസ്കോയുടെ കണക്കു പ്രകാരം, പശ്ചിമ ദക്ഷിണേഷ്യയിൽ വിദ്യാഭ്യാസ രംഗത്ത് ഏറ്റവും കുറവ് ചിലവഴിക്കുന്ന രാജ്യങ്ങളിലൊന്നായി ഇന്ത്യ മാറുകയും ചെയ്തു. അതിൻപ്രകാരം 2017-18 കാലത്തെ ജി.ഡി.പി.യുടെ അനുപാതമെടുത്താൽ, നേപ്പാൾ 5.2 ഉം മാലിദ്വീപ് 4.1 ഉം അഫ്ഗാനിസ്ഥാൻ 4.2 ഉം ഭൂട്ടാൻ 6.6 ഉം ശതമാനം വീതം വിദ്യാഭ്യാസത്തിനു മാറ്റി വെക്കുമ്പോൾ ഇന്ത്യയുടെ കാര്യത്തിൽ അത് 2.7 ശതമാനം മാത്രമായിരുന്നു. കേന്ദ്ര-സംസ്ഥാന സർക്കാരുകളുടെ മൊത്തം ചെലവായിരുന്നു ഇത്. മോദി സർക്കാരിന്റെ കഴിഞ്ഞ ബജറ്റിൽ, മൊത്തം 30ലക്ഷം കോടി രൂപയിലധികം ചെലവു കണക്കാക്കുമ്പോൾ ,വിദ്യാഭാസ മേഖലക്കായി മാറ്റി വെക്കുന്നത് 99000 കോടി രൂപയോളമാണ്. ദേശീയ വരുമാനത്തിന്റെ ആറ് ശതമാനം എന്ന് പറയുമ്പോൾ കുറഞ്ഞത് 12ലക്ഷം കോടിരൂപയെങ്കിലും പ്രതിവർഷം വിദ്യാഭ്യാസമേഖലക്കായി മാറ്റിവക്കേണ്ടതുണ്ട്.

ഇപ്രകാരം, വിദ്യാഭ്യാസ രംഗത്തുനിന്നും സർക്കാർ പിൻവാങ്ങുന്ന തീവ്ര വലതു കോർപ്പറേറ്റ് നയങ്ങളോടൊപ്പം ആർ.എസ്.എസ്. വിഭാവനം ചെയ്യുന്ന ഹിന്ദുരാഷ്ട്ര നിർമ്മാണത്തിന് പ്രത്യയശാസ്ത്ര പിൻബലമേകുന്നു എന്നതുകൊണ്ടു കൂടിയാണ് 2020ലെ വിദ്യഭ്യാസ നയരേഖ നിർണ്ണായകമാകുന്നത്. കഴിഞ്ഞ വർഷം 474 പേജ് വരുന്ന വിദ്യാഭ്യാസനയ രേഖയുടെ കരട് പ്രസിദ്ധീകരിച്ചതു മുതൽ വിദ്യാഭ്യാസ വിദഗ്ധരും അദ്ധ്യാപക-വിദ്യാർത്ഥി സംഘടനകളും രാഷ്ട്രീയ പാർട്ടികളും ഉൾപ്പെടെയുള്ളവർ ഏകദേശം 2 ലക്ഷത്തോളം നിർദ്ദേശങ്ങൾ സമർപ്പിച്ചുവെങ്കിലും അവയിലൊന്നുപോലും 2020 ജൂലൈ 29 ന് ക്യാബിനറ്റ് അംഗീകരിച്ച പുറത്തിറക്കിയ 64പേജ് വരുന്ന നയരേഖയിൽ ഉൾപ്പെടുത്തിയിട്ടില്ല എന്നു കാണാം. അതേസമയം, വിദ്യാഭ്യാസത്തിന്റെ കമ്പോളവൽക്കരണത്തിനും കോർപ്പറേറ്റ് വൽക്കരണത്തിനും ഗതിവേഗം നൽകുംവിധം, മേൽസൂചിപ്പിച്ച അംബാനി-ബിർള റിപ്പോർട്ടിന്റെ തുടർച്ചയെന്നോണം കോൺഫെഡറേഷൻ ഓഫ് ഇന്ത്യൻ ഇൻഡസ്ട്രി(CIT) 2019 നവംബറിൽ സംഘടിപ്പിച്ച വിദ്യാഭ്യാസ ഉച്ചകോടി മുന്നോട്ടു വെച്ച നിർദ്ദേശങ്ങളെല്ലാം തന്നെ ഈ നയരേഖ ഉൾക്കൊണ്ടിരിക്കുന്നുവെന്നാണ് അറിയാൻ കഴിയുന്നത്. അതുപോലെ,സർക്കാരിന്റെ സമ്പദ്ഘടനയിലെ ഇടപെടൽ കുറച്ച് ഒരു കോർപ്പറേറ്റ് സഹായി (corporate facilitator)

യായി അതിനെ പരിവർത്തിപ്പിക്കുന്നതിന്റെ ഭാഗമായി, പിരിച്ചു വിടപ്പെട്ട ആസൂത്രണ കമ്മീഷന്റെ സ്ഥാനത്ത് അവരോധിക്കപ്പെട്ട നീതി ആയോഗ് എന്ന കോർപ്പറേറ്റ്- ബ്യൂറോക്രാറ്റിക് ചിന്താസംഭരണി വിദ്യാഭ്യാസ പരിഷ്കാരത്തിനായി തയ്യാറാക്കിയ ബ്ലൂപ്രിന്റും ഈ പുത്തൻ വിദ്യാഭ്യാസ നയരേഖ പിൻപറ്റുന്നുണ്ട്.

എന്നാൽ, ഇതിനേക്കാളുപരി മോദി സർക്കാരിന്റെ പുത്തൻ വിദ്യാഭ്യാസ നയത്തെ വ്യത്യസ്തമാക്കുന്നത് അതിലുള്ള ആർ.എസ്. എസിന്റെ ഇടപെടലുകളാണ്. മന്ത്രാലയത്തിന്റെ പേര് മാറ്റിയതടക്കം തങ്ങൾ ആവശ്യപ്പെട്ട 80 ശതമാനത്തിലധികം നിർദ്ദേശങ്ങൾ നയരേഖയിൽ ഇടം നേടിയിട്ടുണ്ടെന്ന് ആർ എസ് എസിനോട് അഫിലിയേറ്റ് ചെയ്തിട്ടുള്ള സംഘടനകൾ അവകാശപ്പെടുന്നുമുണ്ട്. അതിൻ പ്രകാരം വിദ്യാഭാരതി എന്ന ആർ.എസ്.എസ്.സംഘടന മുന്നോട്ടു വച്ചിട്ടുള്ള നിർദ്ദേശങ്ങൾക്കൊപ്പം, ഭാരതീയ ശിക്ഷൻ മണ്ഡൽ, ശിക്ഷാ സാംസ്കൃതി ഉത്ഥാൻ ന്യാസ്, ഭാരതീയ ഭാഷാ മഞ്ച് എന്നീ സംഘ പരിവാർ അനുബന്ധ സംഘടനകളുമായി ബന്ധപ്പെട്ട ഐതിഹ്യങ്ങളെയും മിത്തുകളെയും പാരമ്പര്യങ്ങളെയും പരാമർശിക്കുന്നതിലെ ആവർത്തനം, സംസ്കൃതത്തിനു നൽകുന്ന അമിത പ്രാധാന്യം, ഇസ്‌ലാമിക പാരമ്പര്യത്തിന്റെ പൂർണ്ണമായ തമസ്കരണം, ജാപ്പനീസ്, കൊറിയൻ, തായ്, സ്പാനിഷ്,ഫ്രഞ്ച്,റഷ്യൻ എന്നിവ വിദേശ ഭാഷാ ലിസ്റ്റിൽ ഉൾപ്പെടുത്തിയിട്ടും ഇന്ത്യയുമായി ചരിത്രപരമായ അഭേദ്യ ബന്ധമുള്ളതും 65ലക്ഷം ഇന്ത്യക്കാർ ഉപജീവനം കണ്ടെത്തുന്ന ഗൾഫ് രാജ്യങ്ങളിലെ ഭാഷയുമായ അറബിയെ ഒഴിവാക്കിയത് തുടങ്ങി ഹിന്ദുത്വ അജണ്ടയെ പൂർണ്ണമായി സേവിക്കുന്ന സമീപനം ഈ നയരേഖയിൽ പ്രകടമായി മുഴച്ചു നിൽക്കുന്നു.

വിദ്യാഭ്യാസത്തിന്റെ ഘടനയിലും ഉള്ളടക്കത്തിലുമുള്ള മാറ്റങ്ങൾ

ഒന്നാമതായി സ്കൂൾ വിദ്യാഭ്യാസത്തിന്റെ കാര്യമെടുത്താൽ, കോത്താരി കമ്മീഷന്റെ കാലം മുതൽ നിലനിന്നു പോന്ന 10+2 എന്ന ഘടന പുത്തൻ വിദ്യാഭ്യാസ നയം ഉടച്ചുവാർത്ത് തൽസ്ഥാനത്ത് 5+3+3+4 എന്ന പുതിയ സംവിധാനം പ്രതിഷ്ഠിച്ചിരിക്കുന്നു. ശിശു പരിചരണവും (Early childhood care and education-ECCE) അംഗൻവാടി കാലവുമടക്കം കുട്ടികളുടെ സ്കൂൾ പൂർവ്വകാലം കൂടി വിദ്യാഭ്യാസ പ്രക്രിയയുടെ ഭാഗമാക്കുന്നുവെന്ന് അവകാശപ്പെട്ടുകൊണ്ട് ഔപചാരിക സ്കൂൾ വിദ്യാഭ്യാസത്തെ അപ്പാടെ അപനിർമ്മിക്കുന്ന കുടില തന്ത്രവും ഇതിലടങ്ങിയിരിക്കുന്നു. ഇതിൽ ആദ്യത്തെ അഞ്ചു

വർഷമെന്ന പ്രീപ്രൈമറി ഘട്ടം മൂന്ന വർഷത്തെ അംഗൻവാടിയും ഒന്നും രണ്ടും ക്ലാസ്സുകളും കൂടി ചേർന്നുള്ളതാണ്.

8 വയസ്സുമുതൽ 11 വയസ്സുവരെ, പിന്നീടുള്ള മൂന്ന് വർഷത്തെ തയ്യാറെടുപ്പുഘട്ടമെന്നും (preparatory stage - മൂന്നാം ക്ലാസ്സ് മുതൽ അഞ്ചാം ക്ലാസ്സ് വരെയും) തുടർന്നുള്ള 11 വയസ്സുമുതൽ 14 വയസ്സു വരെയുള്ള മൂന്ന വർഷത്തെ മദ്ധ്യഘട്ടമെന്നും (middle stage),ഒമ്പ താം ക്ലാസ്സ് മുതൽ പന്ത്രണ്ടാം ക്ലാസ്സ വരെയുള്ള അവസാനത്തെ നാല് വർഷത്തെ സെക്കണ്ടറി ഘട്ടമെന്നും നിർവചിച്ചിരിക്കുന്നു. അഞ്ചാംക്ലാസ്സ വരെ "മാതൃഭാഷ" എന്ന വിവക്ഷിക്കപ്പെടുന്ന പ്രാദേ ശികഭാഷ (അതായത്,ഇതര സംസ്ഥാനങ്ങളിൽ നിന്ന കേരളത്തിൽ വന്ന താമസിക്കുന്ന ലക്ഷക്കണക്കിന തൊഴിലാളികളുടെ കുട്ടികളു ണ്ടെങ്കിൽ അവർക്കു മലയാളത്തിലല്ലാതെ പ്രാഥമിക വിദ്യാഭ്യാസം സാധ്യമല്ലെന്ന് ചുരുക്കം.) യായിരിക്കും ബോധന മാധ്യമമെന്നും ആറാം ക്ലാസ്സുമുതൽ തൊഴിൽ പഠനം ആരംഭിക്കുമെന്നും പുത്തൻ വിദ്യാഭ്യാസ നയം അനുശാസിക്കുന്നു.

പ്രീസ്കൂൾ മുതൽ സെക്കണ്ടറി തലം വരെയുള്ള 15 വർഷക്കാല ത്തെ സ്കൂൾ വിദ്യാഭ്യാസം എല്ലാ കുട്ടികളെയും ലക്ഷ്യമിടുന്നില്ലെന്നും രേഖ വ്യക്തമാക്കുന്നുണ്ട്. സ്കൂൾ വിദ്യാഭ്യാസത്തിന്റെ ഏതു ഘട്ടത്തിൽ വേണമെങ്കിലും പുറത്തു പോകാനും വേണമെങ്കിൽ വീണ്ടും പ്രവേ ശിക്കാനുമുള്ള പഴുതുകൾ ഉൾച്ചേർന്നിട്ടുള്ളതാണ് നയം. ഇപ്പോൾ തന്നെ 6-14 പ്രായത്തിലുള്ള 35 ദശലക്ഷം കുട്ടികൾ പ്രതിവർഷം പഠനം മുന്നോട്ടുകൊണ്ടുപോകാനാവാതെ ഇന്ത്യയിലെ സ്കൂളുകളിൽ നിന്ന കൊഴിഞ്ഞുപോകുന്ന (drop-out) വെന്നാണ് കണക്കാക്കിയിരി ക്കുന്നത്. ഈ കൊഴിഞ്ഞു പോക്കിനെ കുട്ടികളുടെ ഇഷ്ടപ്രകാരമുള്ള പുറത്തുപോകലായും പ്രവേശിക്കലായും (multiple exit&entry) രേഖ സ്ഥാപനവൽക്കരിക്കുകയാണ്. വാസ്തവത്തിൽ, പഠനസൗകര്യമി ല്ലാത്തതിനാലും അധ്യാപകക്ഷാമം നിമിത്തവും ഭക്ഷണവും വസ്ത്രവും ഇല്ലാത്തതിനാലുമാണ് കുട്ടികൾ സ്കൂളുകളിൽ നിന്ന് കൊഴിഞ്ഞു പോകുന്നത്. 2018ൽ ലോക സഭയിൽ വിദ്യാഭ്യാസ സഹമന്ത്രി പ്രസ്താവിച്ചത് ഇന്ത്യയിലെ പ്രൈമറി സ്കൂളുകളിലും 10ലക്ഷം സെക്ക ണ്ടറി സ്കൂളുകളിലും ഒരു ലക്ഷം അധ്യാപക തസ്തികകൾ ഒഴിഞ്ഞു കിടക്കുന്നുവെന്നാണ്. നിലവിലുള്ള 70ശതമാനം സാക്ഷരത നില നിർത്തുന്നതുമായി ബന്ധപ്പെട്ട കണക്കുകളാണിത്. ഇന്ത്യയിലെ മുഴുവൻ കുട്ടികളെയും സ്കൂളിലെത്തിക്കുന്നതിന് ദശലക്ഷക്കണക്കിന് അധ്യാപകരെ നിയമിക്കേണ്ടതായിട്ടുണ്ട്. യോഗ്യതയുള്ള അധ്യാപക രിൽ നിന്നും വിദ്യാഭ്യാസം ലഭിക്കുകയെന്നത് 6-14വയസ്സുകാലത്തെ

കുട്ടികളുടെ മൗലികാവകാശമാണെന്ന് അടിവരയിടുന്ന, 2009 ൽ പാർലമെന്റ് പാസാക്കുകയും 2010ഏപ്രിൽ 1ന് നിലവിൽ വരികയും ചെയ്ത വിദ്യാഭ്യാസ അവകാശ നിയമ (Right to education) പ്രകാരം പ്രവർത്തിക്കാൻ ബാധ്യസ്ഥമായ മോദി സർക്കാരാണ് മേൽസൂചിപ്പിച്ച കുറ്റസമ്മതം പാർലമെന്റിൽ നടത്തിയിരിക്കുന്നത്.

എന്നാൽ കോവിഡ് മഹാമാരിയെ മറയാക്കിക്കൊണ്ട് പാർലമെന്റിലെ ചർച്ച പോലും ഒഴിവാക്കി കേന്ദ്ര ക്യാബിനറ്റ് ഇപ്പോൾ പുറത്തിറക്കിയിട്ടുള്ള വിദ്യാഭ്യാസ നയം അധ്യാപക നിയമനം 'സർക്കാരേതര മണ്ഡലത്തിന്' വിട്ടുകൊടുത്തിരിക്കുകയാണ്. 'ഗുരുകുല'മെന്നും 'പാഠശാലകളെ'ന്നുമൊക്കെ സ്കൂളുകളെ വിശേഷിപ്പിക്കുന്ന നയരേഖ 'വിദ്യാഭാരതി'യും മറ്റും തുടർന്നു പോരുന്ന മാതൃകയിൽ കോർപ്പറേറ്റ് സാമൂഹ്യ ഉത്തരവാദിത്വങ്ങൾ (Corporate social responsibility-CSR) നിറവേറ്റുന്നതിലൂടെയും സ്വകാര്യ കാരുണ്യവാദ സംഘടനകളുടെയും (private philanthropic organizations) പൗര സമൂഹ സംഘടനകളുടെയും (civil society organization) മറ്റും ഇടപെടലുകളിലൂടെ അധ്യാപകരെ കണ്ടെത്തണമെന്നാണ് പറഞ്ഞുവെക്കുന്നത്. വർണ്ണ വ്യവസ്ഥയിലും ഉച്ചനീചത്വങ്ങളിലും അധിഷ്ഠിതമായിരുന്ന ഇന്ത്യൻ പാരമ്പര്യത്തെയും ഗതകാല മൂല്യങ്ങളെയും പറ്റി വാചാലമാകുന്ന നയരേഖ ശാസ്ത്രീയ ചിന്തയിലും മതേതര ജനാധിപത്യ ബോധത്തിലും അധിഷ്ഠിതമായ ബുദ്ധി വികാസം കുട്ടികൾക്കുണ്ടാകേണ്ടതിനെപ്പറ്റി യാതൊന്നും വ്യക്തമായി പറയുന്നില്ല. നേരെമറിച്ച്, തീവ്ര വലതു നയങ്ങളുമായി ബന്ധപ്പെട്ട് തൊഴിൽ മേഖലയിലുണ്ടായിക്കൊണ്ടിരിക്കുന്ന അസംഘടിത/അനൗപചാരികവൽക്കരണത്തിന്റെ (Informalisation) പശ്ചാത്തലത്തിൽ കൂലി കുറഞ്ഞ തൊഴിൽ (Low-wage job) സുലഭമായി ലഭിക്കും വിധം ആറാം ക്ലാസ്സ് മുതൽ ഏതെങ്കിലുമൊരു നൈപുണ്യ (skill) ത്തിൽ കുട്ടികളെ തളച്ചിടുകയെന്നതാണ് സ്കൂൾ വിദ്യാഭ്യാസത്തിന്റെ മുഖ്യ ദൗത്യമായി നയം അടയാളപ്പെടുത്തുന്നത്. അതിനുതകും വിധമുള്ള സാക്ഷരതയും കണക്കു കൂട്ടാനുള്ള കഴിവും (literary and numeracy) കുട്ടികൾക്കുണ്ടാകണമെന്ന് അത് നിഷ്കർഷിക്കുന്നു. സ്കൂൾ വിദ്യാഭ്യാസം എന്നതുകൊണ്ടുദ്ദേശിക്കുന്നത് തൊഴിലധിഷ്ഠിത വിദ്യാഭ്യാസമല്ലെന്ന കോത്താരി കമ്മീഷന്റെ നിരീക്ഷണങ്ങൾക്ക് ഘടക വിരുദ്ധമായ ഈ സമീപനം ബ്രാഹ്മണ്യവും മനുസ്മൃതിയും ആവശ്യപ്പെടുന്ന ജാതിയിലധിഷ്ഠിതമായ തൊഴിൽ വിഭജനത്തെ അരക്കിട്ടുറപ്പിക്കുമെന്ന വിമർശനം തള്ളിക്കളയാവുന്നതല്ല.

ഭാഷാ പഠനവുമായി ബന്ധപ്പെട്ട് പുത്തൻ വിദ്യാഭ്യാസ നയം

എടുത്തിട്ടുള്ള സമീപനം നേരത്തെ സൂചിപ്പിക്കുകയുണ്ടായി. പ്രത്യക്ഷത്തിൽ നിരുപദ്രവപരമെന്ന് തോന്നാവുന്ന അതിലെ ത്രിഭാഷാ പദ്ധതി (three language formula) ഹിന്ദിക്ക് നൽകിയിട്ടുള്ള ഔദ്യോഗിക ഭാഷാ പദവിക്കൊപ്പം സംസ്കൃതത്തിനു നൽകുന്ന പ്രത്യേക പരിലാളനകൾ കൂടി കണക്കിലെടുക്കുമ്പോൾ പൂർണ്ണമായും സംഘപരിവാർ അജണ്ടകൾക്കനുസൃതമാണെന്ന് കാണാം. ഹിന്ദി സംസാരിക്കുന്ന വടക്കേ ഇന്ത്യൻ സംസ്ഥാനങ്ങളിലെ നിരവധിയായ പ്രാദേശിക ഭാഷാഭേദങ്ങളെ അവഗണിച്ച് സംസ്കൃതവൽക്കരിച്ച (Sanskritized Hindi) ഹിന്ദി അധ്യയന മാധ്യമമാകുന്നതിനു പുറമെ സംസ്കൃതം ഒരു ഇന്ത്യൻ ഭാഷയായും തിരഞ്ഞെടുക്കാൻ കുട്ടികളെ നിർബന്ധിതരാക്കുകയാണ്. ഹിന്ദിയേതര സംസ്ഥാനങ്ങളിൽ മാതൃഭാഷയോടൊപ്പം ഹിന്ദിയോ സംസ്കൃതമോ ഇന്ത്യൻ ഭാഷയായി തിരഞ്ഞെടുക്കാവുന്നതാണ്. ഹൈന്ദവ പാരമ്പര്യവുമായി ബന്ധപ്പെട്ട മുൻകാല രചനകളൊഴിച്ചാൽ ഒരു 'മൃതഭാഷ'യായിട്ടുള്ള സംസ്കൃതത്തിന്റെ കാര്യത്തിൽ മുഖ്യമായും ഗ്രാമർ പഠനത്തിനാകും ഊന്നൽ. സാഹിത്യ സമ്പന്നവും വികസിച്ചുകൊണ്ടിരിക്കുന്നതുമായ തമിഴ്, മലയാളം, തെലുങ്ക്, കന്നഡ തുടങ്ങിയ ഭാഷകളെ അപേക്ഷിച്ച് വളരെ കുറച്ച് പഠിച്ചാൽ മതിയെന്നുള്ളതും കൂടുതൽ മാർക്ക് കിട്ടാനുള്ള സാധ്യതയും സർവ്വോപരി ഔദ്യോഗിക പിൻബലത്തോടെയുള്ള പ്രോത്സാഹനവും നിമിത്തം സംസ്കൃതത്തിന് താരതമ്യങ്ങളില്ലാത്ത പ്രാമുഖ്യമാണ് പുത്തൻ വിദ്യാഭ്യാസ നയത്തിലൂടെ കൈവരാൻ പോകുന്നത്. അതേസമയം ഹിന്ദിയിലും ഇംഗ്ലീഷിലും പ്രാവീണ്യം നേടാത്തവർക്ക് അഖിലേന്ത്യാ മത്സര പരീക്ഷകളെന്ന കടമ്പ കടക്കുക ബുദ്ധിമുട്ടാകുക മാത്രമല്ല ഇംഗ്ലീഷിലോ ഹിന്ദിയിലോ തയ്യാറാക്കപ്പെടുന്ന പാഠപുസ്തകങ്ങളും ഇതേ ഭാഷകൾ മാധ്യമമായിട്ടുള്ള ഓൺലൈൻ/ ഡിജിറ്റൽ ക്ലാസ്സുകളും അപ്രാപ്യമാക്കുകയും ചെയ്യും.

ഈയവസരത്തിൽ, വിദ്യാഭ്യാസ നയം പ്രതിപാദിക്കുന്ന വിദേശഭാഷകളുടെ കാര്യത്തിലും ചിലതു സൂചിപ്പിക്കാനുണ്ട്. സെക്കണ്ടറി സ്കൂൾ തലത്തിൽ കൊറിയൻ,ജാപ്പനീസ്, തായ്, ഫ്രഞ്ച്, ജർമ്മനി, സ്പാനിഷ്, റഷ്യൻ എന്നീ വിദേശഭാഷകളിൽ നിന്നും തിരഞ്ഞെടുക്കാൻ അവസരമുള്ള കാര്യവും 65 ലക്ഷത്തോളം ഇന്ത്യക്കാർ പണിയെടുക്കുന്ന ഗൾഫ് രാജ്യങ്ങളുടെ അറബി ഭാഷ ബോധപൂർവ്വം ഒഴിവാക്കിയത് മുമ്പു സൂചിപ്പിച്ചുവല്ലോ? അതോടൊപ്പം മിത്തുകളിലും ഐതിഹ്യങ്ങളിലും ചരിത്രവിരുദ്ധതയിലും വിജ്ഞാന വിരോധത്തിലും അധിഷ്ഠിതമായ ബ്രാഹ്മണിക്കൽ ഹിന്ദുത്വ മൂല്യങ്ങളെ പുനരാനയിക്കാനുള്ള വ്യഗ്രത പ്രകടമാക്കുന്ന ഈ രേഖ ഇസ്ലാമിക

പാരമ്പര്യവുമായി ബന്ധപ്പെട്ട ഇന്ത്യാ ചരിത്രത്തിലെ എല്ലാ ധാരകളെയും ആസൂത്രിതമായി അവഗണിച്ചിരിക്കുന്നു. ഇതോടൊപ്പം 'സംസ്കൃതവൽക്കരിക്കപ്പെട്ട ഹിന്ദി' ഇന്ത്യയുടെ ഏക പൊതു ഭാഷയാക്കാനുള്ള മോദി സർക്കാരിൻറെ നീക്കം ആഭ്യന്തര മന്ത്രി അമിത്ഷായുടെ കഴിഞ്ഞ വർഷത്തെ പരസ്യ പ്രസ്താവനയിലൂടെ വ്യക്തമാക്കപ്പെട്ടിരിക്കെ, ആർ.എസ്.എസ്. മുന്നോട്ടു വയ്ക്കുന്ന 'സാംസ്കാരിക ദേശീയത' തന്നെയാണ് പുതിയ വിദ്യാഭ്യാസ നയത്തിന്റെ ലക്ഷ്യം എന്നും വ്യക്തമായിരിക്കുന്നു. അതേ സമയം കഴിഞ്ഞ വർഷം പുറത്തുവന്ന വിദ്യാഭ്യാസ നയത്തിൻറെ കരടിൽ ചൈനീസ് ഭാഷയായ മന്ദാരിൻ വിദേശ ഭാഷകളുടെ പട്ടികയിൽ ഉൾപ്പെട്ടിരുന്നു. ഗുജറാത്ത് വംശഹത്യയുടെ തുടർച്ചയായി ഒരു ദശാബ്ദക്കാലം മോദിക്ക് അമേരിക്ക വിസ നിഷേധിച്ച പശ്ചാത്തലത്തിൽ, ചൈനയുമായുള്ള ചങ്ങാത്തത്തിന്റെയും ഗുജറാത്തിനെ ചൈനീസ് മൂലധന നിക്ഷേപത്തിന്റെ ഒരു ഹബ് ആക്കി മാറ്റിയതിന്റെയും ഭാഗമായിട്ടായിരുന്ന "ഗുജറാത്ത്-ചീനി ഭായ് ഭായ് " മുദ്രാവാക്യത്തോടൊപ്പം അഹമ്മദാബാദിലെ ഗുജറാത്ത് സർവകലാശാലയിലും വഡോദരയിലെ എം.എസ്. സർവകലാശാലയിലും മന്ദാരിൻ കോഴ്സുകൾ ഉൾപ്പെടെ ആരംഭിച്ചുകൊണ്ട് ചൈനീസ് ഭാഷക്ക് അദ്ദേഹം വമ്പിച്ച പ്രചാരം നൽകിയത്. 2014 മധ്യത്തിൽ പ്രധാനമന്ത്രിയായതിനു ശേഷം സാമ്പത്തിക നയങ്ങളിലെന്നപോലെ വിദ്യാഭ്യാസ നയത്തിലും ഈ 'ഗുജറാത്ത് മോഡൽ' രാജ്യവ്യാപകമാക്കുന്നതിന്റെ ഭാഗമായിട്ടാണ് വിദ്യാഭ്യാസനയരേഖയുടെ കരടിൽ മന്ദാരിൻ ഉൾപ്പെടുത്തിയത്. എന്നാൽ,'നിയന്ത്രണ രേഖ'യിൽ ചൈന അതിക്രമിച്ചു കയറിയ പുതിയ സാഹചര്യത്തിലാണ് 2020 മധ്യത്തിൽ പുറത്തിറക്കിയ പുത്തൻ വിദ്യാഭ്യാസ നയം ഒരു വിശദീകരണവുമില്ലാതെ മന്ദാരിൻ ഭാഷ ഒഴിവാക്കിയത്. വാസ്തവത്തിൽ,മോദി സർക്കാരിന്റെ രാഷ്ട്രീയ സാമ്പത്തിക അജണ്ടയുമായി ബന്ധപ്പെട്ട ഒരു രാഷ്ട്രീയ രേഖയാണ് പുത്തൻ വിദ്യാഭ്യാസ നയമെന്നതിന് ഇതിൽപരം മറ്റൊരു തെളിവിന്റെയും ആവശ്യമില്ല.

സ്കൂൾ വിദ്യാഭ്യാസത്തിന്റെ കാര്യത്തിൽ (വഴിയേ വിശദീകരിക്കുന്നതുപോലെ, ഉന്നത വിദ്യാഭ്യാസത്തിലും ഇതു തന്നെ സ്ഥിതി) പുതിയ വിദ്യാഭ്യാസ നയം ശ്രദ്ധേയമാകുന്നത്, 90 കളിൽ സ്കൂൾ വിദ്യാഭ്യാസ രംഗത്ത് ലോകബാങ്ക് ഇടപെട്ടത് മുതൽ പ്രകടമായ, 'അനാദായകരമായ' (Uneconomic) സ്കൂളുകൾ അടച്ചുപൂട്ടണമെന്ന സമീപനം തുടരുന്നു എന്നതുകൊണ്ട് കൂടിയാണ്. 'സാമ്പത്തിക നഷ്ടമായ (Economically sub-optimal എന്ന പ്രയോഗമാണ്

രേഖയിലുള്ളത്.) സ്കൂളുകൾ' ,കുട്ടികൾ കുറവുള്ള സ്കൂളുകൾ (കോടിക്കണക്കിനു കുട്ടികൾ സാമ്പത്തിക പരാധീനതകൾ നിമിത്തം സ്കൂളിൽ പോകാതെ ബാലവേല ചെയ്യുന്നതൊന്നും നയത്തിന്റെ അജണ്ടയിലില്ല.),അധ്യാപകരുടെയും അടിസ്ഥാന സൗകര്യങ്ങളുടെയും അഭാവം(രാജ്യത്തെ ഒരു ലക്ഷത്തിലധികം സ്കൂളുകൾ ഏകാധ്യപക സ്ഥാപനങ്ങളാണ്.) തുടങ്ങിയ വെല്ലുവിളികൾക്ക് പരിഹാരമായി നയം നിർദ്ദേശിക്കുന്നത് അത്തരം സ്ഥാപനങ്ങൾ അടുത്ത സ്ഥലത്തുള്ളവയുമായി ചേർന്ന് സ്കൂൾ ക്ലസ്റ്ററുകൾ (Clusters) രൂപവൽക്കരിക്കുകയെന്നതാണ്. ദളിതരും ആദിവാസികളും പെൺകുട്ടികളുമുൾപ്പെടെയുള്ള മർദ്ദിത-പാർശ്വവൽകൃത സാമൂഹ്യ വിഭാഗങ്ങളുടെ കൊഴിഞ്ഞു പോക്കിന് ഔപചാരികമായ തുല്യം ചാർത്തലാണിത്. മർദ്ദിത വിഭാഗങ്ങളെ, ഇപ്രകാരമുള്ള 'പ്രത്യേക വിദ്യാഭ്യാസ മേഖല' (Special education zones)കളിലേക്കൊതുക്കി ഔപചാരിക വിദ്യാഭ്യാസം ഒരു ന്യൂനപക്ഷം വരുന്ന സവർണ്ണ-സമ്പന്ന പക്ഷത്തിനു മാത്രമാക്കുന്നതിലേക്കാണ് ഇന്ത്യ പോലൊരു രാജ്യത്തെ ഇത്തരം പരീക്ഷണങ്ങൾ ചെന്നെത്തുക. 6-14 പ്രായത്തിലുള്ള കുട്ടികളുടെ മൗലികാവകാശമായ ഔപചാരിക വിദ്യാഭ്യാസം അവരുടെ വാസസ്ഥലത്തിനടുത്ത് ലഭ്യമാക്കണമെന്ന കോത്താരി കമ്മീഷന്റെയും 2009 ലെ വിദ്യാഭ്യാസ അവകാശ നിയമത്തിന്റെയും അന്തഃസത്തക്ക് വിരുദ്ധമാണിത്.

18 വയസ്സു മുതലുള്ള കോളേജ്/ ഡിഗ്രി വിദ്യാഭ്യാസത്തിലേക്കു കടക്കുമ്പോഴും ഏതു സ്റ്റോപ്പിലും ഇറങ്ങിപ്പോകാവുന്ന ബസ് യാത്രപോലെയാണ് അതിന്റെ ഘടന. അതിൻ പ്രകാരം, ഒന്നാം വർഷത്തെ ഡിഗ്രി വിദ്യാഭ്യാസം പൂർത്തിയാക്കുന്നവർക്ക് തൊഴിൽ സർട്ടിഫിക്കറ്റ്, രണ്ടാം വർഷം തികച്ചാൽ ഡിപ്ലോമ, മൂന്ന് വർഷം കഴിഞ്ഞാൽ ഡിഗ്രി, നാല് വർഷവും തികക്കുന്നവർക്ക് ഗവേഷണ പ്രവേശനത്തിനുതകുന്ന ഡിഗ്രി സർട്ടിഫിക്കറ്റ് എന്നിങ്ങനെയാണ് കോളേജ് വിദ്യാഭ്യാസത്തിന്റെ ഘടന. കോളേജുകൾ പത്തുവർഷത്തിനകം സ്വയം ഭരണ പദവി നേടിയില്ലെങ്കിൽ അടച്ചുപൂട്ടാം. സ്വയം ഭരണ പദ്ധതി എന്നതുകൊണ്ട് ഉദ്ദേശിക്കുന്നത് കോത്താരി കമ്മീഷന്റെ കാലം മുതൽ പറഞ്ഞു പോരുന്ന അക്കാദമിക് ഓട്ടോണമിയല്ല, മറിച്ച് ഫിനാൻഷ്യൽ ഓട്ടോണമിയാണ്. അതായത്, അധ്യാപകരുടെ ശമ്പളവും സ്ഥാപന നടത്തിപ്പുമെല്ലാം വിദ്യാഭ്യാസ സ്ഥാപനങ്ങൾ സ്വയം കണ്ടെത്തേണ്ടി വരും. സർവ്വകലാശാലകൾ രണ്ടായി തിരിക്കപ്പെട്ടിരിക്കുന്നു; അധ്യയന സർവ്വകലാശാലകളും ഗവേഷണ സർവ്വകലാശാലകളും. സർക്കാർ സ്ഥാപനങ്ങളും

സ്വകാര്യ സ്ഥാപനങ്ങളും തമ്മിലുള്ള അതിർവരമ്പുകൾ ഇല്ലാതാകുകയും ഉന്നത വിദ്യാഭ്യാസം പൂർണ്ണമായും പൊതു-സ്വകാര്യ സംരംഭങ്ങ(public-philanthropic partnerships)ളായി പരിണമിക്കുകയും ചെയ്യും. ഗവേഷണ വിഷയങ്ങൾ പണം മുടക്കുന്ന കോർപ്പറേറ്റു കമ്പനികൾ നിർണയിക്കും. യു.ജി.സി, എ.ഐ.സി.റ്റി.ഇ, ഐ.സി.എം.ആർ തുടങ്ങിയവ അപ്രസക്തമാവുകയും ഉന്നത വിദ്യാഭ്യാസവുമായി ബന്ധപ്പെട്ട നയ തീരുമാനങ്ങളെല്ലാം കോർപറേറ്റുകൾ നിയന്ത്രിക്കുന്ന കേന്ദ്രത്തിലെ ദേശീയ ഉന്നത വിദ്യാഭ്യാസ കമ്മീഷനിൽ നിക്ഷിപ്തമാവുകയും ചെയ്യും. സാമ്പത്തികമായി നടത്തിക്കൊണ്ടു പോകാനാവാത്ത സന്ദർഭത്തിൽ നേരത്തെ സൂചിപ്പിച്ച സ്കൂളുകളുടെ കാര്യത്തിലെന്നപോലെ 'വിദ്യാഭ്യാസ സമുച്ചയങ്ങൾ' (Educational Clusters) എന്ന നിലയിലും പ്രവർത്തിക്കുകയുമാകാം. എല്ലാത്തിനുമുപരിയായി, സ്കൂളുകളും കോളേജുകളുമടക്കം വിദ്യാഭ്യാസ നയ രൂപവൽക്കരണവുമായി ബന്ധപ്പെട്ട എല്ലാ വിഷയങ്ങളും പ്രധാനമന്ത്രി നയിക്കുന്ന 'രാഷ്ട്രീയ ശിക്ഷാ ആയോഗി'ൽ കേന്ദ്രീകരിക്കും.

മർദ്ദിത ജനവിഭാഗങ്ങളുടെ വിദ്യാഭ്യാസ അവകാശ നിഷേധവും ഡിജിറ്റലൈസേഷനിലൂടെയുള്ള കോർപറേറ്റ്- വരേണ്യവൽക്കരണവും.

മുമ്പ് സൂചിപ്പിച്ചതുപോലെ, വരേണ്യ വർഗ്ഗത്തിനുള്ള ഔപചാരിക വിദ്യാഭ്യാസ ധാരയ്ക്കു കോട്ടം തട്ടാതിരിക്കുമ്പോൾ തന്നെ, മഹാഭൂരിപക്ഷത്തേയും ഔപചാരിക വിദ്യാഭ്യാസ പ്രക്രിയയിൽ നിന്ന് വിദഗ്ധമായി ഒഴിവാക്കാനുള്ള പല ആവിഷ്കാരങ്ങളും നവ ഉദാരവൽക്കരണത്തിനു തുടക്കമിട്ട ഘട്ടത്തിൽ ലോകബാങ്ക് മുന്നോട്ടു വച്ചിരുന്നു. വാസ്തവത്തിൽ, പുത്തൻ വിദ്യാഭ്യാസ നയം സ്കൂൾ വിദ്യാഭ്യാസ തലം മുതൽ സ്വയം കൊഴിഞ്ഞു പോകാൻ കുട്ടികൾക്ക് വാതിൽ തുറന്നിടുക വഴി ഏറ്റവും മർദ്ദിതരായ പട്ടിക ജാതി/ പട്ടിക വർഗ്ഗ വിഭാഗത്തിൽ പെടുന്ന കുട്ടികളാണ് വിദ്യാഭ്യാസ നിഷേധത്തിന്റെ ആദ്യത്തെ ഇരകളാകുന്നത്. ഉദാഹരണത്തിന്, പട്ടിക ജാതി, പട്ടിക വർഗ്ഗം എന്ന പ്രയോഗം ആനുഷംഗികമായി ഒന്നോ രണ്ടോ സന്ദർഭങ്ങളിൽ കടന്നു വരുന്നതൊഴിച്ചാൽ, മർദ്ദിത ജന വിഭാഗങ്ങൾക്ക് ഭരണഘടനാപരമായി ലഭിക്കേണ്ട സംവരണമടക്കമുള്ള വിദ്യാഭ്യാസ അവകാശങ്ങൾ പുതിയ നയം അവഗണിച്ചിരിക്കുന്നു. ജാതീയമായ അടിച്ചമർത്തലും സാമ്പത്തിക പിന്നോക്കാവസ്ഥയും തുലനപ്പെടുത്തുകയും അതിന്റെ മറവിൽ സാമ്പത്തിക സംവരണം കടത്തിക്കൊണ്ടു വരുകയും ചെയ്യുന്ന മനുവാദികൾ 'സാമൂഹ്യ- സാമ്പത്തിക അവശവിഭാഗങ്ങൾ' (Socially economically disadvantaged groups- SEDGs) എന്ന കുടക്കീഴിൽ പെടുത്തി പട്ടിക ജാതി/വർഗ്ഗ വിഭാഗങ്ങൾക്കെതിരെ ഏറ്റവും ഹീനമായ കടന്നാക്രമണമാണ് നടത്തിയിരിക്കുന്നത്.

പരമോന്നത കോടതിയുൾപ്പെടെ ഭരണകൂടത്തിന്റെ എല്ലാ മണ്ഡലങ്ങളെയും ആഴത്തിൽ സ്വാധീനിച്ച മനുവാദം ഈ വിദ്യാഭ്യാസ നയരേഖയിലും മുഴച്ചു നിൽക്കുന്നുണ്ട്. മഹാഭൂരിപക്ഷത്തിന്റെ ഔപചാരിക വിദ്യാഭ്യാസ ധാരയിൽ നിന്നുള്ള കൊഴിഞ്ഞുപോക്കിനും ഒഴിവാക്കപ്പെടലിനും (exclusion) കാരണമാകാനിരിക്കുന്ന ഈ രേഖയുടെ അനന്തര ഫലങ്ങൾ കൂടുതൽ പ്രതിഫലിക്കപ്പെടുക പട്ടിക ജാതി/പട്ടിക വർഗ്ഗ വിഭാഗങ്ങളുടെ കാര്യത്തിലായിരിക്കുമെന്നതിലും സംശയിക്കേണ്ടതില്ല.

മർദ്ദിത, പാർശ്വവൽകൃത വിഭാഗങ്ങൾക്ക് വിദ്യാഭ്യാസം നിഷേധിക്കുന്നതിൽ വലിയ പങ്കു വഹിക്കാൻ പോകുന്നത് വിദ്യാഭ്യാസത്തിൻറെ ഒട്ടു മൊത്തത്തിലുള്ള ഡിജിറ്റൈസേഷൻ തന്നെയായിരിക്കും. വാസ്തവത്തിൽ, വിദ്യാഭ്യാസത്തിന്റെ ബോധനശാസ്ത്രപരമായ (Pedagogical)മാനങ്ങൾ, അധ്യാപക- വിദ്യാർത്ഥി ബന്ധത്തിലൂടെയുള്ള കൊടുക്കൽ വാങ്ങലുകൾ, കുട്ടികളെയും അവരുടെ ഗ്രഹണശേഷിയും പഠനപ്രക്രിയയും വിലയിരുത്തൽ, കുട്ടികളുടെ സാമൂഹ്യ-സാമ്പത്തിക സാഹചര്യങ്ങൾ തിരിച്ചറിയൽ തുടങ്ങിയവയടക്കം തികച്ചും അവഗണിക്കുന്നതാണ് ഓൺലൈൻ വിദ്യാഭ്യാസം. വിദ്യാഭ്യസത്തിന്റെ ഡിജിറ്റലൈസേഷനെ അനുകൂലിക്കുന്നവരും എതിർക്കുന്നവരും വാസ്തവത്തിൽ അതിൻറെ സാങ്കേതിക വിഷയത്തിൽ മാത്രം ഊന്നുന്നുവെന്ന പരിമിതിയും നിലനിൽക്കുന്നുണ്ട്. തീർച്ചയായും, ഡിജിറ്റൽ/ഓൺലൈൻ വ്യാപന സൂചികയിൽ (Digital networking index) ലോകത്തെ 139 രാജ്യങ്ങളുടെ പട്ടികയിൽ ഇന്ത്യയുടെ സ്ഥാനം 91 ആണ്. മോദി സർക്കാരിനെ ഉപയോഗപ്പെടുത്തി ബഹുരാഷ്ട്ര ഡിജിറ്റൽ കുത്തകകൾ ഇന്ത്യയെ വരുതിയിലാക്കിക്കൊണ്ടിരിക്കുമ്പോൾ, ലോകത്തേറ്റവും കൂടുതൽ ഇന്റർനെറ്റ് അസമത്വം (Digital divide) നിലനിൽക്കുന്ന രാജ്യങ്ങളിലൊന്നുകൂടിയാണ് ഇന്ത്യ. ഇന്ത്യ ലോകത്തെ രണ്ടാമത്തെ മൊബൈൽ ഫോൺ വിപണിയാകുമ്പോഴും ജനസംഖ്യയിലെ ഏറ്റവും മുകൾത്തട്ടിലെ 25 ശതമാനത്തിനു മാത്രമാണ് സ്മാർട്ട് ഫോണുള്ളത്. കമ്പ്യൂട്ടർ ലഭ്യത (ഡെസ്ക്ടോപ്പ്,ലാപ്ടോപ്പ് സൗകര്യങ്ങൾ) യുള്ളത് 8 ശതമാനത്തിനു മാത്രം. പതിനായിരക്കണക്കിനു ഗ്രാമങ്ങളിൽ ഇനിയും വൈദ്യുതി പോലും എത്തിയിട്ടില്ല.ഇനി അഥവാ ഡിജിറ്റൽ ലഭ്യത (Digital Access), നെറ്റ് കണക്ടിവിറ്റി, വൈദ്യുതി തുടങ്ങിയ സാങ്കേതിക

പ്രശ്നങ്ങൾ പരിഹരിച്ചാൽ പോലും അവ വിനിയോഗിക്കുന്നതിനുള്ള സാമൂഹ്യ സാഹചര്യം ഉള്ളവരാകണമെന്നില്ല ഇന്ത്യയിലെ വലിയൊരു ജനവിഭാഗം. ഇന്ത്യയിലെ പട്ടിക ജാതി/വർഗ്ഗ ജനവിഭാഗങ്ങളെ സംബന്ധിച്ചിടത്തോളം അവരിൽ 90 ശതമാനത്തിലധികവും ഡിജിറ്റൽ സാങ്കേതികവിദ്യയ്ക്ക് പുറത്താണ്.

ഈ സാഹചര്യത്തിൽ, പരമ്പരാഗതമായി തുടർന്ന് പോരുന്ന ഓഫ്‌ലൈൻ വിദ്യാഭ്യാസത്തോടൊപ്പം ഓൺലൈൻ വിദ്യഭ്യാസത്തിനും പ്രാധാന്യം കൊടുക്കുന്ന (Dual modes of Offline & Online) പുത്തൻ വിദ്യാഭ്യാസ നയം,അതും കോവിഡ്-19 നെ മറയാക്കി, അടിച്ചേൽപ്പിക്കുന്നത് വിദ്യാഭ്യാസത്തിന്റെ വരേണ്യവൽക്കരണം അഭൂതപൂർവ്വമാക്കുന്നതിനാകും വഴിവെക്കുക. കൂടുതൽ നിക്ഷേപമാവശ്യമുള്ള സാങ്കേതിക സാന്ദ്രമായ ഓൺലൈൻ സംവിധാനങ്ങൾ പെട്ടെന്ന് സ്വായത്തമാക്കാനും ഉപയോഗപ്പെടുത്താനും കഴിയുന്ന ഉപരിവർഗ്ഗത്തിന്റെ താല്പര്യാനുസരണം വിദ്യാഭ്യാസത്തെ കൂടുതൽ ഡിജിറ്റലൈസ് ചെയ്യുന്നതിനാണ് പുതിയ വിദ്യാഭ്യാസ നയം വിഭാവനം ചെയ്തിട്ടുള്ള 'മൂക്ക്'(Massive open online courses-MOOCs) ലക്ഷ്യമിടുന്നത്. ജാതീയമായ ഉച്ചനീചത്വങ്ങളും പ്രാദേശിക വൈവിധ്യങ്ങളും അസമാനതകളുമുള്ള ഇന്ത്യയിൽ പഠനവും പരീക്ഷകളും പരിശീലനവുമെല്ലാം ഡിജിറ്റലൈസ് ചെയ്യപ്പെടുന്നതോടെ, ചരിത്രത്തിലൊരിക്കലുമുണ്ടായിട്ടില്ലാത്ത ഒരു പാർശ്വവൽക്കരണത്തിനാണ് മർദ്ദിതരും പണിയെടുക്കുന്നവരുമായ മഹാഭൂരിപക്ഷവും വിധേയരാകാൻ പോകുന്നത്.

മുതലാളിത്ത ക്ഷേമ രാഷ്ട്രം (Welfare state) കയ്യൊഴിയുന്നതിനു മുമ്പുള്ള 1966-68 കാലത്തെ കോത്താരി കമ്മീഷൻ റിപ്പോർട്ടിലെ നിർദ്ദേശങ്ങൾ വെടിഞ്ഞുകൊണ്ടുള്ള 1986 ലെ വിദ്യാഭ്യാസ നയം, ആമുഖത്തിൽ സൂചിപ്പിച്ചതുപോലെ, നവലിബറിലിസത്തിനു തുടക്കമിട്ട ഘട്ടത്തിൽ ആവിഷ്കരിച്ചതായിരുന്നു. അടിസ്ഥാനപരമായി സർക്കാർ പ്രദാനം ചെയ്യേണ്ട ഒരു സാമൂഹ്യസേവനമാണ് വിദ്യാഭ്യാസമെന്ന നിലപാട് കയ്യൊഴിഞ്ഞ്, കമ്പോള തത്വങ്ങൾ പ്രകാരം വിൽക്കുകയും വാങ്ങുകയും ചെയ്യേണ്ട ഒരു 'ചരക്കാ'ണ് വിദ്യാഭ്യാസമെന്ന കാഴ്ചപ്പാട് അത് മുന്നോട്ടുവയ്ക്കുകയും ഒട്ടുമൊത്തത്തിൽ വിദ്യാഭ്യാസത്തിന്റെ വാണിജ്യവൽക്കരണത്തിന് അത് വഴി തുറക്കുകയും ചെയ്തു. ഇതിന്റെ തുടർച്ചയായി, കഴിഞ്ഞ 34 വർഷത്തിനുള്ളിൽ ആഗോളതലത്തിലും നമ്മുടെ രാജ്യത്തുമുണ്ടായ രാഷ്ട്രീയ-സാമ്പത്തിക നയംമാറ്റങ്ങളുടെ പശ്ചാത്തലത്തിലാണ് 2020-ലെ പുത്തൻ വിദ്യാഭ്യാസ നയം ആവിഷ്കരിക്കപ്പെടുന്നത്.

അതിൻപ്രകാരം, പൂർണ്ണമായും കോർപ്പറേറ്റ്-ഹിന്ദുത്വ (കാവിവൽക്കരണ) താത്പര്യങ്ങളെ സേവിക്കുന്ന ഒരു രാഷ്ട്രീയ രേഖയാണിത്. ഇതിന്റെ ഗുണഭോക്താക്കൾ ഒരു ന്യൂനപക്ഷം വരുന്ന സവർണ്ണ-സമ്പന്ന വിഭാഗങ്ങളാണ്. അതിന് അനുസൃതമായ വിധമാണ് ഈ 64 പേജുള്ള വിദ്യാഭ്യാസ രേഖയിൽ പ്രതിപാദിക്കുന്ന പ്രാഥമിക വിദ്യാഭ്യാസം മുതൽ ഉന്നത-ഗവേഷണ വിദ്യാഭ്യാസം വരെയുള്ള സൂക്ഷ്മവും സ്ഥൂലവുമായ ഘടകങ്ങൾ- പാഠ്യപദ്ധതിയും ഘടനയും നടത്തിപ്പും മാനേജ്മെന്റുമടക്കം- രൂപകൽപ്പന ചെയ്തിരിക്കുന്നത്. ഒരു ഭാഗത്ത് സാങ്കേതിക വിദ്യയുടെ ഏറ്റവും മുന്നിട്ടു നിൽക്കുന്ന സാധ്യതകളെ ഉപയോഗപ്പെടുത്തുമ്പോൾ, മറുഭാഗത്ത് ശാസ്ത്രത്തിന്റെ രീതിശാസ്ത്രത്തെയും സമീപനത്തെയും ഒഴിവാക്കുന്നതും വിജ്ഞാനവിരോധത്തിലും അനാചാരങ്ങളിലും, പിന്തിരിപ്പത്വത്തിലും അന്ധവിശ്വാസങ്ങളിലും ബ്രാഹ്മണിക്കൽ മൂല്യങ്ങളിലും ജനങ്ങളെ തളച്ചിടുന്നതുമായ അവസരവാദപരവും പ്രാഗ്മാറ്റിസ്റ്റുമായ സമീപനമാണ് അതിന്റേത്. രാഷ്ട്രീയ സാമ്പത്തിക മണ്ഡലത്തിലുണ്ടായിക്കൊണ്ടിരിക്കുന്ന പ്രവണതകളുടെ പശ്ചാത്തലത്തിൽ, കൂലി കുറഞ്ഞ അദ്ധ്വാനശക്തി ശേഖരമായി മഹാഭൂരിപക്ഷത്തെ തളച്ചിടുകയെന്നതാണ് പ്രസ്തുത വിദ്യാഭ്യാസ നയം ലക്ഷ്യം വെക്കുന്നത്. വളരെ ചുരുക്കത്തിൽ, ജനാധിപത്യ, മതേതര ശാസ്ത്രീയ സമീപനങ്ങൾക്ക് എതിർ നിൽക്കുന്നതും വിദ്യാഭ്യാസത്തിന്റെ കോർപ്പറേറ്റ് വൽക്കരണത്തിനും കാവിവൽക്കരണത്തിനും കേന്ദ്രീകരണത്തിനും വരേണ്യ വൽക്കരണത്തിനും പാതയൊരുക്കുന്നതുമാണത്. ആയതിനാൽ, ജനവിരുദ്ധമായ ഈ നയത്തെ തുറന്നുകാട്ടി പരാജയപ്പെടുത്താൻ മുന്നിട്ടിറങ്ങുകയെന്നത് ജനപക്ഷത്തു നിൽക്കുന്ന മുഴുവനാളുകളുടെയും കടമയാണ്.

ദേശീയ വിദ്യാഭ്യാസ നയം: തീവ്ര വലതുവൽകരണത്തിന്റെ നവ മാനിഫെസ്റ്റോ

മുഹമ്മദലി പുത്തൂർ

പുതിയ വിദ്യാഭ്യാസ നയത്തെ സംബന്ധിച്ചുള്ള ചർച്ചകൾ ഉയർന്നു കേൾക്കുന്ന വർത്തമാന സാഹചര്യത്തിൽ പ്രസ്തുത നയം ഒരു വിദ്യാർത്ഥിയിൽ ഉളവാക്കുന്ന ആത്മ സംഘർഷങ്ങളെ അനാവർത്തനം ചെയ്യാനാണ് ഈ കുറിപ്പിലൂടെ ഞാൻ ശ്രമിക്കുന്നത്. 1968 ലെ ഇന്ദിരാഗാന്ധി സർക്കാരും 1986 ലെ രാജീവ്ഗാന്ധി സർക്കാരും നടപ്പിലാക്കിയ നയങ്ങൾക്കു ശേഷം നരേന്ദ്രമോദി സർക്കാർ രൂപപ്പെടുത്തിയ ദേശീയ വിദ്യാഭ്യാസ നയം വിദ്യാഭ്യാസ രംഗത്ത് വരുത്താനിരിക്കുന്ന മാറ്റങ്ങൾ വിദ്യാർത്ഥികളെയും അദ്ധ്യാപകരെയും മാത്രമല്ല, സമൂഹത്തെ ഒന്നാകെത്തന്നെ സ്വാധീനിക്കാനും മനുഷ്യന്റെ സംഘടിത ജീവിതത്തിൽ ദൂരവ്യാപകമായ മാറ്റങ്ങൾ സൃഷ്ടിക്കാനും ക്ഷമതയുള്ള ഒന്നാണ്. ഒരു ദേശീയ നയം എന്ന നിലക്കും, വിദ്യാഭ്യാസമെന്ന സുപ്രധാന മേഖലയുടെ ഭാവി നിർണയിക്കുന്ന പ്രമാണം എന്ന നിലക്കും പുതിയ ദേശീയ വിദ്യാഭ്യാസ നയം ഗൗരവ പൂർണമായി ചർച്ചചെയ്യപ്പെടേണ്ട ഒന്നാണ്.

മാനവിക വിമോചനത്തിന്റെ ചാലകശക്തി, സാമൂഹ്യ ചലനക്ഷമതയുടെ സുപ്രധാനമായ ഉപകരണം എന്നീ നിലകളിൽ വിദ്യാഭ്യാസത്തിന് നിസ്തുലമായ പ്രാധാന്യമുണ്ട്. വിമോചന പ്രസ്ഥാനങ്ങളും

യാഥാസ്ഥിക വിഭാഗങ്ങളും ഫാസിസ്റ്റ് കേന്ദ്രങ്ങളുമെല്ലാം തന്നെ വിദ്യാഭ്യാസത്തെ ശ്രദ്ധാപൂർവം സമീപിക്കുകയും അതിന്റെ ഉള്ളടക്കം, വിതരണ തന്ത്രം, ഉപഭോക്താവിന്റെ നിർണയം തുടങ്ങിയ നടപ്പിലാക്കൽ രീതികളിലൂടെ താന്താങ്കളുടെ അജണ്ടകളെ പ്രാവർത്തികമാക്കിയെടുക്കാൻ ശ്രമിക്കുകയും ചെയ്യാറുണ്ട്. ഒരു ദേശിയ വിദ്യാഭ്യാസ നയത്തിൽ ബോധനരീതി, അധ്യാപനരീതി, കരിക്കുലത്തിന്റെ ഉള്ളടക്കം, സാമൂഹ്യ ശ്രേണിയിലെ താഴേത്തട്ടിലുള്ളവർക്കുള്ള പ്രാപ്യത, ജനാധിപത്യത്തിന് ഊന്നൽ നൽകുന്ന മൂല്യങ്ങൾ എന്നിവയ്ക്കെല്ലാം രാഷ്ട്രത്തിന്റെ വർത്തമാന – ഭാവി കാലഘട്ടങ്ങളെ നിർണയിക്കുന്നതിൽ പ്രധാന പങ്കുണ്ട്. അതുകൊണ്ടു തന്നെ പുതിയ ദേശിയ വിദ്യാഭ്യാസ നയത്തിൽ പരാമർശിക്കപ്പെടുന്ന ഇത്തരം ഘടകങ്ങളെയെല്ലാം വിമർശനാത്മകമായ പരിശോധനകൾക്ക് വിധേയമാക്കേണ്ടത് അനുവാര്യമാകുന്നു. അതോടൊപ്പം തന്നെ ഈ നയത്തിൽ ഉള്ളടങ്ങിയിട്ടുള്ള ചില സൂക്ഷ്മ നിർദേശങ്ങളെയും ചർച്ചാ വിധേയമാക്കേണ്ടിയിരിക്കുന്നു.

NEP യുടെ മൂല്യങ്ങൾ: രാഷ്ട്രീയവും കമ്പോളവും

വിദ്യാഭ്യാസ നയങ്ങൾക്ക് ഒരു രാഷ്ട്രത്തിന്റെ ഭാവി നിർണയിക്കുന്നതിൽ സുപ്രധാന പങ്കുണ്ടെന്നത് അവിതർക്കിതമാണല്ലോ. ഇന്ത്യയിൽ ഇരുപത്തൊന്നാം നൂറ്റാണ്ടിലെത്തന്നെ ആദ്യത്തേതായ പുതിയ ദേശിയ വിദ്യാഭ്യാസ നയം ഉൾകൊള്ളുകയും പുറന്തള്ളുകയും ചെയ്യുന്ന മൂല്യങ്ങൾ തന്നെ ഇതിനു പിന്നിലെ രാഷ്ട്രീയ, കമ്പോള താല്പര്യങ്ങളിലേക്ക് വിരൽ ചൂണ്ടുന്നു. സമത്വം, സാഹോദര്യം, നീതി, സ്വാതന്ത്ര്യം തുടങ്ങിയ ഭരണഘടനാ മൂല്യങ്ങളുടെ സംസ്ഥാപനവും വികാസവും ഗുണ നിലവാരമുള്ള വിദ്യാഭ്യാസത്തിലൂടെ സാധ്യമാക്കുകയാണ് ലക്ഷ്യമെന്ന് പറഞ്ഞുവെക്കുമ്പോഴും NEP(ദേശിയ വിദ്യാഭ്യാസ നയം) ഈ ലക്ഷ്യ സാക്ഷൽകാരത്തിനാവിശ്യമായ യാതൊരു നടപടിക്രമങ്ങളും നിർദേശിക്കുന്നില്ല എന്നു കാണാം. സർവ്വപ്രധാനമായ ഭരണഘടനാ മൂല്യങ്ങളായ മതേതരത്വം, സോഷ്യലിസം എന്നിവ 66പേജുള്ള ഈ നയരേഖയിൽ ഒരിടത്തുപോലും പരാമർശിക്കപ്പെട്ടിട്ടുമില്ല. കാരണം ഈ നയത്തിന്റെ രാഷ്ട്രിയം അതിൽ പരാമർശിക്കപ്പെടുന്ന മൂല്യങ്ങളെപ്പോലെത്തന്നെ അവ മൗനം പാലിക്കുന്ന മൂല്യങ്ങളിലൂടെക്കൂടിയാണ് പ്രതിഫലിപ്പിക്കപ്പെടുന്നത്.

ഈ നയത്തിന്റെ അടിസ്ഥാന മാർഗ്ഗനിർദേശ തത്വം ഇന്ത്യയുടെ പുരാതന സംസ്കൃതിയും അതിന്റെ പൈതൃകവുമാണെന്ന് രേഖയുടെ

ആമുഖത്തിൽ അസന്നിഗ്ധമായി പരാമർശിക്കപ്പെട്ടിട്ടുണ്ട്. ഇന്ത്യയുടെ പൗരാണിക പൈതൃകം ശ്രേണീകൃതമായ സാമൂഹിക ഉച്ച-നീചത്വത്തിലധിഷ്ഠിതമാണെന്ന പ്രാഥമിക ബോധമുള്ള ഏതൊരാൾക്കും കുറച്ചധികം ഭയാശങ്കയോടെ മാത്രമേ ഈ പരാമർശത്തെ നോക്കിക്കാണാനാകു. നടപ്പുകാലത്തെ ഇന്ത്യൻ ഭരണകൂടത്തിന്റെ രാഷ്ട്രീയ പ്രത്യയശാസ്ത്രത്തെ സൂക്ഷ്മമായി മനസ്സിലാക്കിയവർക്കാകട്ടെ 'സാംസ്കാരിക പൈതൃകം' എന്നതിനെ 'ഏകശിലാത്മക ബ്രാഹ്മണിക്കൽ സമൂഹം' എന്നു മാത്രമേ തർജ്ജമ ചെയ്യാൻ കഴിയൂ എന്നും വരുന്നു. ഇന്ത്യയെ അതിന്റെ വൈവിധ്യപൂർണമായ സാമൂഹ്യാവസ്ഥയിൽ നിന്നും ഏകാത്മകമായ മതനിഷ്ഠ സംസ്കാരത്തിന്റെ ഊഷരഭൂമിയാക്കി മാറ്റുന്നതിനായി വിദ്യാഭ്യാസ രംഗത്ത് കാതലായ മാറ്റങ്ങൾക്ക് തുടക്കം കുറിക്കുക എന്ന ലക്ഷ്യം ഈ നായരേഖക്കുണ്ടെന്ന് പറയേണ്ടി വരുന്നത് ഈ സാഹചര്യത്തിലാണ്.

പുതിയ വിദ്യാഭ്യാസ നയത്തിന്റെ കാഴ്ചപ്പാടിലും, ഉള്ളടക്കത്തിലും മാത്രമല്ല അതിന്റെ പ്രഖ്യാപന രീതിയിലും അപകടകരമായൊരു രാഷ്ട്രീയ കീഴ്വഴക്കം ഊട്ടിയുറപ്പിക്കപ്പെടുന്നതായി കാണാം. സംസ്ഥാന ഭരണകൂടത്തിന്റെയും കേന്ദ്രഭരണകൂടത്തിന്റെയും സഹവർത്തിത്വത്തിൽ നിയമ നിർമ്മാണം നടത്തേണ്ടുന്ന കൺകറണ്ട് ലിസ്റ്റിൽ ചേർക്കപ്പെട്ടിട്ടുള്ള ഒന്നാണ് വിദ്യാഭാസം. ഭരണഘടനാപരമായി വിദ്യാഭ്യാസ സംബന്ധിയായ നിയമനിർമ്മാണത്തിൽ സംസ്ഥാനങ്ങൾക്ക് പാർലിയമെന്റിന്റെ നിയമങ്ങളെ മറികടക്കാൻ കഴിയില്ലെങ്കിലും നമ്മുടെ ഫെഡറൽ ഭരണസംവിധാനത്തിന്റെ ആത്മാവു കുടികൊള്ളുന്നത് സംസ്ഥാന നിയമനിർമ്മാണ സഭകളും പാർലിയമെന്റും തമ്മിൽ കൺകറണ്ട് ലിസ്റ്റിലെ വിഷയങ്ങളിൽ പരസ്പര ധാരണയിലും സഹവർത്തിത്വത്തിലും പ്രവർത്തിക്കുന്നിടത്താണ്. എന്നാൽ പുതിയ വിദ്യാഭ്യാസ നയത്തിന്റെ പ്രഖ്യാപനത്തിനു മുന്നോടിയായി സംസ്ഥാന നിയമസഭകൾക്കോ ഭരണകൂടങ്ങൾക്കോ ഈ നയരേഖയെക്കുറിച്ച് എന്താണ് പറയാനുള്ളതെന്ന് കേൾക്കുകയോ സംസ്ഥാനങ്ങളുടെ പ്രാധിനിധ്യ സഭയായ രാജ്യസഭയിൽ ഈ നയം ചർച്ച ചെയ്യപ്പെടുകയോ ഉണ്ടായില്ല എന്ന സത്യം നമ്മുടെ ഫെഡറൽ സംവിധാനത്തെ ദുർബലപ്പെടുത്താനുള്ള നിലവിലെ ഭരണകൂടത്തിന്റെ രാഷ്ട്രീയ അജണ്ടയെ തുറന്നു കാണിക്കുന്നതാണ്. കേവലം ഫെഡറൽ സംവിധാനത്തെ മാത്രമല്ല, രാഷ്ട്രത്തിന്റെ ജനാധിപത്യ പ്രക്രിയയുടെ കേന്ദ്രമായ പാർലമെന്റിലെ ഇരു സഭകളിൽ ഒന്നിൽ പോലും ഈ നയം ചർച്ചചെയ്യപ്പെട്ടിട്ടില്ല എന്ന യാഥാർത്ഥ്യം ഞെട്ടിക്കുന്ന മറ്റൊന്നാണ്. ഉള്ളടക്കം കൊണ്ടും

പ്രഖ്യാപനരീതി കൊണ്ടും വലതുപക്ഷ രാഷ്ട്രീയത്തെ ശക്തിപ്പെടു ത്തുന്ന പുതിയ ദേശിയ വിദ്യാഭ്യാസ നയം, നവലിബറൽ കമ്പോ ളത്തിന്റെ താല്പര്യ സംരക്ഷണത്തിനും ഊന്നൽ നൽകുന്നുണ്ടെന്ന കാര്യം മറന്നുകൂടാ. ലോകത്തിലെ ആദ്യ നൂറ് റാങ്കുകളിലുള്ള സർവ്വ കലാശാലകൾക്ക് ഇന്ത്യയിൽ സ്വതന്ത്രമായ പ്രവർത്താനാവകാശം നൽകണമെന്ന് നയരേഖ ഉദ്ഘോഷിക്കുന്നുണ്ട്. ഒറ്റനോട്ടത്തിൽ ഇന്ത്യൻ വിദ്യാർത്ഥികൾക്ക് ആഗോള നിലവാരത്തിലുള്ള വിദ്യാ ഭ്യാസം കൈവരിക്കാൻ എളുപ്പമാർഗം തുറക്കുന്ന ഒരു നിർദേശമായി തോന്നാമെങ്കിലും സൂക്ഷ്മ വീക്ഷണത്തിൽ ഇതിന്റെ കമ്പോള ലക്ഷ്യ ങ്ങൾ വെളിച്ചത്തു വരുന്നു. ലോകത്തെ ആദ്യ നൂറു റാങ്കുകളിലെ ഒട്ടു മിക്ക സർവ്വകലാശാലകളും സ്വകാര്യ വിദ്യാഭ്യാസ സാമ്രാജ്യങ്ങളോ ഭീമമായ ഫീസ് ഈടാക്കുന്ന കച്ചവട സ്ഥാപനങ്ങളോ ആണെന്ന സത്യം നമുക്ക് മുൻപിലുണ്ട്. ഉദാഹരണത്തിന് 2020-21 അദ്ധ്യയന വർഷത്തിൽ സാമ്പത്തിക സഹായങ്ങൾ കൂടാതെ ഒരു വിദ്യാർത്ഥി ബിരുദതല കോഴ്സിനു ചേർന്നാൽ തന്റെ വിദ്യാഭ്യാസം പൂർത്തീകരി ക്കാൻ അയാൾക്ക് ട്യൂഷൻഫീസ് ഇനത്തിൽ മാത്രം 49, 653 യു.എസ് ഡോളർ (33 ലക്ഷ്യത്തിലധികം ഇന്ത്യൻ രൂപ) ആവശ്യമാണെന്ന് ഹാർവാർഡ് യൂണിവേഴ്സിറ്റി വെബ്സൈറ്റ് തന്നെ വ്യക്തമാക്കുന്നുണ്ട്. ഈ സ്ഥാപനത്തിന് ഇന്ത്യയിൽ പ്രവർത്തനാനുമതി കിട്ടുമ്പോൾ അതാരെയാണ് സഹായിക്കുക എന്ന കാര്യം ഇനിയും വ്യക്തമാ ക്കേണ്ടതില്ലല്ലോ! ദളിത് -മുസ്ലിം -ബഹുജനങ്ങളടങ്ങിയ കീഴാള സമൂഹത്തിന് ഇതെന്ത് മെച്ചം കൊണ്ടുവരും എന്ന് ചിന്തിച്ചുനോക്കു. ആഗോള-വടക്കൻ രാജ്യങ്ങളിലെ സ്വകാര്യ സർവ്വകലശാലകൾ വികസ്വര തെക്കു-കിഴക്കൻ രാജ്യങ്ങളിൽ ഗുണനിലവാരം കുറഞ്ഞ കോഴ്സുകൾ അടങ്ങിയ ഓഫ് ക്യാമ്പസുകൾ തുറന്ന് കച്ചവടം കൊഴുപ്പിക്കുന്നു എന്ന വിദ്യാഭ്യാസ പ്രവർത്തകരുടെ വിമർശനവും ഇതോടൊപ്പം കൂട്ടിവായിക്കേണ്ടതുണ്ട്.

പ്രാഥമിക – ഉന്നത വിദ്യാഭ്യാസ മേഖലയിലെ പൊതുവിദ്യാ ഭ്യാസ സ്ഥാപനങ്ങൾക്കുവേണ്ടി GDP യുടെ 5 ശതമാനം പോലും ചിലവഴിക്കപ്പെടാത്ത ഇന്ത്യയിൽ പൊതു വിദ്യാഭ്യാസത്തെ ശക്തി പെടുത്തുന്നതിനായുള്ള സർക്കാർ ചിലവിന്റെ പ്രാധാന്യത്തെപ്പറ്റിയോ പൊതുധന വിനിയോഗത്തിന്റെ നിശ്ചിത ശതമാനം ഇതിനായി മാറ്റിവെക്കേണ്ടതിന്റെ ആവശ്യകതയെപ്പറ്റിയോ ഈ നായരേഖ ഒരക്ഷരവും ഉരിയാടുന്നില്ല. സാർവത്രിക വിദ്യാഭ്യാസാവകാശ ത്തിന്റെ പ്രതീക്ഷകളെ നമ്മിൽ നിന്നും തുടച്ചുനീക്കുകയാണ് ഈ നയരേഖയെന്ന് NCERT മുൻ ചെയർമാൻ പ്രൊഫസർ കൃഷ്ണകുമാർ

ദിവ്യ ത്രിവേദിയുമായുള്ള അഭിമുഖത്തിൽ പ്രസ്താവിക്കുന്നത് ഈയവസരത്തിൽ പ്രസക്തമാകുന്നു (ഫ്രണ്ട്ലൈൻ ഓഗസ്റ്റ് 28, 2020 page :19)

ഇന്ത്യൻ സാമൂഹ്യാവസ്ഥയും NEP യും

പുതിയ ദേശീയ വിദ്യാഭ്യാസ നയത്തെ മറ്റേതൊരു ദേശീയ നയത്തേയും പോലെ ഇന്ത്യൻ സാമൂഹ്യാവസ്ഥയുടെ പശ്ചാത്തലത്തിൽ നിന്നുകൊണ്ടു തന്നെ വിലയിരുത്തിയാൽ മാത്രമേ അത് സമൂഹത്തിൽ ചെലുത്തിയേക്കാവുന്ന സ്വാധീനത്തിന്റെ വ്യക്തമായൊരു ചിത്രം ലഭിക്കൂ. സഹസ്രാബ്ദങ്ങളോളം അതിതീവ്രമായി നിലനിന്നിരുന്നതും സ്വാതന്ത്ര്യലബ്ദിക്കു ശേഷം ഭരണഘടന വഴി വിഭാവനം ചെയ്യപ്പെട്ട സമത്വം, സാഹോദര്യം, സാമൂഹ്യനീതി എന്നീ മൂല്യങ്ങളുടെ സംസ്ഥാപന ശ്രമങ്ങൾ തുടർന്നുപോന്ന ഏഴു പതിറ്റാണ്ടുകൾക്ക് ശേഷവും തുടരുന്നതുമായ ജാതി വിവേചനവും അനുബന്ധ ഹിംസാത്മകതകളും ഉള്ളടങ്ങിയ രാജ്യമാണ് നമ്മുടേത്. കന്നുകാലികളുടെ തൊലിയുരിക്കുന്ന ദളിതനും മാട്ടിറച്ചി തിന്നുന്ന മുസൽമാനും തെരുവിൽ ആൾക്കൂട്ടാക്രമണം നേരിടുകയും കൊല്ലപ്പെടുകയും ചെയ്യുന്ന വസ്തുനിഷ്ഠ യാഥാർത്ഥ്യമാണ് ഇന്ന് നമുക്കു മുൻപിലുള്ളത്. ഈ പശ്ചാത്തലത്തിൽ അടിച്ചമർത്തപ്പെട്ടവരുടെ മക്കൾക്ക് സാമൂഹ്യമായ ചലനക്ഷമത (social mobility) നൽകും വിധമുള്ള ഒരു വിദ്യാഭ്യാസ സമ്പ്രദായം പ്രാഥമിക തലം മുതൽ സർവ്വകലാശാലാ തലം വരെയും ഉണ്ടായിരിക്കേണ്ടത് സാമൂഹ്യ നീതിക്കും കീഴാള വിമോചനത്തിനും അത്യാവശ്യമാണ്. എന്നാൽ പുതിയ വിദ്യാഭ്യാസ നയത്തിലെ കരിക്കുലർ മിനിമലിസവും ബോധനവും ജാതീയമായ തൊഴിൽ വിഭജനത്തെ ഊട്ടിയുറപ്പിക്കുന്നതാണെന്നു കാണാം (സ്കിൽ ഡെവലപ്പ്മെന്റ് സ്കീം). ഇത് അസമത്വത്താൽ ദുഷിച്ച സമൂഹത്തിന്റെ നീതിയിലേക്കുള്ള വിദൂര ദൂരസ്സിനെപ്പോലും അസാധ്യമാക്കിത്തീർക്കുന്നു.

പ്രഥമിക തലത്തിൽ പ്രാദേശിക ഭാഷ (home language) ക്ക് മുൻതൂക്കം നൽകുന്ന നയം അടിസ്ഥാനവർഗക്കാരായ വിദ്യാർത്ഥികൾക്ക് ഉന്നത വിദ്യാഭ്യാസ സ്ഥാപനങ്ങളിലേക്കുള്ള പ്രവേശനവും ബിരുദ ബിരുദാനന്തര പഠന ഗവേഷണങ്ങൾക്കുള്ള സാധ്യതയും അതുവഴി നിർമ്മിതമായേക്കാവുന്ന സാമൂഹ്യ ചലനക്ഷമതയും തീർത്തും ഇല്ലാതാകുന്നുണ്ട്. ചെറുപ്രായത്തിലെ ഗുണനിലവാരമുള്ള സൗജന്യ ഇംഗ്ലീഷ് പരിശീലനം പാവപ്പെട്ടവനെ സംബന്ധിച്ചിടത്തോളം പൊതുവിദ്യാലയത്തിൽ നിന്നു മാത്രമേ പ്രതീക്ഷിക്കാനാകൂ. സാമൂഹ്യ- സാമ്പത്തിക മൂലധനമുള്ളവന് സ്വകാര്യ ട്യൂഷൻ,

സാങ്കേതിക-നവ മാധ്യമ സഹായം, വീട്ടിലും അയൽപക്കത്തുമുള്ളവരുടെ ഭാഷാ ശേഷി തുടങ്ങി ഇംഗ്ലീഷ് വശത്താക്കാൻ സാധ്യതകളും അവസരങ്ങളും ഒട്ടനവധിയാണ്. ഇതൊന്നുമില്ലാത്ത പാവപ്പെട്ടവന്റെ മക്കൾക്ക് അവരുടെ കോഗ്നിറ്റീവ് വികാസ ഘട്ടത്തിൽ തന്നെ ആഗോള രംഗത്തെ അക്കാദമിക-രാഷ്ട്രീയ-സാമ്പത്തിക അവസരങ്ങളിൽ നിർണായകമായ ഇംഗ്ലീഷ് പഠനാവസരം നിഷേധിക്കപ്പെടലായിരിക്കും ഈ നയരേഖയുടെ ഭാഷാദർശനത്തിന്റെ പരിണിതഫലം.

ഈ രേഖ വിളംബരം ചെയ്യപ്പെടുന്നത് ആഗോളതലത്തിൽത്തന്നെ കോവിഡ് 19 മഹാമാരിയുടെ വ്യാപനത്തെത്തുടർന്ന് വിദ്യാഭ്യാസ രംഗത്തുണ്ടായിക്കൊണ്ടിരിക്കുന്ന പുതിയ രീതികളുടെ തുടക്കത്തിലാണ്. എന്നാൽ ഓൺലൈൻ പഠന സാധ്യതകൾ, പുതിയ സാങ്കേതിക പഠനോപാധികളുടെ ലഭ്യത തുടങ്ങി ഗ്രാമണ വിദ്യാർഥികളുടേയും നഗരങ്ങളിലെ ദരിദ്ര പഠിതാക്കളുടേയും മൗലിക പ്രശ്നങ്ങൾ ഈ രേഖയിൽ പരാമർശിക്കപ്പെട്ടിട്ടു പോലുമില്ല. സാങ്കേതികവിദ്യയുടെ ഉപയോഗം പഠന-ബോധന രംഗത്ത് അനതിസാധാരണമാം വിധം വർദ്ധിച്ചു വരുന്ന പുതിയ സാഹചര്യത്തോട് മുഖം തിരിക്കുന്ന ഈ നയരേഖ വിദ്യാഭ്യാസത്തിന്റെ പ്രാപ്യതയിൽ (accessibility) ഘടനാപരമായിത്തന്നെ പുതിയ അസമത്വങ്ങൾ ഉണ്ടാവുമെന്ന സത്യത്തിനുനേരെ കണ്ണടച്ചിരുട്ടാക്കുമ്പോൾ ഒരു ബഹുസ്വര-വികസ്വര സമൂഹമെന്ന നിലയിൽ നമ്മുടെ ഭാവി അത്രയൊന്നും ശോഭനമാവില്ല എന്നുവേണം മനസ്സിലാക്കാൻ. ഇന്നും വൈദ്യുതി കടന്നു ചെല്ലാത്ത അനവധി ഗ്രാമങ്ങളുള്ള, തൊഴിലില്ലായ്മയും ദാരിദ്ര്യവും സാമൂഹ്യ അരികുവൽക്കരണങ്ങളും കൊടികുത്തിവാഴുന്ന ഇന്ത്യയിൽ, സാങ്കേതിക വിദ്യയെ ആശ്രയിച്ച് വിദ്യാഭ്യാസത്തിന്റെ സേവന വിതരണം ത്വരിതപ്പെടുന്ന പുതിയ സാഹചര്യത്തിൽ, അതേകാലത്ത് പ്രഖ്യാപിക്കപ്പെടുന്ന ഒരു വിദ്യാഭ്യാസ നയരേഖയിൽ അഃധകൃതനു വിദ്യാഭ്യാസം പ്രാപ്യമാക്കുവാനും സമത്വം ഉറപ്പാക്കാനുമുള്ള നിർദ്ദേശങ്ങൾ പോലും ഇല്ലാതിരിക്കുകയെന്നത് ഈ നയം ഒരേ സമയം രാഷ്ട്രീയമായും സാമ്പത്തികമായും വലതുപക്ഷ താൽപര്യ സംരക്ഷണത്തിന്റെ പുത്തൻ മാനിഫെസ്റ്റോയാണെന്നതിന്റെ തെളിവായി മാറുന്നു.

എന്തുകൊണ്ട് എം.ഫിൽ പ്രധാനമാണ്?

എം.ഫിൽ ബിരുദം നിർത്തലാക്കപ്പെട്ടു! യാതൊരു വിശദീകരണമോ ന്യായീകരണമോ നൽകാതെ തന്നെ ഈ വിദ്യാഭ്യാസ നയം

എം.ഫിൽ എന്ന ഹ്രസ്വകാല ബിരുദത്തിന്റെ കടയ്ക്കൽ കത്തിവച്ചിരിക്കുന്നു. ഈ നയത്തിനോട് പൊതുവിൽ വിമർശനമുള്ളവർ പോലും ഈ ഒരു സൂക്ഷ്മ നിർദേശത്തെ അതർഹിക്കുന്ന വിധം ഗൗനിച്ചില്ല എന്നത് നിരാശയുളവാക്കുന്നുണ്ട്. ഡൽഹി സർവ്വകലാശാലയിലെ ചരിത്ര വിഭാഗം അധ്യാപകൻ ഡോ.യാസ്സർ അറഫാത്തിന്റെ ചില ഗൗരവപൂർണ്ണമായ നിരീക്ഷണങ്ങൾ മാത്രമാണ് ഈ വിഷയത്തിൽ ഉയർന്നു വന്നിട്ടുള്ളത്. ബിരുദാനന്തര ബിരുദം പൂർത്തിയാവുമ്പോൾ ഒരു വിദ്യാർത്ഥിയുടെ ശരാശരി പ്രായം 23ആണ്. ശേഷം ഗവേഷണ രംഗത്തേക്ക് തിരിയുകയാണെങ്കിൽ ഒരു പി.എച്ച്.ഡി. നേടാനായി ഇന്ത്യയിൽ അഞ്ചു വർഷത്തെ കാലാവധി വേണ്ടതുണ്ട്. സാമ്പത്തികമായി ശക്തമായ അടിത്തറയില്ലാത്ത കുടുംബങ്ങളിൽ നിന്നു വരുന്ന വിദ്യാർത്ഥികൾക്ക് നീണ്ട അഞ്ചു വർഷം ഗവേഷണത്തിനായി നീക്കിവെക്കുക പലപ്പോഴും അസാധ്യമാണ്. തുലോം തുച്ഛമായ എണ്ണം വിദ്യാർത്ഥികൾക്കു മാത്രമാണ് നമ്മുടെ നാട്ടിൽ പി.എച്ച്.ഡി. പഠനകാലത്ത് ന്യായമായൊരു സ്കോളർഷിപ്പ് ലഭിക്കുന്നത്. പി.എച്ച്.ഡി.ഗവേഷകരിലെ സിംഹഭാഗവും 5000ത്തിനും 8000ത്തിനുമിടയിൽ രൂപ പ്രതിമാസം ലഭിക്കുന്നവരും ഈ പണംകൊണ്ട് സ്വന്തം ഭക്ഷണ,താമസ,പഠന ചെലവുകൾക്കു പുറമെ കുടുംബത്തിന്റെ ഉപജീവനവും ചുമലിലേൽക്കേണ്ടി വരുന്നവരുമാണ്. ഇതോടൊപ്പം ഒരു ഗവേഷകൻ നേരിടുന്ന മാനസിക സംഘർഷങ്ങളെല്ലാം അയാൾ നേരിടേണ്ടതുമുണ്ട്. പലപ്പോഴും ഇത്തരം അവസ്ഥയിൽ എം.എ. പഠനശേഷം എം.ഫിൽ എന്ന ഹ്രസ്വകാല ഗവേഷണ ബിരുദം നേടുകയും അതുവഴി തങ്ങളുടെ ക്രിയാത്മക-വിമർശനാത്മക-അന്വേഷണ സിദ്ധികളെ രാകി മിനുക്കി അനവധി തൊഴിൽ മേഖലകളിലേക്ക് കടന്നു ചെല്ലുകയും ചെയ്യുന്ന വലിയ വിഭാഗം വിദ്യാർത്ഥികളുണ്ട്. ഈ അവസരത്തെയാണ് NEP ഇല്ലാതാക്കിയിരിക്കുന്നത്.

രണ്ടാമതായി എം.ഫിൽ കോഴ്സ് എന്നത് സാമൂഹ്യ-ശാസ്ത്ര-സാഹിത്യ പഠനമേഖലകളിലെ ദീർഘകാല ഗവേഷണകരിയറിനു മുൻപ് ഒരു വിദ്യാർത്ഥിക്ക് ചിട്ടയായ ശാസ്ത്രീയ ഗവേഷണത്തിന്റെ ഉപാധികളെയും രീതിശാസ്ത്രങ്ങളെയും പരിചയപ്പെടുത്തുന്ന ഒന്നാണ്. അതോടൊപ്പം 100മുതൽ 200ഉം 300ഉം പേജുകളുള്ള ഒരു എം.ഫിൽ പ്രബന്ധം പൂർത്തീകരിക്കാനായി ഒന്നര മുതൽ രണ്ട് വർഷത്തിനിടയിൽ നിരന്തരമായ വായനയും എഴുത്തും പരിശീലനവും വഴി തന്നിലെ ഗവേഷകനെ/യെ രൂപപ്പെടുത്തിയെടുക്കുക കൂടിയാണ് വിദ്യാർത്ഥി ചെയ്യുന്നത്. ബിരുദ തലം വരെ പ്രാദേശിക ഭാഷകളിൽ പഠനം നടത്തിയ വിദ്യാർത്ഥികൾക്ക് ഇംഗ്ലീഷ് ഭാഷയിലും മറ്റു

ലോകഭാഷകളിലുമുള്ള അക്കാദമിക രചനകളുടെ രീതിശാസ്ത്രം, ആഖ്യാനരീതി, ഗവേഷണ ഉപാദാനങ്ങളുടെ ഉപയോഗം തുടങ്ങിയവയോടുള്ള പരിചയവും ഈ കോഴ്സിലൂടെ സാധ്യമാവുന്നുണ്ട്. ഇന്ത്യയിൽ നിന്നും വിദേശങ്ങളിലെ ഉന്നത സർവ്വകലാശാലകളിലേക്ക് ഗവേഷണത്തിനായി പ്രവേശനം നേടിയ ലേഖകനടക്കമുള്ള പിന്നോക്ക വിഭാഗങ്ങളിലെ വിദ്യാർത്ഥികളിൽ ബഹുഭൂരിപക്ഷവും എം.ഫിൽ ബിരുദത്തിലൂടെ സ്വായത്തമാക്കിയ പരിശീലനത്തെ വിലമതിക്കുന്നവരാണെന്ന് കാണാം. അവരുടെ ചിന്താ ശേഷി, അധ്യയന സൂക്ഷ്മത, അക്കാദമികമായ എഴുത്തു രീതി എന്നിവ രൂപപ്പെടുത്തുന്നതിലും മെച്ചപ്പെടുത്തുന്നതിലും എം.ഫിൽ ബിരുദത്തിന്റെ പങ്ക് തള്ളിക്കളയാനാവാത്തതാണ്.

സമൂഹത്തിലെ അടിസ്ഥാന വർഗ്ഗത്തിൽ നിന്നുള്ള വിദ്യാർത്ഥികളുടെ ഗവേഷണ കരിയറിന്റെ ആദ്യപടിയായ എം.ഫിൽ നിർത്തലാക്കപ്പെടുമ്പോൾ, തേച്ചുമിനുക്കിയതും മൂർച്ചയുള്ളതുമായ ചിന്താശേഷി നേടിയെടുക്കാവുന്ന 12000 ൽ പരം വിദ്യാർത്ഥികളെ ഓരോ വർഷവും ഇല്ലാതാക്കുകയാണെന്നു ചുരുക്കം. ജാതീയ ഹിംസ, ന്യൂനപക്ഷ പ്രശ്നങ്ങൾ, സാമൂഹ്യ അസമത്വം തുടങ്ങി, വലതുപക്ഷ ഭരണ വർഗ്ഗത്തിന്റെ താല്പര്യങ്ങൾക്കെതിരായി അക്കാദമിക സ്ഥാപനങ്ങളിൽ നിന്നും ഉയരുന്ന മൂർച്ചയുള്ള വിമർശനങ്ങളെ ഘടനാപരമായി തന്നെ ഇല്ലാതാക്കാനുള്ള ആസൂത്രിത ശ്രമവും എം.ഫിൽ നിർത്തലാക്കലിനു പിന്നിലുണ്ട്. വിദ്യാഭ്യാസ ചിന്തകരും സാമൂഹ്യ പ്രവർത്തകരും ഇതിനോട് പാലിക്കുന്ന മൗനം അപകടകരവുമാണ്.

ചുരുക്കിപ്പറഞ്ഞാൽ കമ്പോള വലതുപക്ഷത്തിന്റെ താല്പര്യങ്ങൾ മുൻപുണ്ടായ വിദ്യാഭ്യാസ നയങ്ങളിൽ തന്നെ പ്രതിഫലിച്ചിരുന്നുവെങ്കിലും, പുതിയ നയം കമ്പോളത്തിന്റെയും വലതുപക്ഷ സാംസ്കാരിക-രാഷ്ട്രീയ ഹിംസയുടെയും താത്പര്യങ്ങളെ അരക്കിട്ടുറപ്പിക്കുകയാണ്. ഇക്കാരണങ്ങളാൽ തന്നെ സാമൂഹ്യ അസമത്വം, അനീതി, രാഷ്ട്രീയ മേധാവിത്വം, അപകടകരമായ ദേശീയതയുടെ ഹിംസാത്മക അട്ടഹാസം, എന്നിവയെ തീവ്രമാക്കുന്ന സമകാലിക രാഷ്ട്രീയ മേലാളൻമാരുടെ കൂലിയെഴുത്തുകാരായി പുതിയ വിദ്യാഭ്യാസ നയത്തിന്റെ പിന്നണി പ്രവർത്തകർ പ്രവർത്തിച്ചിരിക്കുന്നു എന്ന് വ്യക്തം.

ദേശീയ വിദ്യാഭ്യാസ നയവും ഹിന്ദുത്വ രാഷ്ട്ര നിർമ്മിതിയും

മുനീർ എം.

രാജ്യത്തെ വിദ്യാഭ്യാസ മേഖലയെ സമഗ്രമായ പൊളിച്ചെഴുത്തിന് വിധേയമാകുന്ന തരത്തിൽ ഡോ.കെ. കസ്തൂരിരംഗൻ അധ്യക്ഷനായ വിദഗ്ധസമിതി സമർപ്പിച്ച പുതിയ വിദ്യാഭ്യാസ നയത്തിന് ഇക്കഴിഞ്ഞ ജൂലൈ 29 -ആം തീയതി കേന്ദ്ര ഗവണ്മെന്റ് അംഗീകാരം നൽകുകയുണ്ടായി. സ്വാതന്ത്ര്യാനന്തര ഇന്ത്യയിൽ നടപ്പാക്കുന്ന മൂന്നാമത്തേതും, ഇരുപത്തൊന്നാം നൂറ്റാണ്ടിലെ ആദ്യത്തേതുമായ ഈ വിദ്യാഭ്യാസ നയത്തിന് മോഡി സർക്കാർ അംഗീകാരം നൽകുമ്പോൾ; ജമ്മു-കാശ്മീരിന്റെ പ്രത്യേക പദവി പിൻവലിക്കൽ, മുത്തലാക്ക് നിരോധനം, രാമക്ഷേത്ര നിർമ്മാണത്തിനുള്ള അനുകൂല കോടതി വിധി എന്നിവയ്ക്കുശേഷം ബി.ജെ.പി.യുടെ 2019 -ലെ ലോക് സഭാ തിരഞ്ഞെടുപ്പ് പത്രികയിലെ മറ്റൊരു സുപ്രധാന വാഗ്ദാനംകൂടി നിറവേറ്റപ്പെടുകയാണ്. ഇന്ത്യയിൽ കൊറോണാ വ്യാപനം അതിശക്തമായി തുടരുമ്പോഴും തങ്ങളുടെ രാഷ്ട്രീയ അജണ്ട നടപ്പാക്കുന്നതിൽ നിന്ന് ഇന്ത്യയിലെ സംഘപരിവാർ ശക്തികൾ ഒട്ടും തന്നെ പിറകോട്ടില്ല എന്ന് ഒരിക്കൽക്കൂടി വ്യക്തമാക്കുന്നതാണ് പാർലമെന്റിൽ ചർച്ച ചെയ്യാൻ പോലും കാത്തുനിൽക്കാതെ വിദ്യാഭ്യാസ നയം അംഗീകരിച്ച കേന്ദ്ര ഗവണ്മെന്റ് തീരുമാനമെന്ന് പല രാഷ്ട്രീയ നിരീക്ഷകരും ചൂണ്ടിക്കാണിക്കുന്നു.

അതേസമയം, രാജ്യത്തിന്റെ ഭാവി തലമുറയെ വാർത്തെടുക്കുന്നതുമായി ബന്ധപ്പെട്ട് കേന്ദ്ര സർക്കാർ കൈക്കൊണ്ട ഈ സുപ്രധാന തീരുമാനത്തെ കാര്യമായ എതിർപ്പുകളൊന്നും കൂടാതെ മുന്നോട്ട് കൊണ്ടുപോകുന്ന തരത്തിലുള്ള നടപടികളാണ് കേരളമുൾപ്പെടെയുള്ള സംസ്ഥാന സർക്കാരുകൾ കൈക്കൊണ്ടിട്ടുള്ളത്. കേന്ദ്രത്തിൽ തങ്ങൾ അധികാരത്തിലിരുന്നപ്പോൾ തുടങ്ങിവച്ച പല നയങ്ങളും ഉൾക്കൊള്ളിച്ചുകൊണ്ട് വിദ്യാഭ്യാസ നയം രൂപീകരിച്ചതിതിന് കോൺഗ്രസിലെ പല പ്രമുഖ നേതാക്കളും സമിതി ചെയർമാനെ അഭിനന്ദിക്കുമ്പോൾ, തങ്ങൾ മുന്നോട്ട് വച്ച 80% നിർദ്ദേശങ്ങളും വിദഗ്ധ സമിതി അംഗീകരിച്ചതായി ആർ.എസ്സ്.എസ്സ് നേതാവ് ബാലമുകുന്ദ് പാണ്ഡെ അഭിപ്രായപ്പെടുകയും ചെയ്യുന്നു.

ഇത്തരത്തിൽ ഇടത്-വലത് വ്യത്യാസങ്ങളില്ലാതെ, വ്യവസ്ഥാപിത രാഷ്ട്രീയ പാർട്ടികൾക്ക് പുത്തൻ വിദ്യാഭ്യാസ നയം ഒരുപോലെ സ്വീകാര്യമാകുമ്പോൾ, ഈ നയത്തെ ഗൗരവതരമായ ചർച്ചകൾക്ക് വിധേയമാക്കേണ്ടത് ഇന്ത്യൻ ജനാധിപത്യത്തിന്റെ ഭാവിയിൽ ആശങ്കയുള്ളവരെ സംബന്ധിച്ച് അനിവാര്യമാണ്. രാജ്യത്തെ അംഗണവാടികൾ മുതൽ ഗവേഷണം വരെയുള്ള വിദ്യാഭ്യാസത്തിന്റെ സമസ്ത മേഖലകളെക്കുറിച്ചും പ്രതിപാദിക്കുന്നതാണ് പുത്തൻ വിദ്യാഭ്യാസ നയമെങ്കിലും, ഉന്നത വിദ്യാഭ്യാസ മേഖലയുമായി ബന്ധപ്പെട്ട് ഈ നയം മുന്നോട്ടുവയ്ക്കുന്ന പരിഷ്കാരങ്ങൾ ഇന്ത്യയെപ്പോലൊരു ബഹുസ്വര സമൂഹത്തിൽ ഉണ്ടാക്കാനിടയുള്ള പ്രത്യാഘാതങ്ങൾ എന്തെല്ലാമെന്ന് പരിശോധിക്കുന്നതിനുള്ള ശ്രമമാണ് ഈ കുറിപ്പിലൂടെ നടത്തുന്നത്.

ഇന്ത്യയിൽ ഇതുവരെ നടപ്പാക്കിയ വിദ്യാഭ്യാസ നയങ്ങളുടെ പ്രധാന പോരായ്മയായി കസ്തൂരിരംഗൻ ചൂണ്ടിക്കാണിക്കുന്നത്, വിദ്യാഭ്യാസത്തിന്റെ ഗുണനിലവാരത്തേക്കാളുപരി പൊതുവെ 'ലഭ്യത'യിലും (Access), 'നീതി'യിലുമുള്ള (Equity) അവയുടെ ഊന്നലാണ്. എന്നാൽ അതിൽനിന്നും തികച്ചും വ്യത്യസ്തമായി പുത്തൻ വിദ്യാഭ്യാസ നയം ശ്രദ്ധ കേന്ദ്രീകരിക്കുന്നത് "ഗുണമേന്മ"യുള്ള വിദ്യാഭ്യാസം വിദ്യാർത്ഥികൾക്ക് ഉറപ്പ് നൽകുന്നതിനാണെന്ന് കസ്തൂരിരംഗൻ വാദിക്കുന്നു (രാജ്യത്ത് മുൻപ് നടപ്പാക്കിയിട്ടുള്ള വിദ്യാഭ്യാസ നയങ്ങൾ മെറിറ്റിന് പ്രാധാന്യം കല്പിച്ചിട്ടില്ല എന്നത് കസ്തൂരിരംഗന്റെ അതിവാദം മാത്രമാണ്. തുല്യതയ്ക്കും, സാമൂഹ്യ നീതിയ്ക്കും കസ്തൂരിരംഗൻ പ്രാധാന്യം നൽകുന്നില്ല എന്നതാണ് വാസ്തവം).

മികച്ച പഠന നിലവാരമോ, മതിയായ വിദ്യാർത്ഥികളോ, ഗവേഷണ സാധ്യതകളോ ഇല്ലാതെ, അദ്ധ്യാപകരുടേയും,

വിദ്യാർത്ഥികളുടെയും ആശയ പ്രകാശന സ്വാതന്ത്ര്യങ്ങളെ പൂർണ്ണമായും അടച്ചുകളയുന്ന തരത്തിൽ, രാജ്യത്താകമാനം ഏകദേശം അൻപതിനായിരത്തോളം വിദ്യാഭ്യാസ സ്ഥാപനങ്ങളിലായി ചിന്നിച്ചിതറിക്കിടക്കുകയാണ് ഇന്ത്യയിലെ ഉന്നത വിദ്യാഭ്യാസ രംഗം എന്നാണ് വിദഗ്ദ്ധ സമിതിയുടെ കണ്ടെത്തൽ. മാത്രമല്ല രാജ്യ വ്യാപകമായി നിലവിലുള്ള വ്യാജ കോളേജുകളെ നിയന്ത്രിക്കുന്നതിലുള്ള വീഴ്ചയും ബിരുദ കോളേജുകളുടെ അഫിലിയേഷൻ സമ്പ്രദായവും കുട്ടികളുടെ പഠനനിലവാരം താഴ്ത്തുന്നതിൽ പ്രധാന പങ്ക് വഹിക്കുന്നുണ്ട് (NEP-p. 31). ആയതിനാൽ, വിദ്യാഭ്യാസ മേഖലയുടെ ഇത്തരം പരാധീനതകൾ പരിഹരിക്കുന്നതിനായി, ഇന്ത്യയുടെ പ്രാചീനകാല പാരമ്പര്യങ്ങളിൽ ഊന്നി നിന്നുകൊണ്ട് (മികച്ച രീതിയിലുള്ള ഉന്നത വിദ്യാഭ്യാസം പുതു തലമുറയ്ക്ക് ഉറപ്പുവരുത്തക്കവിധം) നിലവിലെ ഉന്നത വിദ്യാഭ്യാസ മേഖലയെ പൂർണ്ണമായും ഉടച്ചുവാർക്കുകയാണ് പുത്തൻ വിദ്യാഭ്യാസ നയത്തിന്റെ ലക്ഷ്യമെന്നും സമിതി അഭിപ്രായപ്പെടുന്നു (p.31). തന്നെയുമല്ല, ഉന്നത വിദ്യാഭ്യാസ മേഖലയുടെ ഈ ശോചനീയാവസ്ഥയ്ക്ക് പരിഹാരമെന്നോണം പുരാതന കാലത്ത് ഇന്ത്യയിൽ നിലനിന്നിരുന്ന വിദ്യാഭ്യാസ സമ്പ്രദായം തിരികെ കൊണ്ടുവരേണ്ടതുണ്ടെന്നും ഇരുപത്തൊന്നാം നൂറ്റാണ്ടിലെ ഇന്ത്യയെ സംബന്ധിച്ച് അത്തരമൊരു വിദ്യാഭ്യാസരീതിയാണ് അഭികാമ്യമെന്നും കസ്തൂരിരംഗൻ വിലയിരുത്തിക്കാണുന്നു. ഈയൊരു ലക്ഷ്യം കൈവരിക്കുന്നതിനായി ഇന്ത്യയിലെ IIT -കൾ ഉൾപ്പെടെയുള്ള എല്ലാ വിദ്യാഭ്യാസ സ്ഥാപനങ്ങളെയും പുതിയ രീതിയിലേക്ക് മാറ്റേണ്ടതുണ്ട് (p.34). തങ്ങൾ മുന്നോട്ട് വയ്ക്കുന്ന വിദ്യാഭ്യാസ പരിഷ്കാരങ്ങൾ നടപ്പാക്കപ്പെടുന്നതോടെ വിജ്ഞാനത്തിന്റെ കേന്ദ്രമെന്നനിലയിൽ ലോകഭൂപടത്തിൽ ചരിത്രപരമായി ഇന്ത്യയ്ക്കുണ്ടായിരുന്ന നിർണ്ണായക സ്ഥാനം പുനഃസ്ഥാപിക്കാൻ സാധിക്കുമെന്നാണ് കസ്തൂരിരംഗൻ ആശിക്കുന്നത്. ഇതിനായി അടുത്ത ഇരുപത് വർഷങ്ങൾകൊണ്ട് ഇന്ത്യയിലെ വിദ്യാഭ്യാസ മേഖലയിൽ നടപ്പാക്കേണ്ടുന്ന കർമ്മപദ്ധതികളുടെ ഒരു നീണ്ട നിരതന്നെ വിദഗ്ധ സമിതി മുന്നോട്ടു വയ്ക്കുന്നു.

അവയിൽ പ്രധാനപ്പെട്ട ചില നിർദ്ദേശങ്ങൾ ഇവയാണ്:

1) രാജ്യത്തെ ഉന്നത വിദ്യാഭ്യാസ മേഖലയുടെ പ്രവർത്തനങ്ങൾ നിയന്ത്രിക്കാൻ ദേശീയ തലത്തിൽ ഉന്നത വിദ്യാഭ്യാസ കമ്മീഷൻ രൂപീകരിക്കുക.

2) ഇന്ത്യയിലെ മുഴുവൻ ഉന്നത വിദ്യാഭ്യാസ സ്ഥാപനങ്ങളെയും ഗവേഷണ സർവ്വകലാശാലകൾ, അധ്യാപന

സർവ്വകലാശാലകൾ, ഡിഗ്രി കോളേജുകൾ എന്നിങ്ങനെ മൂന്നായി തരം തിരിക്കുക.

3) സർവ്വകലാശാലകളുടെ അഫിലിയേഷൻ സമ്പ്രദായം അവസാനിപ്പിക്കുക.

4) ഉന്നത വിദ്യാഭ്യാസ സ്ഥാപനങ്ങൾക്ക് സ്വയം ഭരണം നൽകുക.

5) പൊതുമേഖലയ്ക്കൊപ്പം സ്വകാര്യമേഖലയുടെ പങ്കാളിത്തം കൂടി വിദ്യാഭ്യാസത്തിൽ ഉറപ്പാക്കുക.

6) മികച്ച വിദേശ സർവ്വകലാശാലകളെ ഇന്ത്യയിൽ കാമ്പസുകൾ തുടങ്ങാൻ പ്രേരിപ്പിക്കുക.

7) ഇന്ത്യയിലും വിദേശത്തുമുള്ള സർവ്വകലാശാലകളെ സഹകരണാടിസ്ഥാനത്തിൽ പ്രവർത്തിക്കാൻ അനുവദിക്കുക.

8) ലോകത്തിന്റെ മറ്റ് ഭാഗങ്ങളിൽ സർവ്വകലാശാലകൾ ആരംഭിക്കാൻ ഇന്ത്യൻ സർവ്വകലാശാലകളെ പ്രോത്സാഹിപ്പിക്കുക.

9) കലാലയങ്ങളിലെ വിദ്യാർത്ഥി പ്രവേശനം നിലവിലെ 26.3 ശതമാനത്തിൽനിന്നും 2035 ആകുമ്പോഴേയ്ക്ക് 50 ശതമാനമായി വർദ്ധിപ്പിക്കുക.

10) ഏക-വൈജ്ഞാനിക കോഴ്സുകൾക്ക് പകരം ബഹു-വൈജ്ഞാനിക കോഴ്സുകൾ (Multi-Disciplinary) ആരംഭിക്കുക.

11) മൂന്ന് വർഷ ഡിഗ്രി കോഴ്സുകൾക്ക് പകരം നാല് വർഷ ഡിഗ്രി കോഴ്സുകൾ ആരംഭിക്കുക.

12) കോഴ്സുകൾക്ക് പൊതു പ്രവേശന പരീക്ഷ ഏർപ്പെടുത്തുക.

13) പൊതു പ്രവേശന പരീക്ഷകളുടെ നടത്തിപ്പിനായി ദേശീയതലത്തിൽ ഒരു ഏജൻസി രൂപീകരിക്കുക.

14) എല്ലാ ഉന്നത വിദ്യാഭ്യാസ സ്ഥാപനങ്ങളും ഓൺലൈൻ വിദ്യാഭ്യാസം ആരംഭിക്കുക.

15) എം.ഫിൽ കോഴ്സുകൾ നിർത്തലാക്കുക.

ഘട്ടം ഘട്ടമായി പുതിയ വിദ്യാഭ്യാസ നയം നടപ്പാക്കാനാണ് കേന്ദ്ര സർക്കാർ തീരുമാനിച്ചിരിക്കുന്നത്. രാജ്യത്തെ മികച്ച വിദ്യാഭ്യാസ സ്ഥാപനങ്ങളെയാവും നയപരിഷ്കാരങ്ങൾ നടപ്പാക്കാനായി പ്രാരംഭഘട്ടത്തിൽ തിരഞ്ഞെടുക്കുക. ഒറ്റനോട്ടത്തിൽ നിരുപദ്രവമെന്ന് തോന്നുന്ന ഇത്തരം നയങ്ങൾ ഇന്ത്യയിലെ ഉന്നത വിദ്യാഭ്യാസ മേഖലയിൽ ഉണ്ടാക്കാനിടയുള്ള പ്രശ്നങ്ങൾ എന്തൊക്കെയാണെന്ന് പരിശോധിക്കാം.

അധികാരത്തിന്റെ കേന്ദ്രീകരണവും വിദ്യാഭ്യാസത്തിന്റെ കാവിവൽക്കരണവും :

പുത്തൻ വിദ്യാഭ്യാസ നയത്തിലെ സുപ്രധാന നിർദേശങ്ങളിലൊന്ന് വിദ്യാഭ്യാസ മേഖലയിൽ കേന്ദ്ര ഗവൺമെന്റിന് നൽകിയിരിക്കുന്ന കേന്ദ്രീകരണ അധികാരങ്ങളാണ്. രാജ്യത്തെ ഉന്നത വിദ്യാഭ്യാസ സ്ഥാപനങ്ങളുടെ സ്വാശ്രയത്വവും, അക്കാദമിക നിലവാരവും മെച്ചപ്പെടുത്തുക എന്ന ലക്ഷ്യം മുൻനിർത്തിയാണ് ദേശീയ തലത്തിൽ ഉന്നത വിദ്യാഭ്യാസ കമ്മീഷൻ രൂപീകരിക്കുന്നത് എന്ന് കസ്തൂരിരംഗൻ പറയുമ്പോഴും, ഇതിന് നേർവിപരീതമായി, ദേശീയ ഉന്നത വിദ്യാഭ്യാസ കമ്മീഷൻ നിലവിൽ വരുന്നതോടെ രാജ്യത്തെ വിദ്യാഭ്യാസ സ്ഥാപനങ്ങളുടെ മുഴുവൻ പ്രവർത്തനങ്ങളെയും നേരിട്ട് നിയന്ത്രിക്കുവാനുള്ള അധികാരം കേന്ദ്ര ഗവൺമെന്റിന് ലഭിക്കുമെന്നതാണ് വാസ്തവം. ഉന്നത വിദ്യാഭ്യാസ മേഖലയുടെ പ്രവർത്തനങ്ങളെ നിയന്ത്രിക്കാൻ ദേശീയതലത്തിൽ ഒരു ഏജൻസി ആവശ്യമാണെന്ന നിർദ്ദേശം മുൻപും പല പഠന സമിതികളും മുന്നോട്ട് വച്ചിട്ടുണ്ടെങ്കിലും അവയിൽ നിന്നും വ്യത്യസ്തമായി വിദ്യാഭ്യാസ കമ്മീഷന്റെ "രൂപീകരണ രീതി" തന്നെയാണ് ഇത്തരമൊരു സാഹചര്യത്തിന് വഴിയൊരുക്കുന്നത്. ദേശീയതലത്തിൽ ഉന്നത വിദ്യാഭ്യാസ കമ്മീഷൻ രൂപീകരിക്കാനുള്ള ബില്ലിന് 2018-ൽ തന്നെ കേന്ദ്ര സർക്കാർ പച്ചക്കൊടി കാട്ടിയിട്ടുണ്ട് എന്നത് ഇതുമായി ചേർത്തു വായിക്കേണ്ടതാണ്. ബില്ലിൽ നിശ്ചയിച്ചിരിക്കുന്ന വ്യവസ്ഥകളനുസരിച്ച്, കമ്മീഷനിലെ അദ്ധ്യക്ഷയും ഉപ-അധ്യക്ഷയും ഉൾപ്പെടെയുള്ള സമിതിയിലെ മുഴുവൻ അംഗങ്ങളെയും കേന്ദ്ര ഗവണ്മെന്റ് നേരിട്ടാണ് നിയമിക്കുന്നത് (കമ്മീഷൻ അംഗങ്ങളെ ഒരു സ്വതന്ത്ര സമിതിയെക്കൊണ്ട് തിരഞ്ഞെടുപ്പ് നടത്തി നിയമനം നടത്തുന്ന രീതിയാണ് ഇതിന് മുൻപുള്ള പല വിദഗ്ധ സമിതികളും നിർദേശിച്ചിരുന്നത്). ഇതിൽ അദ്ധ്യക്ഷയ്ക്കും, ഉപ-അധ്യക്ഷയ്ക്കും പുറമെയുള്ള 12 അംഗങ്ങളിൽ കേന്ദ്ര ഗവൺമെന്റിന്റെയും സർവ്വകലാശാലകളുടെയും പ്രതിനിധികളും ഒരു വ്യവസായ പ്രമുഖനുംകൂടി ഉണ്ടായിരിക്കുമെന്നതാണ് പ്രത്യേകത. എന്നാൽ എടുത്ത് പറയേണ്ടുന്ന മറ്റൊരു കാര്യമെന്തെന്നാൽ സംസ്ഥാന ഗവണ്മെന്റുകൾക്ക് കമ്മീഷനിൽ പ്രാതിനിധ്യമില്ലായെന്നതാണ്. കമ്മീഷന്റെ ഉപദേശക സമിതിയിൽ മാത്രമാണ് സംസ്ഥാനങ്ങൾക്ക് പ്രാതിനിധ്യമുള്ളത്. എന്നാൽ എല്ലാ സംസ്ഥാനങ്ങൾക്കും ഉപദേശക സമിതിയിൽ അംഗത്വമുണ്ടാകുമോ എന്ന കാര്യത്തിൽ ഇപ്പോഴും വ്യക്തതയില്ല. കൂടാതെ ഈ ഉപദേശക സമിതിയുടെ നിർദേശങ്ങളൊന്നും തന്നെ കമ്മീഷൻ

അംഗീകരിക്കണമെന്ന് യാതൊരുവിധ നിബന്ധനകളുമില്ല (Antara Sengupta, The Higher Education Commission of India Bill: A Failure of Imagination, ORF Issue Brief, August, 2018).

ഉന്നത വിദ്യാഭ്യാസ മേഖലയിൽ നടപ്പിൽ വരുത്തേണ്ടുന്ന പരിഷ്കാരങ്ങളെ സംബന്ധിച്ച്, യശ:ശരീരനായ പ്രൊഫ. യശ്പാൽ അധ്യക്ഷനായി രൂപീകരിച്ച വിദഗ്ധ സമിതി 2009 -ൽ കേന്ദ്ര ഗവൺമെന്റിന് സമർപ്പിച്ച പഠന റിപ്പോർട്ടിലെ നിർദ്ദേശങ്ങൾ ഈ അവസരത്തിൽ ഓർക്കാവുന്നതാണ്. കസ്തൂരിരംഗൻ കമ്മിറ്റി പോലെ തന്നെ രാജ്യത്ത് ഒരു ഉന്നത വിദ്യാഭ്യാസ കമ്മീഷൻ വേണമെന്നനുള്ള ആശയം യശ്പാൽ കമ്മിറ്റിയും ഉന്നയിച്ചിരുന്നുവെങ്കിലും, ഇന്നത്തേതിൽനിന്ന് തികച്ചും വ്യത്യസ്തമായ രീതിയിൽ ചെയർപേഴ്സണും വൈസ് -ചെയർപേഴ്സണും ഉൾപ്പെടെ കമ്മീഷന്റെ മുഴുവൻ അംഗങ്ങളെയും പ്രധാനമന്ത്രിയും പ്രതിപക്ഷനേതാവും സുപ്രീം കോടതി ചീഫ് ജസ്റ്റിസും അടങ്ങുന്ന സമിതിയായിരിക്കണം നിയമിക്കേണ്ടത് എന്ന ഏറ്റവും ജനാധിപത്യപരമായ നിർദ്ദേശമാണ് യശ്പാൽ മുന്നോട്ടു വച്ചത്. എന്നു മാത്രമല്ല, കമ്മീഷൻ തങ്ങളുടെ പ്രവർത്തനങ്ങൾക്ക് പൂർണ്ണമായും ഉത്തരവാദിത്വപ്പെട്ടിരിക്കേണ്ടത് പാർലമെന്റിനോടായിരിക്കണമെന്നും, കമ്മീഷന് ഭരണഘടനാപദവി നൽകണമെന്നും യശ്പാൽ കമ്മിറ്റി നിർദ്ദേശിക്കുകയുണ്ടായി.

ഇന്ത്യയിൽ വിദ്യാഭ്യാസം എന്നത് കൺകറണ്ട് ലിസ്റ്റിൽ വരുന്ന വിഷയമായിട്ടുകൂടി സംസ്ഥാന ഗവണ്മെന്റുകളുടെ താല്പര്യങ്ങളെ പൂർണ്ണമായും അവഗണിക്കുന്ന തരത്തിലുള്ള കേന്ദ്ര സർക്കാർ -കസ്തൂരിരംഗൻ കമ്മിറ്റി സമീപനം ഇന്ത്യയുടെ ഫെഡറൽ സംവിധാനത്തിനുതന്നെ വലിയ ഭീഷണിയാണുയർത്തുന്നത്. ഇന്ത്യയിൽ സംഘപരിവാറിനെ സംബന്ധിച്ച് രാഷ്ട്രീയ അധികാരമെന്നത് തങ്ങളുടെ വർഗ്ഗീയ അജണ്ട മുന്നോട്ട് കൊണ്ടുപോകുന്നതിനുള്ള ഉപകരണമാണ് എന്നത് ഏവർക്കും അറിവുള്ള കാര്യമാണ്. രാജ്യത്തെ ഭരണഘടനാ സ്ഥാപനങ്ങളായ തിരഞ്ഞെടുപ്പ് കമ്മീഷനുകൾ മുതൽ സംസ്ഥാന ഗവർണർ പദവികൾവരെ അതാത് സമയങ്ങളിൽ എടുത്തുപയോഗിക്കാൻ തങ്ങൾ മടിക്കില്ല എന്നതിന് സമീപകാല ഉദാഹരണങ്ങൾ തന്നെ നിരവധിയാണ്. ഈ നിലയ്ക്ക് വിദ്യാഭ്യാസ മേഖലയിൽ തങ്ങൾക്ക് ലഭിക്കുന്ന കേന്ദ്രീകരണ അധികാരങ്ങൾ മറ്റൊരുതരത്തിൽ ഇവർ വിനിയോഗിക്കുമെന്ന് കരുതാതിരിക്കാൻ നിർവ്വാഹമില്ല.

വിദ്യാഭ്യാസത്തെ രാഷ്ട്രനിർമ്മാണ പ്രക്രിയയുടെ അടിസ്ഥാന ശിലയായി കണക്കാക്കുന്ന സംഘപരിവാർ ആത്മീയാചാര്യൻ

എം.എസ്സ്. ഗോൾവാക്കറെ സംബന്ധിച്ച് ഇന്ത്യയുടെ ചരിത്ര പാരമ്പര്യങ്ങളിൽ അടിസ്ഥാനപ്പെടുത്താത്ത വിദ്യാഭ്യാസം വിദ്യാഭ്യാസമേയല്ല. ഇതുപ്രകാരം ഇന്ത്യയുടെ ഹിന്ദു മത പാരമ്പര്യങ്ങളിൽ അധിഷ്ഠിതമായ ചരിത്രാവബോധം കുട്ടികളിൽ വളർത്തിയെടുക്കുകയെന്നത് വിദ്യാഭ്യാസ സ്ഥാപനങ്ങളുടെ ഉത്തരവാദിത്വമാണ്. ഗോൾവാക്കർ വിദ്യാഭ്യാസത്തെക്കുറിച്ച് തന്റെ വിഖ്യാതകൃതിയായ "വിചാരധാര"യിൽ പറഞ്ഞിരിക്കുന്നത് ഇപ്രകാരമാണ്: "നമ്മുടെ കുട്ടികൾ മഹത്തായ പാരമ്പര്യമുള്ള ഋഷിമാരുടെയും യോഗികളുടെയും പിന്മുറക്കാരാണെന്നതിൽ അഭിമാനിക്കണം. അവരുടെ പാരമ്പര്യങ്ങൾക്ക് യോജിച്ചവരായി നമ്മുടെ കുട്ടികൾ മാറണമെങ്കിൽ നമ്മൾ ഹിന്ദുക്കളായി ജീവിക്കുകയും ഹിന്ദുക്കളായി അറിയപ്പെടുകയും ലോകം മുഴുവൻ നമ്മെ ഹിന്ദുക്കളായിത്തന്നെ തിരിച്ചറിയേണ്ടതുമായുണ്ട്." നിർഭാഗ്യവശാൽ വിദേശീയരുടെ പ്രചാരണ തന്ത്രങ്ങളിൽ വീണ് ചരിത്രബോധം നഷ്ടപ്പെട്ടവരായി നാം മാറിയിരിക്കുന്നു. ഈ അവസ്ഥയ്ക്ക് മാറ്റം വരാതെ ഒരു ശക്തമായ രാഷ്ട്രമായി മാറാൻ ഇന്ത്യയ്ക്ക് സാധിക്കില്ല. നിലവിൽ വിദ്യാർത്ഥികൾ അനുഭവിക്കുന്ന അരക്ഷിതാവസ്ഥയ്ക്കും, അച്ചടക്ക രാഹിത്യത്തിനും കാരണം അവരുടെ ചരിത്രബോധമില്ലായ്മയാണ്. ഇന്ത്യയുടെ ഉദാത്തമായ ചരിത്ര പാരമ്പര്യങ്ങളിൽ അടിയുറപ്പിച്ചുള്ള വിദ്യാഭ്യാസത്തിലൂടെ മാത്രമേ ഇന്ത്യയ്ക്ക് ശോഭനമായ ഭാവി സ്വപ്നം കാണാൻ സാധിക്കുകയുള്ളൂ (ഗോൾവാക്കർ, വിചാരധാര). "ഹിന്ദു ചരിത്രമല്ലാത്തതൊന്നും ചരിത്രമല്ല" എന്ന സംഘപരിവാർ കാഴ്ചപ്പാടിൻറെ ഉറവിടം ഗോൾവാക്കറുടെ "വിചാരധാര"യിൽ കണ്ടെത്താവുന്നതാണ്. ഗോൾവാക്കറുടെ "വിചാരധാരയെ" പിന്തുടരുന്ന സംഘപരിവാറിനെ സംബന്ധിച്ച് വിദ്യാഭ്യാസത്തിന്റെ ലക്ഷ്യം മറിച്ചാവാൻ തരമില്ല.

വിദ്യാഭ്യാസത്തിന്റെ ശ്രേണീവൽക്കരണം :

ഇന്ത്യയിൽ നിലവിലുള്ള മുഴുവൻ ഉന്നത വിദ്യാഭ്യാസ സ്ഥാപനങ്ങളെയും കാലക്രമേണ ഗവേഷണ സർവ്വകലാശാലകൾ, അദ്ധ്യാപനത്തിന് പ്രാമുഖ്യം നൽകുന്ന സർവ്വകലാശാലകൾ, അദ്ധ്യാപനത്തിൽ ശ്രദ്ധ കേന്ദ്രീകരിച്ചുകൊണ്ട് സ്വതന്ത്രമായി പ്രവർത്തിക്കുന്ന ബിരുദ കോളേജുകൾ (Autonomous colleges) എന്നിങ്ങനെ മൂന്നായി തരംതിരിക്കണമെന്നുള്ളതാണ് കസ്തൂരിരംഗൻ മുന്നോട്ടുവയ്ക്കുന്ന മറ്റൊരു പ്രധാന നിർദ്ദേശം (p.32). എന്നാൽ ഉന്നത വിദ്യാഭ്യാസ രംഗത്ത് ഗവേഷണം പ്രോത്സാഹിപ്പിക്കുന്നതിന് ഇത്തരമൊരു തരംതിരിവ് ആവശ്യമാണെന്ന വിദഗ്ഡ സമിതി വാദത്തിന് ഉപോൽബലകമായ യാതൊരുവിധ തെളിവുകളും രാജ്യത്ത് നിലവിലില്ല. എന്നു

മാത്രമല്ല, മികച്ച രീതിയിൽ സർക്കാർ മേഖലയിൽ പ്രവർത്തിക്കുന്ന ഗവേഷണ സ്ഥാപനങ്ങളെ തകർക്കാനും അവയുടെ സ്ഥാനത്ത് സ്വകാര്യ മേഖലയ്ക്ക് കടന്നുകയറാനുമുള്ള അവസരം സർക്കാരുകൾ തന്നെ ഒരുക്കിക്കൊടുക്കുകയുമാണ്. ഇന്ത്യയിലെ സർവ്വകലാശാലാ റാങ്കിങ്ങിൽ എല്ലായ്പ്പോഴും മുൻപന്തിയിൽ നിൽക്കുന്ന ജെ.എൻ.യു, ഹൈദരാബാദ് സെൻട്രൽ യൂണിവേഴ്സിറ്റി തുടങ്ങിയ കലാലയങ്ങളോടുള്ള സർക്കാർ സമീപനം ഇതിനുദാഹരണമാണ്. കൂടാതെ, 'അധ്യാപനത്തിന് പ്രാധാന്യം നൽകുന്നതാവണം ഡിഗ്രീ -കോളേജുകൾ' എന്ന് വിദഗ്ധ സമിതി പറയുമ്പോൾ, ഗവേഷണത്തിന് പ്രാധാന്യം കല്പിക്കേണ്ടതില്ല എന്ന ദുസ്സൂചന അത്തരമൊരു നിർദ്ദേശത്തിൽ അന്തർലീനമാണ്. ഇന്ത്യയിൽ ഏറ്റവും കൂടുതൽ വിദ്യാർത്ഥികളേയും അദ്ധ്യാപകരേയും ഉൾക്കൊള്ളുന്ന ഡിഗ്രി കോളേജുകളെ സർട്ടിഫിക്കറ്റ് കോഴ്സുകൾക്കുള്ള മൂന്നാംകിട സ്ഥാപനങ്ങളായി തരംതാഴ്ത്തുക കൂടിയാണ് ഇതിലൂടെ കസ്തൂരിരംഗൻ ചെയ്തിരിക്കുന്നത്.

ഇവിടെയും യശ്പാൽ കമ്മിറ്റി നിർദ്ദേശങ്ങൾ പ്രസക്തമാണ്. കാരണം രാജ്യത്തെ ഉന്നത വിദ്യാഭ്യാസ സ്ഥാപങ്ങളെ പല കള്ളികളിലാക്കി വേർതിരിച്ച് നിർത്തുന്നതിന് പകരം, ഇവ തമ്മിലുള്ള പരസ്പര സഹകരണവും ഏകോപനവുമാണ് (ഡോ. കസ്തൂരിരംഗനിൽ നിന്ന് വ്യത്യസ്തമായി) പ്രൊഫ.യശ്പാൽ മുന്നോട്ടുവച്ചത്. മാത്രമല്ല നിലവിൽ ഗവേഷണമെന്നത് സമൂഹത്തിൽ വരേണ്യ വർഗ്ഗത്തിന് മാത്രം അവകാശപ്പെട്ടതാണെന്ന കാഴ്ചപ്പാട് ശക്തമാണെന്നും ഈ മനോഭാവമാണ് "തരംതിരിച്ചുള്ള" നയരൂപീകരണത്തിന് വഴിവയ്ക്കുന്നതെന്നും യശ്പാൽ കമ്മിറ്റി നിരീക്ഷിച്ചു. ഗവേഷണവും വിദ്യാഭ്യാസവും രണ്ടാണെന്ന കാഴ്ചപ്പാട് ഉപേക്ഷിക്കുന്നതിലൂടെ മാത്രമേ ഈ അവസ്ഥയ്ക്ക് മാറ്റം വരികയുള്ളൂ എന്നാണ് യശ്പാൽ കമ്മിറ്റി അഭിപ്രായപ്പെട്ടത് (യശ്പാൽ കമ്മിറ്റി റിപ്പോർട്ട് –p. 14). യാഥാർത്ഥ്യം ഇതായിരിക്കേ, മൂന്ന് തരം ഉന്നത വിദ്യാഭ്യാസ സ്ഥാപനങ്ങൾ എന്ന കസ്തൂരിരംഗൻ നിർദ്ദേശം, ഇത്തരം സ്ഥാപനങ്ങൾ തമ്മിൽ നിലവിലുള്ള അന്തരം സ്ഥാപനവൽക്കരിക്കാൻ മാത്രമേ ഉപകരിക്കൂ.

ഇന്ത്യയിലെ വിദ്യാഭ്യാസ സ്ഥാപനങ്ങളെ വർഗ്ഗീകരിക്കുന്ന രീതിപോലെ കലാലയ പ്രവേശനത്തിനുള്ള ഏക ചാലക പരീക്ഷാ സമ്പ്രദായമെന്നതും വിദ്യാഭ്യാസ നയത്തിലെ മറ്റൊരു പ്രധാന നിർദ്ദേശമാണ്. സാമൂഹ്യ/പ്രാദേശിക വ്യത്യാസങ്ങളുടെ അടിസ്ഥാനത്തിൽ പലതരം അസമത്വങ്ങളുള്ള, വിദ്യാഭ്യാസമെന്നത് നഗര/ഉപരിവർഗ്ഗ കേന്ദ്രിതമായി നിലനിൽക്കുന്ന ഇന്ത്യപോലൊരു രാജ്യത്ത്, പിന്നോക്ക പ്രദേശ/വിഭാഗങ്ങളിൽ നിന്നും വരുന്ന

വിദ്യാർത്ഥികളെ സംബന്ധിച്ചിടത്തോളം മികച്ച വിദ്യാഭ്യാസ സ്ഥാപനങ്ങളിൽ ഉപരിപഠനമെന്ന തങ്ങളുടെ മോഹം ഏറെ ദുഷ്കരമാക്കുന്നതാവും ഏക ചാലക പ്രവേശന പരീക്ഷാ സമ്പ്രദായം. ദുർബല വിഭാഗങ്ങളുടെ സാമൂഹ്യ മുന്നേറ്റത്തിനുള്ള ഏക ചവിട്ടുപടിയാണ് വിദ്യാഭ്യാസം എന്നതുകൊണ്ടു തന്നെ, അവരുടെ വിദ്യാഭ്യാസത്തിനുള്ള അവസരനിഷേധം രാജ്യത്ത് നിലവിലുള്ള സാമൂഹ്യ അന്തരം വരും നാളുകളിൽ വർദ്ധിപ്പിക്കുമെന്ന കാര്യത്തിൽ സംശയമില്ല.

ബഹു-വൈജ്ഞാനിക പഠന രീതിയും ക്ലസ്റ്റർ സംവിധാനവും

ഉന്നത വിദ്യാഭ്യാസ സ്ഥാപനങ്ങളിലെ പഠന സമ്പ്രദായങ്ങളുമായി ബന്ധപ്പെട്ട് സമിതി മുന്നോട്ടുവയ്ക്കുന്ന സുപ്രധാന നിർദ്ദേശങ്ങളിലൊന്ന്, വിദ്യാഭ്യാസം ഏക-വൈജ്ഞാനിക (Single Disciplinary) പഠന രീതിയിൽനിന്നും ബഹു-വൈജ്ഞാനിക (Multi-Disciplinary) പഠന രീതിയിലേക്ക് മാറ്റുക എന്നതാണ്. അത് നിലവിലുള്ള സ്ഥാപനങ്ങൾ വഴിയോ, സ്ഥാപനങ്ങളുടെ കൂട്ടായ പ്രവർത്തനങ്ങളിലൂടെയോ (Cluster) ആവാമെന്നും സമിതി നിർദ്ദേശിക്കുന്നു. ഒരേ സമയം ഒന്നിലധികം വിഷയങ്ങൾ പഠിക്കാനുള്ള അവസരം വിദ്യാർത്ഥികൾക്ക് നൽകുക എന്നതാണ് ബിരുദ തലത്തിൽ ത്തന്നെ ഏക-വൈജ്ഞാനിക പഠന സമ്പ്രദായത്തിനു പകരം ബഹു-വൈജ്ഞാനിക പഠനരീതി ആരംഭിക്കാൻ കസ്തൂരിരംഗനെ പ്രേരിപ്പിക്കുന്നത്. ഇതിനായി അദ്ദേഹം കൂട്ടുപിടിക്കുന്നത് പ്രാചീന ഇന്ത്യയിൽ വിദ്യാഭ്യാസത്തെക്കുറിച്ച് നിലനിന്നിരുന്ന വളരെ അയഞ്ഞ കാഴ്ചപ്പാടുകളെയാണ് (പ്രാചീനകാല ഇന്ത്യയിൽ 64 കലകൾ ഒരേസമയം പഠിക്കാനുള്ള അവസരം കലാലയങ്ങളിൽ ഉണ്ടായിരുന്നുവെന്നാണ് സമിതി കണ്ടെത്തുന്നത്). ഇത്തരത്തിൽ ഒരേ സമയം ധാരാളം വിഷയങ്ങൾ പഠിക്കാനുള്ള അവസരം വിദ്യാർത്ഥികൾക്ക് ഉണ്ടാക്കിക്കൊടുക്കുകയാണ് 21 -ആം നൂറ്റാണ്ടിലും കലാലയങ്ങൾ ചെയ്യേണ്ടതെന്നാണ് അദ്ദേഹം അഭിപ്രായപ്പെടുന്നത് (p. 33).

എന്നാൽ, പരമ്പരാഗത കോഴ്സുകൾ കലാലയങ്ങളിൽ നിന്നും ഒഴിവാക്കുകയും അവയുടെ സ്ഥാനത്ത് സാങ്കേതിക -തൊഴിലധിഷ്ഠിത കോഴ്സുകൾ ആരംഭിക്കുന്നതിനുമുള്ള കുറുക്കുവഴിയെന്ന നിലയിൽ കണ്ടുപിടിച്ച ആശയമാണ് മൾട്ടി-ഡിസിപ്ലിനറി കോഴ്സുകൾ എന്ന്, 'ഇന്ത്യയിലെ വിദ്യാഭ്യാസം സിദ്ധാന്തങ്ങൾക്ക് മാത്രമാണ് പ്രാധാന്യം കൊടുക്കുന്നതെന്നും മറിച്ച് നമുക്കാവശ്യം "പ്രായോഗിക പരിജ്ഞാന"മാണെന്നും' കസ്തൂരിരംഗൻ നടത്തുന്ന

അഭിപ്രായ പ്രകടനത്തിലൂടെ വ്യക്തമാണ്. കമ്പോള താല്പര്യങ്ങളെ തങ്ങളാലാവുംവിധം പ്രോത്സാഹിപ്പിക്കുന്ന കേന്ദ്ര സർക്കാരിനെ സംബന്ധിച്ച് കുറഞ്ഞ വേതനത്തിന് കൂടുതൽ തൊഴിൽസേനയെ സൃഷ്ടിക്കുന്ന സാങ്കേതിക പരിജ്ഞാനം മാത്രമാണ് ഉന്നത വിദ്യാഭ്യാസമെന്ന ആശയം സ്വീകാര്യമാണുതാനും. വിദ്യാർത്ഥികൾക്ക് സ്വന്തം താല്പര്യങ്ങളനുസരിച്ച് കോഴ്സുകൾ തിരഞ്ഞെടുക്കുവാനുള്ള അവസരം മൾട്ടി-ഡിസിപ്ലിനറി കോഴ്സുകൾക്കുണ്ട് എന്ന വാദത്തിന്റെ അടിസ്ഥാനം തന്നെ കമ്പോളാധിഷ്ഠിത സമൂഹത്തിൽ വിദ്യാർത്ഥികൾ കമ്പോള സാധ്യതകളെ മുൻനിർത്തി മാത്രമേ തങ്ങളുടെ പഠന മേഖലകൾ തിരഞ്ഞെടുക്കൂ എന്ന ലളിത യുക്തിയാണ്.

വിദ്യാഭ്യാസ മേഖലയുൾപ്പെടെയുള്ള സാമൂഹ്യക്ഷേമ പ്രവർത്തനങ്ങളിൽനിന്നും രാഷ്ട്രം പിന്മാറുന്ന സാഹചര്യത്തിൽ, അതാത് വിദ്യാഭ്യാസ സ്ഥാപനങ്ങളുടെ പശ്ചാത്തല സൗകര്യം വികസിപ്പിക്കുന്നതിന് സർക്കാർ സഹായം നൽകുന്നത് ഒഴിവാക്കാൻ കണ്ടുപിടിച്ച മറ്റൊരു മാർഗ്ഗമാണ് കസ്തൂരിരംഗൻ മുന്നോട്ടുവയ്ക്കുന്നതും, കേരളമുൾപ്പെടെയുള്ള സംസ്ഥാനങ്ങളിൽ പല സർവ്വകലാശാലകളും ഇതിനോടകംതന്നെ തുടങ്ങിവച്ചിട്ടുള്ളതുമായ ക്ലസ്റ്റർ സംവിധാനം. പുതിയ വിദ്യാഭ്യാസ നയമനുസരിച്ച്, പൊതുമേഖലയോടൊപ്പം സ്വകാര്യമേഖലയ്ക്ക് വിദ്യാഭ്യാസത്തിൽ ലഭിക്കുന്ന "തുല്യ പങ്കാളിത്തവും", സ്വകാര്യ -പൊതു മേഖലകളുടെ ഒരുമിച്ചുള്ള പ്രവർത്തനങ്ങളും കൂടിയാകുമ്പോൾ പൊതുമേഖലയുടെ ചിലവിൽ സ്വകാര്യമേഖലയുടെ വളർച്ചയ്ക്ക് ആക്കംകൂട്ടുകയാണ് ഇത്തരം സമ്പ്രദായങ്ങൾ ചെയ്യുക.

ബഹുനില ആഗമന-നിർഗ്ഗമനങ്ങൾ (Multiple Entry and Exit Points):

ഒരു വിദ്യാർത്ഥി ഒരു കോഴ്സിന് ചേർന്നുകഴിഞ്ഞാൽ തന്റെ പഠന കാലയളവിനുള്ളിൽ എപ്പോൾവേണമെങ്കിലും പഠനം നിർത്തി പുറത്തുപോകാനും, പിന്നീട് തിരികെ വന്ന് കോഴ്സ് പുനഃരാരംഭിക്കാനുമുള്ള സൗകര്യമാണ് മൾട്ടിപ്പിൾ എൻട്രി-എക്സിറ്റ് പോയിന്റ് എന്നതുകൊണ്ട് കസ്തൂരിരംഗൻ ഉദ്ദേശിക്കുന്നത് (p.35). പുതിയ വിദ്യാഭ്യാസ നയത്തിലെ ഏറ്റവും മഹത്തരമെന്ന് മാധ്യമങ്ങളും അക്കാദമിക പണ്ഡിതരും വാഴ്ത്തുന്ന, എന്നാൽ ഏറ്റവും പ്രതിലോമകരമായ നിർദ്ദേശങ്ങളിലൊന്നാണിത്. കാരണം ഇതുവരെയുള്ള വിദ്യാഭ്യാസ രീതിയനുസരിച്ച് പാതിവഴിയിൽ പഠനം ഉപേക്ഷിച്ച് പോകുന്നതിനെ വിദ്യാർത്ഥികളുടെ കൊഴിഞ്ഞുപോക്കായാണ് (Drop Out) കണക്കാക്കിയിരുന്നതെങ്കിൽ, ഇനി മുതൽ ഓരോ വർഷവും

പഠനം നിർത്തി സർട്ടിഫിക്കറ്റും വാങ്ങിപ്പോകുന്ന വിദ്യാർത്ഥികളെ കൊഴിഞ്ഞുപോക്കിന്റെ ഗണത്തിൽപ്പെടുത്തുമോ എന്ന് വിദ്യാഭ്യാസ നയം വ്യക്തമാക്കുന്നില്ല. തന്നെയുമല്ല വിദ്യാർത്ഥികളുടെ കൊഴിഞ്ഞുപോക്ക് തടയുന്നതിനാവശ്യമായ നടപടികൾ സ്വീകരിക്കുന്നതിനു പകരം അതുവരെ പഠിച്ചതിനുള്ള സർട്ടിഫിക്കറ്റുകൾ കൂടി നൽകാനാണ് സമിതി നിർദ്ദേശങ്ങൾ അംഗീകരിച്ചതിലൂടെ സർക്കാർ ലക്ഷ്യമിടുന്നത്. ഇതിലൂടെ ഏതൊരു വിദ്യാർത്ഥിയുടെയും പഠനം വിജയകരമായി പൂർത്തിയാക്കുന്നതിൽ തങ്ങൾക്കുള്ള ഉത്തരവാദിത്വത്തിൽ നിന്നും ഭരണകൂടത്തിന് പൂർണ്ണമായും ഒഴിയുവാനും, പഠനം പൂർത്തിയാക്കുക എന്നത് വിദ്യാർത്ഥിയുടെ മാത്രം ഉത്തരവാദിത്വമായി മാറ്റാനും ഈ പരിഷ്കരണം കാരണമാകും.

ഇന്ത്യയിൽ ഉന്നത വിദ്യാഭ്യാസ രംഗത്തേക്ക് കടന്നുവരാൻ ഭൂരിപക്ഷം വരുന്ന വിദ്യാർത്ഥികൾക്ക് സാധിക്കാത്ത അതേ കാരണങ്ങൾ തന്നെയാണ് കലാലയങ്ങളിൽ നിന്നും വലിയൊരു പരിധിവരെ കുട്ടികളുടെ കൊഴിഞ്ഞുപോക്കിനും ഉള്ളതെന്ന് മനസ്സിലാക്കാൻ റോക്കറ്റ് സയൻസ് പഠിക്കേണ്ട ആവശ്യമില്ല. അതുകൊണ്ടു തന്നെ പഠനം പാതിവഴിയിൽ ഉപേക്ഷിച്ച് സർട്ടിഫിക്കറ്റും വാങ്ങിപ്പോകുന്നവർ പിന്നീട് തിരികെവന്ന് തങ്ങളുടെ പഠനം പൂർത്തിയാക്കുമെന്ന് വിശ്വസിക്കുന്നവർ മൂഢസ്വർഗ്ഗത്തിലാണെന്ന് പറയാതെ വയ്യ. വിദ്യാഭ്യാസം പാതിവഴിയിൽ ഉപേക്ഷിച്ച് ഉപജീവന മാർഗ്ഗം കണ്ടെത്താൻ നിർബന്ധിക്കപ്പെടുന്ന ഇന്ത്യയിലെ അധഃസ്ഥിത വിഭാഗങ്ങളെ ലക്ഷ്യം വച്ചുള്ളതാണ് ഇത്തരം പരിഷ്കാരങ്ങൾ എന്നത് ഇതിൽ നിന്നും വളരെ വ്യക്തമാണ്.

വിദ്യാഭ്യാസത്തിന്റെ കച്ചവടവൽക്കരണവും പാർശ്വവൽകൃത ജന സമൂഹങ്ങളും:

രാജ്യത്തെ ഉന്നത വിദ്യാഭ്യാസ മേഖലയിൽ സർക്കാർ സേവനങ്ങൾ ഗണ്യമായി കുറയ്ക്കണമെന്നും സ്വദേശത്തും വിദേശത്തുമായുള്ള കോർപ്പറേറ്റുകൾക്കായി വിദ്യാഭ്യാസ മേഖലയെ തുറന്നുകൊടുക്കണമെന്നുമുള്ള ആവശ്യം കോർപ്പറേറ്റ് വക്താക്കൾ ദീർഘകാലമായി ഉന്നയിച്ചുകൊണ്ടിരിക്കുന്നതാണ്. ഇന്ത്യയിൽ ആഗോളവൽക്കരണ നയങ്ങൾ നടപ്പാക്കിയ 1990 -കൾ മുതൽതന്നെ ഈ രീതിയിലുള്ള നയപരിപാടികൾ കേന്ദ്ര -സംസ്ഥാന സർക്കാരുകൾ വിദ്യാഭ്യാസ മേഖലയിൽ ആവിഷ്കരിച്ചു നടപ്പാക്കിയിട്ടുണ്ട്. ഇന്ത്യയിലെ പ്രമുഖ കോർപറേറ്റ് സംരംഭകരായ മുകേഷ് അംബാനി കൺവീനറും, കുമാരമംഗലം ബിർള അംഗവുമായി കേന്ദ്ര ഗവണ്മെന്റ് രൂപീകരിച്ച

"വിദഗ്ധ സമിതി" രണ്ടായിരാമാണ്ടിൽ പ്രധാന മന്ത്രിക്ക് സമർപ്പിച്ച റിപ്പോർട്ടിൽ (A Policy Framework for Reforms in Education- April 2000) ഉന്നയിച്ച മൂന്ന് പ്രധാന ആവശ്യങ്ങൾ ഇന്ത്യയുടെ ഗ്രാമവികസനം, ആരോഗ്യപരിപാലനം, വിദ്യാഭ്യാസം എന്നീ മേഖലകളിൽ സ്വകാര്യ നിക്ഷേപം അനുവദിക്കണമെന്നതായിരുന്നു. ഇത്തരം നിർദ്ദേശങ്ങൾക്ക് അനുയോജ്യമാം വിധം, രാജ്യത്തെ വിദ്യാഭ്യാസ മേഖലയിൽ പൊതുവിലും ഉന്നത വിദ്യാഭ്യാസ മേഖലയിൽ പ്രത്യേകിച്ചും കോർപറേറ്റ് വൽക്കരണത്തെ പ്രോത്സാഹിപ്പിക്കുന്ന ഒട്ടനവധി നിർദ്ദേശങ്ങൾ പുതിയ വിദ്യാഭ്യാസ നയത്തിലും കാണാവുന്നതാണ്.

വിദ്യാഭ്യാസ മേഖലയുടെ വളർച്ചയ്ക്കായി സർക്കാരുകൾ പരിശ്രമിക്കുമ്പോൾ സ്വകാര്യ മേഖലയെ മാറ്റിനിർത്തേണ്ടതില്ല എന്നും പൊതു വിദ്യാഭ്യാസ സ്ഥാപനങ്ങൾക്ക് നൽകുന്ന എല്ലാ പരിഗണനകളും സ്വകാര്യമേഖലയിൽ പ്രവർത്തിക്കുന്ന വിദ്യാഭ്യാസ സ്ഥാപനങ്ങൾക്കും നൽകേണ്ടതുണ്ട് എന്നും ബിർളയെയും അംബാനിയെയും പോലെ കസ്തൂരിരംഗനും ആവശ്യപ്പെടുന്നുണ്ട് (Treatment of private HEIs on par with government institutions) (p. 33). കൂടാതെ വിദ്യാഭ്യാസ സ്ഥാപനങ്ങൾക്ക് ധനസഹായം നൽകുമ്പോൾ അത്തരം പ്രവർത്തനങ്ങളിൽ സ്വാകാര്യ മേഖലയുടെ പങ്കാളിത്തം കൂടി ഉറപ്പുവരുത്തുന്ന വിധമായിരിക്കണം സർക്കാർ പ്രവർത്തിക്കേണ്ടത് എന്നുകൂടി സമിതി നിർദ്ദേശിക്കുന്നു (PPP മോഡൽ) (p.48-49). ഫണ്ടിങ്ങിലും ഭരണപരമായ കാര്യങ്ങളിലും സ്വകാര്യ വിദ്യാഭ്യാസ സ്ഥാപനങ്ങൾക്ക് ലഭിക്കുന്ന പൂർണ്ണ സ്വാതന്ത്ര്യവും, സ്വകാര്യ സ്ഥാപനങ്ങളുടെ എല്ലാത്തരം പ്രവർത്തനങ്ങളിൽനിന്നും (ഓട്ടോണമിയുടെ പേരിൽ) സർക്കാർ മാറി നിൽക്കുന്നതും മികച്ച വിദ്യാഭ്യാസം നൽകുന്നുവെന്ന വാദത്തിന്റെ പിൻബലത്തിൽ വിദ്യാർഥികളിൽനിന്ന് അമിതമായ ഫീസ് ഈടാക്കാനുള്ള അവസരം മാനേജ്മെന്റുകൾക്ക് ഉണ്ടാക്കിക്കൊടുക്കുകയാണ് ചെയ്യുന്നത്.

അടുത്ത ഇരുപത് വർഷങ്ങൾകൊണ്ട് ഉന്നത വിദ്യാഭ്യാസ മേഖലയിൽ രാജ്യം കൈവരിക്കേണ്ടുന്ന ലക്ഷ്യങ്ങൾ എന്ന് സമിതി മുന്നോട്ട് വയ്ക്കുന്ന നിർദ്ദേശങ്ങളും വിദ്യാഭ്യാസ മേഖലയുടെ സ്വകാര്യ വൽക്കരണവും തമ്മിൽ അഭേദ്യമായ ബന്ധമുണ്ട്. ഉദാഹരണമായി 2040 - ആകുമ്പോഴേയ്ക്ക് എല്ലാ ഉന്നത വിദ്യാഭ്യാസ സ്ഥാപനങ്ങളിലേയും വിദ്യാർത്ഥിപ്രവേശനം ആയിരങ്ങളായി മാറണമെന്നും കൂടുതൽ "സ്ഥല സൗകര്യങ്ങളുള്ള" വിദ്യാഭ്യാസ സ്ഥാപങ്ങൾക്ക് നയത്തിന്റെ ലക്ഷ്യങ്ങൾ നേടിയെടുക്കുന്നതിനാവശ്യമായ പ്രോത്സാഹനങ്ങൾ

നൽകേണ്ടത് സർക്കാരുകളുടെ ഉത്തരവാദിത്വമാണ് എന്നും സമിതി റിപ്പോർട്ടിൽ പറയുന്നു (p.32). കൂടുതൽ വിദ്യാർത്ഥി പ്രവേശനം സാധ്യമല്ലാത്ത, പശ്ചാത്തല സൗകര്യങ്ങൾ കുറഞ്ഞ വിദ്യാഭ്യാസ സ്ഥാപനങ്ങളുടെ നിലനിൽപ്പ് തന്നെ അവതാളത്തിലാക്കുന്നതാണ് ഇത്തരമൊരു നിർദേശം. ക്ഷേമ പ്രവർത്തനങ്ങളിൽ നിന്നും ഒരേ സമയം രാഷ്ട്രം പിന്മാറുകയും സ്വകാര്യ മേഖലയ്ക്ക് വിദ്യാഭ്യാസമുൾപ്പെടെയുള്ള സമസ്തമേഖലകളിലും സർവ്വ സ്വാതന്ത്ര്യങ്ങളും നൽകുകയും ചെയ്യുമ്പോൾ, ഇത്തരമൊരു നിർദ്ദേശത്തിന്റെ സ്വാഭാവിക ഇരകളാകുന്നത് രാജ്യത്തെ പൊതുമേഖലാ വിദ്യാഭ്യാസ സ്ഥാപനങ്ങളാണെന്ന കാര്യത്തിൽ സംശയമില്ല (പൊതുമേഖലാ സ്ഥാപനങ്ങളെ തോന്നിയതുപോലെ സ്വകാര്യമേഖലയ്ക്ക് തീറെഴുതിക്കൊടുക്കുക എന്നത് ഇന്ത്യയിൽ ആഗോളവൽക്കരണ നയങ്ങൾ നടപ്പാക്കിയതു മുതൽ കണ്ട് വരുന്ന പ്രതിഭാസമായതിനാൽ വിദ്യാഭ്യാസമേഖലയെ മാത്രം ഇത് ബാധിക്കില്ല എന്ന് കരുതാനാവില്ല).

അതേസമയം, രാജ്യത്തെ ഉന്നത വിദ്യാഭ്യാസ മേഖലയുടെ നിയന്ത്രണം സമൂഹത്തിലെ വരേണ്യ വർഗ്ഗത്തിന്റെ കൈവശമാണ് ഉള്ളതെന്നും ആയതിനാൽ സമൂഹത്തിലെ പാർശ്വവൽകൃത ജനവിഭാഗങ്ങൾക്ക് പ്രത്യേക പരിഗണന നൽകേണ്ടതുണ്ടെന്നും പറയുമ്പോഴും സ്വകാര്യമേഖലയ്ക്ക് കൂടുതൽ പങ്കാളിത്തം ലഭിക്കുന്ന ഉന്നത വിദ്യാഭ്യാസ സ്ഥാപനങ്ങളിൽ വിദ്യാർത്ഥി പ്രവേശനത്തിന് സംവരണ മാനദണ്ഡങ്ങൾ പാലിക്കണമെന്ന് സമിതി നിർദ്ദേശിക്കുന്നില്ല. മാത്രമല്ല നിലവിൽ ഉന്നത വിദ്യാഭ്യാസ സ്ഥാപനങ്ങളിൽ പിന്നോക്ക വിഭാഗങ്ങളിൽ നിന്നുള്ള വിദ്യാർത്ഥികൾ അനുഭവിക്കുന്ന വിവേചനങ്ങളും പീഡനങ്ങളും അവസാനിപ്പിക്കാൻ വേണ്ട മാർഗ്ഗനിദ്ദേശങ്ങൾ നൽകാനും കസ്തൂരിരംഗൻ തയ്യാറല്ല. ഇന്ത്യയിലെ അരികുവൽക്കരിക്കപ്പെട്ട വിദ്യാർത്ഥികൾ ജാതി-മത-വംശ -ലിംഗ വ്യത്യാസങ്ങളുടെ പേരിൽ കലാലയങ്ങളിൽ നേരിടുന്ന അതിക്രമങ്ങളെക്കുറിച്ച് മൗനംപാലിക്കുകയാണ് ഇതിലൂടെ കസ്തൂരിരംഗൻ ചെയ്തിരിക്കുന്നത്. അധഃസ്ഥിത വിഭാഗങ്ങളെക്കുറിക്കാൻ ഇന്ത്യൻ ഭരണഘടന ഉപയോഗിച്ചിട്ടുള്ള 'പട്ടിക ജാതി -പട്ടിക വർഗ്ഗമെന്ന' പദങ്ങളേക്കാൾ കൂടുതലായി, കസ്തൂരിരംഗൻ രൂപകൽപ്പന ചെയ്ത "SEDG" (Socio-Economically Disadvantaged Groups) എന്ന പദമാണ് വ്യാപകമായി ഉപയോഗിച്ചിരിക്കുന്നത്. 'മികച്ച വിദ്യാഭ്യാസം' ഉറപ്പാക്കുക എന്നപേരിൽ, സാമൂഹ്യ നീതിയുമായി ബന്ധപ്പെട്ട് വിദ്യാഭ്യാസ മേഖലയിൽ നിരന്തരം ഉന്നയിക്കപ്പെടാറുള്ള കാതലായ പല പ്രശ്നങ്ങളെയും സമർത്ഥമായി മൂടിവയ്ക്കാൻ പുതിയ വിദ്യാഭ്യാസ

നയത്തിന് സാധിച്ചിട്ടുണ്ട്. അതുകൊണ്ടു തന്നെ, ഏതൊക്കെ ലക്ഷ്യങ്ങൾ മുൻനിർത്തിയാണ് തങ്ങൾ നയരൂപീകരണം നടത്തിയതെന്ന് കസ്തൂരിരംഗൻ അവകാശപ്പെടുന്നുവോ, അതിന് നേർ വിപരീത ദിശയിൽ സർക്കാരുകൾക്ക് പ്രവർത്തിക്കാനുള്ള നിർദേശങ്ങളാണ് പുത്തൻ വിദ്യാഭ്യാസ നയത്തിൽ ഉള്ളടങ്ങിയിരിക്കുന്നത്.

അഫിലിയേഷൻ സമ്പ്രദായത്തിന്റെ അവസാനം; അക്കാദമിക സ്വാതന്ത്ര്യത്തിന്റെയും :

കലാലയങ്ങളുടെ അഫിലിയേഷൻ സമ്പ്രദായം നിർത്തലാക്കുകയും പകരം അവയ്ക്ക് സ്വയംഭരണാധികാരങ്ങൾ നൽകുകയും ചെയ്യുക എന്നത് ഉന്നത വിദ്യാഭ്യാസ സ്ഥാപനങ്ങളുടെ പഠന നിലവാരം മെച്ചപ്പെടുത്തുന്നതിന് വിദ്യാഭ്യാസ നയം മുന്നോട്ടുവയ്ക്കുന്ന രണ്ട് പ്രധാന നിർദ്ദേശങ്ങളാണ്. കലാലയങ്ങളുടെ നഷ്ട്ടപ്പെട്ട സർഗാത്മകത തിരിച്ച് പിടിക്കുന്നതിനും മാറിയ കാലത്തിന്റെ വെല്ലുവിളികളെ ഏറ്റെടുക്കാൻ വിദ്യാർത്ഥികളെ പ്രാപ്തരാക്കാനും ഇത് അത്യന്താപേക്ഷിതമാണ് എന്നാണ് കസ്തൂരിരംഗന്റെ വാദം. വിദ്യാഭ്യാസ സ്ഥാപനങ്ങൾ അതിന്റെ എല്ലാ തലങ്ങളിലും സ്വാശ്രയത്വം കൈവരിക്കുന്നതിലൂടെ മാത്രം സാധ്യമാകുന്ന ഒന്നാണ് സർഗ്ഗാത്മകതയെന്നും അതിനെ പരിപോഷിപ്പിക്കുകയാണ് പുതിയ വിദ്യാഭ്യാസ നയംകൊണ്ട് ഉദ്ദേശിക്കുന്നതെന്നും സമിതി അഭിപ്രായപ്പെടുന്നു. ശാസ്ത്രീയവും വിമർശനാത്മകവുമായ ഉന്നതവിദ്യാഭ്യാസം സമൂഹത്തിന്റെ നാനാവിധത്തിലുള്ള പ്രശ്നങ്ങളെ അഭിമുഖീകരിക്കുന്നതിന് ആവശ്യമാണ് (p.45). എന്നാൽ ഈയൊരു ലക്ഷ്യം നേടിയെടുക്കാൻ കലാലയങ്ങൾക്ക് വിലങ്ങുതടിയായി നിൽക്കുന്നത് അവയുടെ നിലവിലെ അഫിലിയേഷൻ സമ്പ്രദായമാണ്. ബിരുദ-കോളേജുകളുടെ പഠന നിലവാരത്തെ പിന്നോട്ടടിക്കുന്ന ഒരു പ്രധാന പ്രശ്നവും ഇതുതന്നെയാണ് (p.33). അതിനാൽ അടുത്ത പതിനഞ്ച് വർഷങ്ങൾക്കുള്ളിൽ രാജ്യത്തെ മുഴുവൻ ഉന്നത വിദ്യാഭ്യാസ സ്ഥാപനങ്ങളുടെയും അഫിലിയേഷൻ സമ്പ്രദായം പൂർണ്ണമായും നിർത്തലാക്കുകയും അവയെ സ്വയംഭരണ സ്ഥാപനങ്ങളാക്കി മാറ്റുകയും വേണം. ഇങ്ങനെ സ്വയംഭരണ സ്ഥാപനങ്ങളായി മാറുന്ന കലാലയങ്ങൾക്ക് (സർക്കാർ കലാലയങ്ങളുൾപ്പെടെ) അക്കാദമികവും ഭരണപരവുമായ എല്ലാ പ്രവർത്തന സ്വാതന്ത്ര്യങ്ങളും ഉണ്ടായിരിക്കും. എന്നു മാത്രമല്ല സ്വയംഭരണ സ്ഥാപനങ്ങളാകുവാൻ വേണ്ടുന്ന നാനാവിധ സഹായങ്ങളും മാർഗ്ഗനിർദ്ദേശങ്ങളും ദേശീയതലത്തിൽനിന്ന് ഉണ്ടാവുകയും ചെയ്യും (p.36). ഇങ്ങനെ ഇന്ത്യയിലെ മുഴുവൻ ഉന്നത വിദ്യാഭ്യാസ സ്ഥാപനങ്ങളും സ്വയംഭരണ സ്ഥാപനങ്ങളായി മാറുന്നതോടെ

രാജ്യത്തെ ഉൽകൃഷ്ടവും നൂതനവുമായ ആശയങ്ങളുടെ വിളനിലങ്ങളായി ഇവ മാറുമെന്നാണ് കസ്തൂരിരംഗൻ അവകാശപ്പെടുന്നത് (p.49). അതേസമയം അടുത്ത പതിനഞ്ച് വർഷങ്ങൾക്കുള്ളിൽ പഠന മികവ് തെളിയിക്കാൻ സാധിക്കാത്ത വിദ്യാഭ്യാസ സ്ഥാപനങ്ങൾ അടച്ചുപൂട്ടണമെന്നുകൂടി കസ്തൂരിരംഗൻ അഭിപ്രായപ്പെടുകയുണ്ടായി.

ഇത്തരത്തിൽ കലാലയങ്ങളുടെ പ്രവർത്തന സ്വാതന്ത്ര്യത്തെ മുൻനിർത്തി പലതരം ലക്ഷ്യ പ്രഖ്യാപനങ്ങൾ നടത്തുമ്പോഴും, രാജ്യത്തെ മുഴുവൻ കലാലയങ്ങളിലെയും പാഠ്യപദ്ധതിയുൾപ്പെടെയുള്ള കാര്യങ്ങളിൽ ഭരണകൂടത്തിന് നേരിട്ടിടപെടാൻ അവസരം ഒരുക്കുന്ന പ്രവർത്തന പദ്ധതിയാണ് കസ്തൂരിരംഗൻ ആവിഷ്കരിച്ചിരിക്കുന്നത്. ഉന്നത വിദ്യാഭ്യാസ മേഖലയെ നിയന്ത്രിക്കുന്ന കാര്യത്തിൽ കേന്ദ്ര ഏജൻസികൾ സ്വീകരിക്കുന്ന സമീപനത്തെ 'ലളിതവും എന്നാൽ ശക്തവും' (Simple but Strict) എന്നാണ് വിദ്യാഭ്യാസ നയം വിശേഷിപ്പിക്കുന്നത്. മാത്രമല്ല രാജ്യത്തെ മുഴുവൻ ഉന്നത വിദ്യാഭ്യാസ സ്ഥാപനങ്ങളിലെയും ഫീസ് മാനദണ്ഡങ്ങൾ നിശ്ചയിക്കുവാനുള്ള അധികാരംകൂടി കേന്ദ്ര ഏജൻസിയായ ഉന്നത വിദ്യാഭ്യാസ കമ്മീഷനിൽ നിക്ഷിപ്തമാണ്. വ്യവസായ പ്രമുഖർക്കുകൂടി പ്രാതിനിധ്യമുള്ള, കേന്ദ്ര സർക്കാരിന്റെ നേരിട്ടുള്ള നിയന്ത്രണത്തിൽ പ്രവർത്തിക്കുന്ന ഉന്നത വിദ്യാഭ്യാസ കമ്മീഷൻ, വിദ്യാഭ്യാസ രംഗത്ത് ആരുടെ താല്പര്യങ്ങൾക്കാവും മുൻതൂക്കം നൽകുകയെന്നത്, രാജ്യത്തെ മികച്ച വിദ്യാഭ്യാസ സ്ഥാപനങ്ങളായിട്ടുള്ള IIT-IIM ഉൾപ്പെടെയുള്ള കലാലയങ്ങളിൽ അടിക്കടി ഉണ്ടായിക്കൊണ്ടിരിക്കുന്ന ഫീസ് വർധനയിലും അതിനെതിരെയുള്ള വിദ്യാർത്ഥി സമരങ്ങളിലും നിന്ന് മനസ്സിലാക്കാവുന്നതാണ്. വിദ്യാഭ്യാസ സ്ഥാപനങ്ങളുടെ ഫണ്ടിങ് ഉൾപ്പെടെയുള്ള കാര്യങ്ങൾ കേന്ദ്ര സർക്കാരിന്റെ നേരിട്ടുള്ള നിയന്ത്രണത്തിൽ വരികയും പാഠ്യപദ്ധതികൾ നിശ്ചയിക്കുന്നതുൾപ്പെടെയുള്ള കാര്യങ്ങളിൽ കമ്മീഷന് ഇടപെടാനുള്ള അവസരം ഉണ്ടാക്കിക്കൊടുക്കുകയും ചെയ്യുന്നതിലൂടെ കലാലയങ്ങളുടെ സ്വാശ്രയത്വം എന്നത് കടലാസിൽ മാത്രമായി ഒതുങ്ങിപ്പോകുകയാവും ഉണ്ടാവുക.

ചുരുക്കത്തിൽ പുത്തൻ വിദ്യാഭ്യാസ നയത്തിലൂടെ അഫിലിയേറ്റഡ് സമ്പ്രദായം നിർത്തലാക്കപ്പെടുകയും സ്വാശ്രയത്വം (autonomy) എന്ന ആശയം നടപ്പിൽ വരികയും ചെയ്യുന്നതോടെ രാജ്യത്തെ വിവിധ സർവ്വകലാശാലകൾക്ക് കീഴിൽ പ്രവർത്തിക്കുന്ന ആയിരക്കണക്കിന് ബിരുദ കോളേജുകൾതന്നെ (ബിരുദ കോഴ്സുകൾ മാത്രമല്ല) അപ്രത്യക്ഷമാകാനുള്ള സാധ്യതയാണ്

തെളിഞ്ഞുവരുന്നത്. മാത്രമല്ല കമ്പോള യുക്തിയെ അടിസ്ഥാനപ്പെടുത്തി, സ്വകാര്യമേഖലയോട് മത്സരിച്ചുകൊണ്ടു മാത്രമേ പൊതു വിദ്യാഭ്യാസ സ്ഥാപനങ്ങളുടെ നിലനിൽപ്പ് സാധ്യമാവൂ എന്ന തലത്തിലേക്കാണ് വിദ്യാഭ്യാസ മേഖലയെ പുതിയ വിദ്യാഭ്യാസ നയം കൊണ്ടെത്തിക്കുന്നത്. സ്വകാര്യ മേഖലയെ പ്രോത്സാഹിപ്പിക്കുന്ന സർക്കാർ സമീപനം കൂടിയാകുമ്പോൾ ഈ പ്രക്രിയയുടെ ആക്കം കൂട്ടുകയും സമീപഭാവിയിൽത്തന്നെ വിദ്യാഭ്യാസ മേഖല പൂർണ്ണമായും സ്വകാര്യമേഖലാൽ കയ്യടക്കപ്പെടുകയും ചെയ്യും. സ്വാതന്ത്ര്യം ലഭിച്ച് ഏഴ് പതിറ്റാണ്ടിനിപ്പുറവും വിദ്യാഭ്യാസം എന്നത് ബഹുഭൂരിപക്ഷം വരുന്ന ഇന്ത്യൻ ജനതയ്ക്ക് ഒരു കടുത്ത വെല്ലുവിളിയായി നിലനിൽക്കുമ്പോൾ, 'പതിനഞ്ച് വർഷത്തിനുള്ളിൽ ഉന്നത വിദ്യാഭ്യാസ കമ്മീഷൻ നിശ്ചയിക്കുന്ന തരത്തിലുള്ള "പഠന മികവ്" തെളിയിക്കാനാകാത്ത വിദ്യാഭ്യാസ സ്ഥാപനങ്ങൾ അടച്ചു പൂട്ടണമെന്ന' വിദഗ്ധ സമിതി ചെയർമാനായ റോക്കറ്റ് സയിന്റിസ്റ്റിന്റെ നിർദ്ദേശം ഇതിന് തെളിവാണ് (മാതൃഭൂമി ദിനപ്പത്രം, 01-08-2020).

കമ്പോള -ഭരണകൂട താൽപര്യങ്ങൾക്ക് വഴങ്ങാത്ത അദ്ധ്യാപകരെയും വിദ്യാർത്ഥികളെയും രാജ്യദ്രോഹികളായി മുദ്രകുത്തി നിരന്തരം വേട്ടയാടുകയും ഉന്നത വിദ്യാഭ്യാസ സ്ഥാപനങ്ങൾ തന്നെ ഭരണകൂടത്തിന്റെ നേരിട്ടുള്ള നിയന്ത്രണത്തിൽ മാത്രം പ്രവർത്തിക്കാൻ നിർബന്ധിതമാവുകയും ചെയ്യുന്ന സാഹചര്യത്തിൽ സർഗാത്മകതയും ശാസ്ത്രീയ അവബോധവും വിമർശന ചിന്താഗതികളുടെ പ്രോത്സാഹനവുമൊക്കെ എത്രത്തോളം സാധ്യമാണെന്ന് കലാലയ സ്വശ്രയത്തെക്കുറിച്ച് വാചാലനാവുന്ന കസ്തൂരിരംഗൻ വ്യക്തമാക്കുന്നില്ല.

തത്വത്തിൽ വിദ്യാഭ്യാസ സ്ഥാപങ്ങൾക്ക് സ്വാശ്രയത്വം നൽകുന്നു എന്ന് പറയുമ്പോഴും രാജ്യത്തെ വിദ്യാഭ്യാസ മേഖലയെ ഒന്നാകെ കേന്ദ്ര ഗവണ്മെന്റിന്റെ നേരിട്ടുള്ള നിയന്ത്രണത്തിലും കമ്പോളയുക്തിയിലും കൊണ്ടെത്തിക്കുകയാണ് പുതിയ വിദ്യാഭ്യാസ നയം ചെയ്യുന്നത്. ആയതിനാൽ, "ഒരു രാജ്യം - ഒരു നികുതി - ഒരു തിരഞ്ഞെടുപ്പ് - ഒരു ഭാഷ" എന്നിവയിൽ തുടങ്ങി, ഏകശിലാത്മകമായ "ഹിന്ദുരാഷ്ട്ര"ത്തിൽ അവസാനിക്കുന്ന സംഘപരിവാർ പ്രത്യയശാസ്ത്ര പദ്ധതിയുടെ ഭാഗമായി "ഒരു രാജ്യം -ഒരു വിദ്യാഭ്യാസ നയം" എന്ന ആശയത്തെ കാണക്കാക്കാവുന്നതാണ്.

ഇന്ത്യയിൽ മതേതര-ജനാധിപത്യ- ക്ഷേമരാഷ്ട്ര സങ്കല്പങ്ങളെ "പൂർണ്ണമായും കയ്യൊഴിഞ്ഞുകൊണ്ട്" കേന്ദ്ര ഗവണ്മെന്റ് നടപ്പാക്കുന്ന

ആദ്യ വിദ്യാഭ്യാസ നയമാണ് കസ്തൂരിരംഗൻ കമ്മിറ്റിയുടെ നിർദ്ദേശങ്ങൾ എന്ന വിമർശനം രാജ്യത്തിന്റെ പലകോണുകളിൽ നിന്നും ഇതിനോടകം തന്നെ ഉയർന്നു കഴിഞ്ഞു. എന്നാൽ പാർലമെന്ററി ജനാധിപത്യത്തിന്റെ സാമാന്യ മര്യാദകളെ ലവലേശം കൂട്ടാക്കാത്ത സംഘപരിവാറിനാൽ നിയന്ത്രിക്കുന്ന കേന്ദ്ര ഗവൺമെന്റാകട്ടെ, ഇത്തരം വിമർശനങ്ങളെ മുഖവിലയ്ക്കെടുക്കാൻ തയ്യാറല്ല എന്നത് പാർലമെന്റിൽ ചർച്ചയ്ക്കുപോലും മിനക്കെടാതെ നയം അംഗീകരിച്ചതിൽനിന്നും വ്യക്തമാണ്.

നവമാർക്സിസ്റ്റ് ചിന്തകനായ അന്റോണിയോ ഗ്രാംഷിയെ തുറുങ്കിലടച്ചുകൊണ്ട് ഇരുപതാം നൂറ്റാണ്ടിലെ ഇറ്റാലിയൻ ഭരണകൂടം പറഞ്ഞത്, "അടുത്ത ഇരുപത് വർഷത്തേക്ക് ഈ തലച്ചോറിനെ പ്രവർത്തിക്കാൻ നാം അനുവദിച്ചുകൂടാ" എന്നാണെങ്കിൽ, അതേ ഫാസിസ്റ്റ് ഇറ്റലിയിൽ നിന്നും പ്രചോദനം ഉൾക്കൊണ്ട് ലോകത്തിന്റെ മറ്റൊരു കോണിൽ പ്രവർത്തിക്കുന്ന സംഘപരിവാർ ലക്ഷ്യമിടുന്നത്, അടുത്ത ഇരുപത് വർഷങ്ങൾകൊണ്ട് ഇന്ത്യയിലെ യുവതലമുറയുടെ ചിന്തകളെ തങ്ങൾ ആഗ്രഹിക്കുന്ന രീതിയിൽ രൂപപ്പെടുത്താനാണ്. ആഗോള മുതലാളിത്ത താല്പര്യങ്ങളുടെ ഓരം ചേർന്നുകൊണ്ട്, സംഘപരിവാർ രാഷ്ട്രീയ അജണ്ട രാജ്യത്തെ വിദ്യാഭ്യാസ മേഖലയിൽ നടപ്പാക്കുക എന്നതാണ് കേന്ദ്ര ഗവണ്മെന്റ് അംഗീകാരം നൽകിയ 2020-ലെ പുതിയ വിദ്യാഭ്യാസ നയത്തിന്റെ ലക്ഷ്യം.

ദേശീയ വിദ്യാഭ്യാസ നയം: പ്രയോഗവും പ്രത്യയശാസ്ത്രവും

ഡോ. കെ എസ് മാധവൻ

പുതിയ ദേശിയ വിദ്യാഭ്യാസ നയത്തെപ്പറ്റി (NEP) വ്യത്യസ്ത രീതിയിലുള്ള പ്രതികരണങ്ങളും അഭിപ്രായങ്ങളും ഇതിനകം തന്നെ പുറത്തുവന്നു കഴിഞ്ഞു. ഇന്ത്യയിലെ വിദ്യാഭ്യാസ രീതിയെ ദേശിയമായി പുനഃസംഘടിപ്പിക്കുക എന്ന ലക്ഷ്യത്തോടെ ബി.ജെ. പി. ഗവൺമെന്റ് ഒരു കരട് വിദ്യാഭ്യാസ നയരേഖ കഴിഞ്ഞവർഷം ചർച്ചയ്ക്കായി അവതരിപ്പിക്കുകയുണ്ടായി. പ്രസ്തുത രേഖയെപ്പറ്റി ക്രിയാത്മകമായ ചർച്ചകൾ നടക്കുകയും ഇന്ത്യയിലെ മതേതര ജനാധിപത്യ മൂല്യങ്ങൾ വിദ്യാഭ്യാസ പദ്ധതിയുടെ അടിത്തറയാക്കണമെന്ന് അഭിപ്രായമുള്ള വിദ്യാഭ്യാസ വിചക്ഷണരും പണ്ഡിതരും ചില നിർദ്ദേശങ്ങൾ സമർപ്പിക്കുകയും ചെയ്തു.

ശാസ്ത്രീയ വിദ്യാഭ്യാസ പദ്ധതികൾ, ഇന്ത്യയിലെ സവിശേഷ സാമൂഹ്യ സാഹചര്യത്തെ മുൻനിർത്തി ഉൾചേർക്കൽ വിദ്യാഭ്യാസത്തിന്റെ പ്രാധാന്യം മനസ്സിലാക്കിക്കൊണ്ട് നിർമ്മിക്കണമെന്ന അഭിപ്രായവും ഈയവസരത്തിൽ ഉന്നയിക്കപ്പെട്ടു.

സംവാദങ്ങളിലൂടെ, വിവിധ തലങ്ങളിൽ പ്രവർത്തിക്കുന്ന വ്യക്തികളാലും സംഘടനകളാലും കൂട്ടായ്മകളാലും ചർച്ച ചെയ്യപ്പെടുവാൻ ആരോഗ്യപരമായ അവസരങ്ങൾ സൃഷ്ടിച്ചു കൊണ്ട് വ്യത്യസ്ത സാമൂഹിക വിഭാഗങ്ങളെ മുൻനിർത്തി സംവാദങ്ങൾ സൃഷ്ടിച്ച്

രൂപപ്പെടുത്തേണ്ട ഒന്നാണ് വിദ്യാഭ്യാസ നയരേഖ. ബഹുതല സ്പർശിയായ സംവാദ പ്രക്രിയയിലൂടെ ഉരുത്തിരിഞ്ഞു വരേണ്ടതുമാണത്. ആ നിലയിൽ ഒരു സംവാദ പ്രക്രിയ സാധ്യമാകാനുള്ള അവസരം സർക്കാർ ഒരുക്കിയില്ലെന്നു മാത്രമല്ല, ഭരണ കക്ഷിയുടെ രാഷ്ട്രീയ കാഴ്ച്ചപ്പാടിനെ കേന്ദ്രീകരിച്ച് ബ്യൂറോക്രാറ്റുകൾ നിർമ്മിച്ചതും സംഘപരിവാർ സംഘടനകളുടെ നിർദ്ദേശങ്ങൾ മാത്രം ഉൾപ്പെടുത്തിയതുമായ ഒന്നായി വിദ്യാഭ്യാസ നയം മാറി. ചർച്ചയ്ക്കായി മുന്നോട്ടുവച്ച കരട് രേഖയിലെ പല ആശയങ്ങളും സ്വാതന്ത്ര്യാനന്തര ഇന്ത്യ രൂപപ്പെടുത്തിയ വിദ്യാഭ്യാസ കാഴ്ചപ്പാടിന് കടകവിരുദ്ധമാണെന്ന വിമർശനങ്ങളും അഭിപ്രായങ്ങളും നേരത്തേതന്നെ ഉയർന്നു കേട്ടിരുന്നു.

അതോടൊപ്പം വിവിധ കോണുകളിൽ നിന്ന് സ്വതന്ത്ര ചിന്തകരും പൊതു ബുദ്ധിജീവികളും സെക്കുലർ രാഷ്ട്രീയ പ്രസ്ഥാനങ്ങളും കാമ്പുള്ള വിമർശനങ്ങൾ ഉന്നയിക്കുകയുണ്ടായി. സമൂഹത്തിന്റെ അഭിപ്രായങ്ങൾ സ്വീകരിച്ചുകൊണ്ടാണ് കേന്ദ്ര മന്ത്രിസഭ ഈ രേഖ അംഗീകരിച്ചിരിക്കുന്നതെന്നാണ് ഗവൺമെന്റ് വൃത്തങ്ങളുടെ അവകാശവാദം. എന്നാൽ പാർലമെന്റിലും പൊതു സമൂഹത്തിലും ഉണ്ടാവേണ്ട ക്രിയാത്മകവും ജനാധിപത്യപരവുമായ സംവാദ പ്രക്രിയയുടെ ഒരു ഉൽപന്നമേയല്ല വാസ്തവത്തിൽ ഈ നയരേഖ. പാർലമെന്റിൽ ചർച്ച ചെയ്യാതെ, മന്ത്രിസഭ അംഗീകാരം നൽകി പ്രാബല്യത്തിൽ വരുത്തിയ ഒന്നു മാത്രമായി ഇതിനെ കണക്കാക്കേണ്ടതുണ്ട്.

സംഘപരിവാർ വിദ്യാഭ്യാസ സ്ഥാപനങ്ങളുടെ നടത്തിപ്പുകാരും ഹിന്ദുത്വ വിദ്യാഭ്യാസ സംഘടനകളും ചില മാനേജീരിയൽ വിദഗ്ധരും ടെക്നോക്രാറ്റുകളും കേന്ദ്രമന്ത്രിസഭ അംഗീകരിച്ചിരിക്കുന്ന ഈ നയരേഖയെ സ്വാഗതം ചെയ്തിട്ടുണ്ട്. സംഘപരിവാർ സാംസ്കാരിക സംഘടനകളും നേതാക്കളും ഹിന്ദുത്വ വിദ്യാഭ്യാസ നേതൃത്വവും അവകാശപ്പെടുന്നത് അവർ മുന്നോട്ടുവച്ച നിർദ്ദേശങ്ങളാണ് ഈ നയരേഖയിൽ അറുപത് ശതമാനത്തോളവും എന്നാണ്.

പക്ഷേ രാജ്യത്തെ ബൗദ്ധിക സമൂഹം ഇതിനെ കുറ്റമറ്റതായോ ആദർശാത്മകമായ ഒന്നായോ അംഗീകരിക്കുന്നേയില്ല. ഒന്നാമതായി, പുതിയ ദേശിയ വിദ്യാഭ്യാസ നയം രൂപപ്പെടുത്താൻ ചുമതലപ്പെട്ടവർ സ്വാതന്ത്ര്യാനന്തര ഇന്ത്യയിലെ മതനിരപേക്ഷവും ശാസ്ത്രീയവും നിർമ്മാണാത്മകവുമായ ജനാധിപത്യ ദേശിയ വിദ്യാഭ്യാസ സംസ്കാരത്തെയും പദ്ധതിയെയും കരുപ്പിടിപ്പിച്ച വിദ്യാഭ്യാസ പാരമ്പര്യത്തിൽ ഉൾപ്പെടുന്ന വിദ്യാഭ്യാസ പ്രവർത്തകരോ വിചക്ഷണരോ അല്ല. ഇന്ത്യയിലെ അറിയപ്പെടുന്ന വിദ്യാഭ്യാസ ചിന്തകരോ

ബോധനശാസ്ത്ര വിദഗ്ധരോ ഈ നയരൂപികരണത്തിൽ പങ്കാളിക ളായിരുന്നുമില്ല. മറിച്ച് ടെക്നോ ക്രാറ്റുകളും മാനേജിരിയൽ വിദഗ്ധരും ഹിന്ദുത്വ പക്ഷപാതികളുമാണ് ഈ പദ്ധതി തയ്യാറാക്കിയത്.

സർക്കാർ നയവും നിയമവുമായിരിക്കുന്ന പ്രസ്തുത വിദ്യാഭ്യാസ നയം ഇന്ത്യയിലെ ജനങ്ങളുടെ ഇച്ഛയെ പ്രതിഫലിപ്പിക്കുന്ന ജനാധിപത്യ പ്രക്രിയയിലൂടെ സൃഷ്ടിക്കപ്പെട്ടതല്ല എന്നു തന്നെ പറയാം .ഒരു ജനാധിപത്യ രാജ്യത്തിന്റെ വിദ്യാഭ്യാസ നയരൂപികരണം ജനാധിപത്യ വിരുദ്ധമായി ജനങ്ങളുടെ മേൽ അടിച്ചേൽപ്പിക്കപ്പെട്ടിരിക്കുന്നു എന്ന യാഥാർത്ഥ്യമാണ് നമുക്കു മുൻപിലുള്ളത്. കേന്ദ്ര മന്ത്രിസഭ അംഗികരിച്ചിരിക്കുന്ന ഈ നയം പാർലമെന്റിൽ ചർച്ച ചെയ്യാതെപോലുമാണ് രാജ്യത്തിന്റെ വിദ്യഭ്യാസ നയവും നിയമവുമായിരിക്കുന്നതെന്നത് ഈ വസ്തുതക്ക് സാക്ഷ്യവുമാകുന്നു.

കാവി/നിറം പിടിപ്പിച്ച ബോധന ശാസ്ത്ര പദ്ധതി

മാനവവിഭവശേഷി മന്ത്രാലയത്തിന്റെ വെബ്സൈറ്റിൽ പ്രസിദ്ധികരിച്ചിരിക്കുന്ന 64 പേജുള്ള 'ദേശിയ വിദ്യാഭാസ നയം 2020' എന്ന രേഖയാണ് നിലവിൽ ലഭ്യമായിട്ടുള്ളത്. കേന്ദ്ര മന്ത്രിസഭ അംഗീകരിച്ച രേഖയായിട്ടാണ് ഇത് പ്രസിദ്ധികരിച്ചിരിക്കുന്നത്. പുതിയ വിദ്യാഭ്യാസ നയരേഖ നാലു ഭാഗങ്ങളിൽ 27 അധ്യായങ്ങളിലായി, a]സ്കൂൾ വിദ്യാഭ്യാസം, b]ഉന്നത വിദ്യാഭ്യാസം ,c] പ്രാധാന്യം കൊടുക്കേണ്ട മറ്റു മേഖലകൾ, d] നടപ്പാക്കാനായുള്ള നിർമ്മാണം എന്നിങ്ങനെയാണ് വിശദികരിച്ചിട്ടുള്ളത്. രേഖയുടെ ആമുഖത്തിൽ മനോഹരമായ വാക്കുകളിൽ, പുതിയ വിദ്യാഭ്യാസ നയം തുല്യതയോടു കൂടിയ ഗുണാത്മക വിദ്യാഭ്യാസം (equitable quality education) എല്ലാവർക്കും ലഭ്യമാക്കാനാണ് ലക്ഷ്യം വയ്ക്കുന്നതെന്ന് പ്രസ്താവിക്കുന്നുണ്ട്. വൈദഗ്ധ്യമുള്ള തൊഴിൽ ശക്തിയെ സൃഷ്ടിക്കുകയാണ് വിദ്യാഭ്യാസത്തിന്റെ ലക്ഷ്യമെന്നും അടിവരയിടുന്ന ഈ നയരേഖ ഗണിതം ,കമ്പ്യൂട്ടർ സയൻസ്, ദത്ത ശാസ്ത്രം (data science) എന്നിവയ്ക്ക് പ്രധാന്യം കൊടുത്തുകൊണ്ട് ബഹുവിഷയീബദ്ധമായ (multidisciplinary) കാഴ്ച്ചപ്പാടിൽ ശാസ്ത്ര- ഭാഷാ -മാനവിക വിഷയങ്ങൾ സമഗ്രമായി കോർത്തിണക്കി ഏകാത്മക (Holististic) വിദ്യാഭ്യാസ വീക്ഷണം ഉണ്ടാക്കേണ്ടതിന്റെ ആവശ്യകതയെപ്പറ്റിയും പറയുന്നു. പ്രാഥമിക ശിശു പരിരക്ഷണ കാലം (eary childhood care and education) മുതൽ സ്കൂൾ വിദ്യാഭ്യാസത്തിലൂടെ ഉന്നത വിദ്യാഭ്യാസത്തിലേക്ക് വികസിക്കുന്ന ഒന്നായിട്ടാണ് വിദ്യാഭ്യാസത്തെ ഇത് വിഭാവനം ചെയ്തിരിക്കുന്നത്. സുസ്ഥിര വികസനം,

ശാസ്ത്ര സാങ്കേതിക രംഗത്തെ കുതിപ്പ് എന്നിവയെ ലക്ഷ്യം വയ്ക്കുന്ന ഈ നയം വിദ്യാർത്ഥികളിൽ വിമർശബോധനവും പ്രശ്ന പരിഹാരരീതിയും വികസിപ്പിക്കുമെന്നും അവകാശപ്പെട്ടുകാണുന്നു. പഠിതാക്കളെ കേന്ദ്രമാക്കുന്ന അധ്യയനത്തെപ്പറ്റി പറയുന്ന രേഖ അദ്ധ്യാപകർക്കായിരിക്കും ഇതിൽ പ്രാധാന്യമെന്നും പറയുന്നുണ്ട്. 2040- ഓടെ ലോകത്തിൽ ഇന്ത്യയെ ഒന്നാമതാക്കുമെന്ന് അവകാശപ്പെടുന്ന രേഖ നിലവിലുള്ള വിദ്യാഭ്യാസത്തിന്റെ ഘടനയും ചട്ടങ്ങളും വിദ്യഭ്യാസ ഭരണനിർവ്വഹണവും പൂർണ്ണമായും ഇതിനനുസൃതമായി മാറ്റുമെന്നും പറയുന്നു. 21-ആം നൂറ്റാണ്ടിലെ ഇന്ത്യയുടെ ആവശ്യങ്ങളെ സഫലീകരിക്കാൻ പാരമ്പര്യങ്ങളെയും പാരമ്പര്യ മൂല്യങ്ങളെയും ആശ്രയിച്ച് വിദ്യാഭ്യാസത്തെ പുനർനിർമ്മിക്കണമെന്നും ഇത് പറഞ്ഞുവെക്കുന്നു. പ്രാചീന ഇന്ത്യയുടെ സമ്പന്നമായ പൈതൃകവും സനാതന ജ്ഞാനവും പ്രജ്ഞ, സത്യം എന്നീ സങ്കല്പങ്ങളും ആധാരമാക്കി വിദ്യാഭ്യാസം വികസിക്കണമെന്നും ഇതോടൊപ്പം രേഖ പ്രഖ്യാപിക്കുന്നു. മുൻ കാലങ്ങളിലെ (1986-92) വിദ്യാഭ്യാസ നയങ്ങൾ വിദ്യാഭ്യാസ രംഗത്ത് തുല്യതയ്ക്കും വിദ്യാഭ്യാസത്തിന്റെ ലഭ്യത(equity and access)ക്കുമാണ് പ്രാധാന്യം കൊടുത്തതെന്നതിനെ വലിയ പരിമിതിയായി രേഖ ചൂണ്ടിക്കാണിക്കുന്നുണ്ട്. മാത്രമല്ല, സൃഷ്ടിപരമായ ഭാവനയും ഇടപെടൽ ശേഷിയും പൗരന്മാരിൽ നിർമ്മിച്ച് തുല്യതയും ഉൾക്കൊള്ളലും ബഹുസ്വരതയും നിർമ്മിക്കുകയാണ് പുതിയ വിദ്യാഭ്യാസം ലക്ഷ്യമാക്കുന്നതെന്നും രേഖയുടെ ആമുഖത്തിൽ പൊലിമാവചനങ്ങളായും വാഗ്ദാനങ്ങളായും പ്രസ്താവിക്കപ്പെടുന്നു. ഇന്ത്യയുടെ വൈജ്ഞാനിക പാരമ്പര്യത്തെ ആത്മാഭിമാനത്തിന്റെയും ദേശിയ അഭിമാനത്തിന്റെയും സ്രോതസ്സാക്കണമെന്ന സാംസ്കാരിക ദേശിയതാ വീക്ഷണവും ആമുഖത്തിൽ കാണാം. എന്നാൽ വിവിധ വിദ്യാഭ്യാസ വീക്ഷണങ്ങളുടെ സങ്കല്പനങ്ങളെ സൂചിപ്പിക്കുന്ന പദാവലികൾ അലങ്കാര വാക്കുകളായും പരസ്പര വിരുദ്ധങ്ങളായും ആമുഖത്തിൽ വർണ്ണിച്ചിരിക്കുന്നുവെന്നല്ലാതെ ഇന്ത്യയുടെ വൈവിധ്യങ്ങളെയും സാമൂഹിക അസമത്വങ്ങളെയും ഘടനാപരമായ ജാതി-ലിംഗ അധികാര പ്രശ്നങ്ങളെയും അഭിമുഖികരിക്കുന്ന ഒന്നും തന്നെ ഈ രേഖ പരിഗണിക്കുന്നില്ല. ഇന്ത്യയിൽ നടപ്പാക്കേണ്ട സെക്കുലർ ജനാധിപത്യ ഉള്ളടക്കമുള്ളതും സാമൂഹിക നീതിയെ സ്ഥാപിച്ചെടുക്കേണ്ടതും ജനാധിപത്യ സംസ്കാരത്തെ നിലനിർത്തേണ്ടതുമായ ആവശ്യങ്ങളെ മുൻനിർത്തിയുള്ള ഒരു വിദ്യാഭ്യാസ കാഴ്ച്ചപ്പാടും ഈ രേഖ മുന്നോട്ടുവയ്ക്കുന്നില്ല. വരേണ്യവും ത്രൈവർണ്ണിക പാരമ്പര്യത്തിലൂന്നുന്നതുമായ ആശയങ്ങളെ ഇന്ത്യൻ മൂല്യങ്ങളായി സ്ഥാപപ്പെടുത്തി അതിന്റെ മേൽ ഒരു അറിവ് സമൂഹത്തെ (knowledge society)

സൃഷ്ടിച്ചുകൊണ്ട് ഇന്ത്യയെ ആഗോള രംഗത്ത് ജ്ഞാനത്തിൽ ഒരു സൂപ്പർ പവറാക്കി മാറ്റിത്തീർക്കുകയാണ് ഈ വിദ്യാഭ്യാസ നയം അതിന്റെ കാഴ്ചപ്പാടായി (vision) പ്രഖ്യാപിച്ചിരിക്കുന്നത്.

ദേശിയ വിദ്യാഭ്യാസ നയത്തിന്റെ അടിസ്ഥാന തത്വങ്ങളായി ഈ നയരേഖ പ്രസ്താവിച്ചിട്ടുള്ള കാര്യങ്ങളുടെ ചുരുക്കം ഇവയാണ്:

1. വിദ്യാർത്ഥിയുടെ കഴിവുകളെ കണ്ടെത്തുക.
2. ഗ്രേഡ് മൂന്ന് എത്തുന്നതോടെ എല്ലാ പഠിതാക്കളിലും അടിസ്ഥാന സാക്ഷരതയും സംഖ്യാബോധവും (Foundational Literacy and Numeracy) ഉണ്ടാക്കുക.
3. കഴിവുകളുടെയും താല്പര്യങ്ങളുടെയും അസ്ഥാനത്തിൽ ഓരോ വിദ്യാർത്ഥിയുടെയും പഠനവഴികൾക്കനുസൃതമായി (educational trajectories) ജീവിതവഴികൾ തെരഞ്ഞെടുക്കാൻ കഴിയുന്ന വിധം വഴക്കമുള്ളതായി (flexibility) പഠിതാക്കൾക്ക് മുന്നിൽ പഠന രീതി ലഭ്യമാക്കുക. ഇതിനായി വ്യത്യസ്ത പഠനശാഖകളും പാഠ്യ-പാഠ്യേതര പ്രവർത്തികളും തൊഴിൽ വിദ്യാഭ്യാസവും അക്കാദമിക വിദ്യാഭ്യാസവും തമ്മിലുള്ള ദൃഢമായ വേർതിരിവ് ഇല്ലാതാക്കി അതുവഴി വിവിധ പഠനമേഖലകൾക്കിടയിലെ മേൽ-കീഴ് (Hierarchy) വേർതിരിവുകൾ ഇല്ലാതാക്കുക .
4. ബഹു വിഷയപരവും (multidisciplinary and holistic)സമഗ്രവുമായ വിദ്യാഭ്യാസം വിവിധ പഠന വിഷയങ്ങളിൽ നിർമ്മിച്ച് എല്ലാ വിജ്ഞാനത്തിന്റെയും ഐക്യവും ഉത്ഗ്രഥനവും ഉറപ്പാക്കുക.
5. ധാരണാവൽക്കരിച്ച് സങ്കല്പനപരമായി മനസ്സിലാക്കുന്ന (Conceptual understanding) ശേഷിയുണ്ടാക്കുക.
6. യുക്തിപരമായ തീരുമാനത്തിലെത്താനും നവീനമായ കണ്ടെത്തലിനുമായി സൃഷ്ടിപരതയും വിമർശചിന്തയും (creativity and critical thinking) നിർമ്മിക്കുക.
7. ധാർമ്മിക മാനവിക ഭരണഘടനാ മൂല്യങ്ങളായ സഹാനുഭൂതി,ആദരവ്, വൃത്തി, കടപ്പാട്, ജനാധിപത്യ ഇച്ഛ, സേവന സന്നദ്ധത, പൊതുമുതലിനോടുള്ള ആദരവ്, ശാസ്ത്രാഭിമുഖ്യം, സ്വാതന്ത്ര്യം, ഉത്തരവാദിത്തം, വൈവിധ്യം ,തുല്യത, നീതി എന്നിവ നിർമ്മിക്കുക.
8. പഠന അദ്ധ്യാപന പ്രക്രിയയിൽ ബഹുഭാഷ സമീപനവും ഭാഷാശക്തിയും പ്രോൽസാഹിപ്പിക്കുക.

9. ജീവിത നിപുണതയായ (life skills) ആശയ ആവിഷ്കാരം, സഹകരണം, കൂട്ടായപ്രവർത്തനം, വീണ്ടെടുപ്പ് എന്നിവ.

10.സാങ്കേതിവ വിദ്യയുടെ വിപുലമായ ഉപയോഗം.

11. വൈവിധ്യങ്ങളെയും പ്രാദേശിക സാഹചര്യങ്ങളെയും തത്വ ങ്ങളെയും ആദരിക്കൽ.

12. പൂർണ്ണ തുല്യതയും ഉൾകൊള്ളലും.

13. ശിശു പരിപാലനം വിദ്യാഭ്യാസ തലം മുതൽ സ്കൂൾ തലം, ഉന്നത വിദ്യാഭ്യാസം വരെയുള്ള ഘട്ടങ്ങളിൽ വിദ്യാഭ്യാസ കരിക്കുലത്തെ പാരസ്പര്യപ്പെടുത്തൽ.

14. അദ്ധ്യാപകരെ അദ്ധ്യയന പ്രക്രിയയുടെ ഹൃദയമായി കാണുന്നു.

15. ശക്തമായ ചട്ടക്കൂടിൽ വിദ്യാഭ്യാസ വ്യവസ്ഥയുടെ ഉദ്ഗ്രഥനം, വിഭവ ക്രയശേഷി, സുതാര്യത എന്നിവ പൊതു പരിശോധയിലൂടെ ഉറപ്പാക്കുന്നു. ഇതുവഴി വിദ്യാഭ്യാസ രംഗത്തെ സദ്ഭരണം, ഓട്ടോണമി, ശാക്തികരണം എന്നിവ ഉറപ്പാക്കുന്നു.

16. ഉന്നതമായ വിദ്യാഭ്യാസത്തിനും വികസനത്തിനുമായി യോജിക്കുന്ന മികവുറ്റ ഗവേഷണം.

17. ഗവേഷണപുരോഗതിയിന്മേൽ തുടർച്ചയായ റിവ്യൂ; തുടർച്ചയുള്ള മൂല്യനിർണ്ണയവും.

18. ഇന്ത്യയിൽ വേരൂന്നുന്നതും ഇന്ത്യയെപ്പറ്റിയുള്ള അഭിമാനമുള്ളതുമായത് (rootedness and pride in India).

19. ഉറപ്പാർന്നതും ചലനാത്മകവുമായ പൊതുവിദ്യാഭ്യാസത്തിലുള്ള മൂലധന നിക്ഷേപം.

മേൽ പ്രസ്താവിച്ചിരിക്കുന്ന ലക്ഷ്യങ്ങൾ ഈ നയം ഉൽഘോഷിക്കുന്നുണ്ടെങ്കിലും നയരേഖയുടെ പൊതു ഉള്ളടക്കമെന്നത് ജാതി വരേണ്യ സംസ്കാരവും കോർപ്പറേറ്റ് മൂലധന താല്പര്യവും കൂട്ടിച്ചേർത്തുള്ള കാഴ്ചപ്പാടായതിനാൽ ജനാധിപത്യ മതേതര മൂല്യങ്ങൾ എന്നത് ഭംഗിവാക്കുകൾക്കപ്പുറം ഈ വിദ്യാഭ്യാസ പദ്ധതി സ്വീകരിക്കുന്ന പൊതു നിലപാടല്ല. സാമൂഹിക നീതി, സംവരണാവകാശം, അവസര സമത്വം, പാർശ്വവൽക്കരിക്കപ്പെട്ടവരുടെയും സ്ത്രീകളുടെയും വിദ്യാഭ്യാസ അവകാശങ്ങളും അവസരങ്ങളും എന്നിവയെ മുൻനിർത്തി വിദ്യാഭ്യാസത്തെ രൂപപ്പെടുത്തുന്ന ഒരു കാഴ്ച്ചപ്പാടും ഈ വിദ്യാഭ്യാസ നയത്തിന്റെ ലക്ഷ്യമായി പറയുന്നില്ല.

വിദ്യാഭ്യാസ നയം: പൊരുളും ലക്ഷ്യവും

വരേണ്യമായ ഇന്ത്യൻ മൂല്യങ്ങളെ ആധാരമാക്കിയുള്ള ഒരു 'അറിവ് സമൂഹത്തെ' (knowledge society) സൃഷ്ടിച്ച കൊണ്ട് ഇന്ത്യയെ ആഗോള രംഗത്ത് ജ്ഞാനത്തിൽ ഒരു സൂപ്പർ പവറാക്കി മാറ്റിത്തീർക്കുകയാണ് ഈ വിദ്യാഭ്യാസ നയത്തിന്റെ (vision) കാഴ്ച്ചപ്പാടായി പ്രഖ്യാപിച്ചിരിക്കുന്നത്.

സ്കൂൾ വിദ്യാഭ്യാസ രംഗത്ത് നിലവിലുള്ള 6 മുതൽ 16 വയസ്സിനുള്ളിൽ വരുന്ന 10 + 2 ഘടന മാറ്റി 3 മുതൽ 18 വയസ്സുവരെ 5+ 3+ 3+ 4 എന്ന ഘടനയിലേക്ക് മാറുന്നു.ബോധന രംഗത്തും കരിക്കുലത്തിലും ഇതിനനുസൃതമായ മാറ്റമാണ് വരുത്തിയിരിക്കുന്നത്. മൂന്ന് മുതൽ ആറ് വയസ്സുവരെയുള്ള അംഗൻവാടി പ്രീ-സ്കൂൾ ഘട്ടം സ്കൂൾ പഠനത്തിന്റെ ഭാഗമാക്കി ആദ്യകാല ശിശു പരിപാലനവും വിദ്യാഭ്യാസ ഘട്ടവുമാക്കി (Early Childhood Care and Education/ ECCE) മാറ്റിയിരിക്കുന്നു.

സ്കൂൾ വിദ്യാഭ്യാസത്തിലെ പ്രാഥമിക തലം 3 വയസ്സ് മുതൽ 6 വയസ്സുവരെയുള്ള അംഗൻവാടി / പ്രി സ്കൂൾ (ECCE) ആണ്.(6 മുതൽ 8 വയസ്സുവരെയുള്ള ഒന്നും രണ്ടും ക്ലാസ്സുകൾ കഴിയുന്നതോടുകൂടി അടിസ്ഥാന ഘട്ടം (foundational) കഴിയുന്നു. തുടർന്ന് 3 മുതൽ 5 വരെ ക്ലാസ്സുകൾ വരുന്ന 8 മുതൽ 11 വയസ്സുവരെയുള്ള ഘട്ടം 'തയ്യാറെടുപ്പ് തലമായി' (Preparatory) സ്ഥാനപ്പെടുത്തിയിരിക്കുന്നു. 11 മുതൽ 14 വയസ്സുവരെ 6 മുതൽ 8 വരെ ക്ലാസ്സുകൾ ഉൾപ്പെടുത്തിയ മധ്യതലമാണ് (middle).

പതിനാലു മുതൽ 18 വയസ്സുവരെ 9 മുതൽ 12 ക്ലാസ്സുവരെയുള്ള കാലം സെക്കണ്ടറി സ്കൂൾ വിദ്യാഭ്യാസതലമായും വ്യവസ്ഥപ്പെടുത്തിയിരിക്കുന്നു.

ബുദ്ധി വികസിക്കുന്ന ശിശു പരിപാലന ഘട്ടവും ആദ്യഘട്ട വിദ്യാഭ്യാസ കാലമായ 3 മുതൽ 8 വയസ്സുവരെയുള്ള (ECCE) ഘട്ടത്തിലാണ് വിദ്യാഭ്യാസത്തിന്റെ പ്രാഥമിക പാഠങ്ങളായ അടിസ്ഥാന സാക്ഷരതയും സംഖ്യാവബോധവും (Foundational Literacy and Numeracy) നൽകേണ്ടതെന്നു രേഖ പറയുന്നു. ഇവിടെ ശ്രദ്ധിക്കേണ്ട ഒരു കാര്യം, ബോധന പ്രക്രിയയിലും കരിക്കുലത്തിലുമുൾപ്പെടെ തങ്ങൾ മുന്നോട്ടുവച്ച നിർദ്ദേശിച്ചങ്ങളിൽ 60% വും ഈ രേഖയിൽ ഉൾപ്പെടുത്തിയിട്ടുണ്ടെന്ന് സംഘപരിവാർ സംഘടനകൾ ഈ വിദ്യാഭ്യാസ നയത്തെപ്പറ്റി അവകാശപ്പെട്ടിട്ടുണ്ടെന്നതാണ്. ഇളം പ്രായത്തിൽ തന്നെ ഏതുതരത്തിലുള്ള ശിശു പരിപാലന ആശയവും

വിദ്യാഭ്യാസ ആശയങ്ങളുമാണ് മൂന്നു വയസ്സിനും എട്ട് വയസ്സിനും ഇടയിൽ പകർന്നു നല്കുന്നത് എന്നത് ഗൗരവമായി കാണേണ്ടതുണ്ട്. മാത്രമല്ല ശിശു പരിപാലനവും ആദ്യകാല വിദ്യഭ്യാസവും ഉൾക്കൊള്ളുന്ന 3-8 വയസ്സ് പ്രായത്തിലെ ബോധനക്രമവും കരിക്കുലവും കേന്ദ്ര മാനവവിഭവശേഷി മന്ത്രാലയം അഥവാ പുതിയ കേന്ദ്ര വിദ്യാഭ്യാസ മന്ത്രാലയം നേരിട്ട് നിയന്ത്രിക്കുകയും കേന്ദ്ര വിദ്യാഭ്യാസ മന്ത്രാലയത്തിന്റെ നിർദ്ദേശാനുസരണം NCERT കരിക്കുലവും പാഠപുസ്തകങ്ങളും ബോധനപ്രക്രിയയും രണ്ട് ഭാഗങ്ങളായി നേരിട്ട് തയ്യാറാക്കുകയും നിയന്ത്രിക്കുകയും ചെയ്യുമെന്ന് നയരേഖയിൽ വ്യക്തമാക്കുന്നതു കാണാം. [part-I,1.3] .

ഇതു വഴി കേന്ദ്ര ഗവൺമെന്റിന്റെ രാഷ്ട്രീയ ആശയങ്ങൾ സാംസ്കാരിക ദേശീയത, സംസ്കാരം, ചരിത്രകഥനങ്ങൾ മുതലായവ ഇളം പ്രായത്തിൽ തന്നെ ശിശു പരിപാലന വിദ്യാഭ്യാസ (ECCE) മായ അംഗൻവാടി തലത്തിലും അടിസ്ഥാന വിദ്യാഭ്യാസ ഘട്ടമായ 1 - 2 ക്ലാസ്സുകളിലും നടപ്പാക്കും എന്ന് വ്യക്തമാക്കപ്പെട്ടിരിക്കുകയാണ്.

ഗുണപരമായതും തൊഴിലധിഷ്ഠിത വിദ്യാഭ്യാസമുൾപ്പടെയുള്ള സമഗ്ര വിദ്യാഭ്യാസ പദ്ധതിയിലൂടെ 2030 ഓടെ 6 മുതൽ 17 വയസ്സ വരെയുള്ള ഘട്ടത്തിലെ കൊഴിഞ്ഞുപോക്ക് തടഞ്ഞ് സമ്പൂർണ്ണമായ വിദ്യാഭ്യാസ അവസരം ഉറപ്പാക്കുമെന്ന് രേഖ പറയുന്നുണ്ട് (part-I, 3.1).

2017- 2018 വർഷത്തിൽ 6 വയസ്സിനും 17 വയസ്സിനുമിടയിലുള്ള മൂന്ന് കോടി 22 ലക്ഷം കുട്ടികൾ ഇന്ത്യയിൽ വിദ്യാഭ്യാസ മേഖലയിൽ നിന്നും കൊഴിഞ്ഞു പോയതായും രേഖ തുടർന്ന് പറയുന്നു. എന്നാൽ ഏതു സാമൂഹിക സാമ്പത്തീക ചുറ്റുപാടിലുള്ള സമൂഹങ്ങളിൽ ഉൾപ്പെടുന്ന കുട്ടികളാണ് സ്കൂൾ പഠനത്തിൽ നിന്നും കൊഴിഞ്ഞുപോയതെന്ന കാര്യത്തിൽ വിശദികരണങ്ങളൊന്നും കാണാനാകുന്നില്ല. സാമൂഹിക സാഹചര്യങ്ങളെയും വിവേചന രീതികളെയും ചൂഷണത്തിനടിപ്പെടുന്ന ജീവിത ചുറ്റുപാടുകളെയും കണക്കിലെടുത്ത് കൊഴിഞ്ഞുപോക്ക് പരിഹരിക്കാനുള്ള വിദ്യാഭ്യാസ പദ്ധതി ആവിഷ്കരിക്കുകയല്ല നയരേഖ നിർദ്ദേശിക്കുന്നത്; മറിച്ച് വിവേചന വിദ്യാഭ്യാസ രീതിയായി പരിഹാര നിർദേശങ്ങൾ തന്നെ മാറുകയാണ്.

സ്കൂൾ വിദ്യാഭ്യാസത്തിൽ നിന്ന് കൊഴിഞ്ഞു പോയ കുട്ടികളെ തിരിച്ചെത്തിക്കാനും കൊഴിഞ്ഞുപോക്കു തടയാനും പ്രി-സ്കൂൾ മുതൽ 12 ക്ലാസ്സുവരെയുള്ള കുട്ടികളുടെ സ്കൂൾ പ്രവേശനം ഉറപ്പുവരുത്താനുമായി സിവിൽ സമൂഹസംഘനകളെ ചുമതലയേൽപ്പിക്കുന്ന

നിർദ്ദേശം (Part. I, 3.3) ഇതോടൊപ്പം മുന്നോട്ടുവയ്ക്കുന്നു. ഇന്നത്തെ സാഹചര്യത്തിൽ സർക്കാർ ചുമതലപ്പെടുത്തുന്ന സിവിൽ സമൂഹ സംഘടനകളെല്ലാം തന്നെ സംഘപരിവാർ വിദ്യാഭ്യാസ സംഘടനകളാകാനേ തരമുള്ളു എന്ന വസ്തുതയും നമുക്കു മുൻപിലുണ്ട്. കൊഴിഞ്ഞുപോക്കിനു കാരണമാകുന്ന സാമൂഹിക അസമത്വങ്ങളും സാമ്പത്തിക വിവേചനവും രേഖയിൽ പരാമർശിക്കുന്നില്ല എന്നതിനോടൊപ്പം, ദാരിദ്ര്യവും തൊഴിലില്ലായ്മയും അസമത്വവും സൃഷ്ടിക്കുന്ന നയങ്ങളാണ് വർദ്ധിതമായ രീതിയിൽ സർക്കാർ നടപ്പാക്കിക്കൊണ്ടിരിക്കുന്നതെന്നും പുതിയ വിദ്യാഭാസ നയത്തെ മുൻനിർത്തി ആലോചിക്കേണ്ടതുണ്ട്. ഇത്തരം നയങ്ങൾ സൃഷ്ടിക്കുന്ന സാമൂഹിക സാമ്പത്തിക അസമത്വവും പിന്നോക്കാവസ്ഥയും പുറത്താക്കപ്പെടലും ദരിദ്ര പാർശ്വവൽകൃത സമൂഹങ്ങളിലെ കുട്ടികൾക്ക് സ്കൂൾ വിദ്യാഭ്യാസം പോലും പൂർത്തികരിക്കാൻ കഴിയാത്ത വിധം ദാരിദ്രത്തിലേക്കും അസമത്വപരമായ വിഷമ വൃത്തത്തിലേക്കുമാണ് അവരെ അനുദിനം തള്ളിയിടുന്നത്. എന്നാൽ ഈ സമൂഹങ്ങളുടെ വിദ്യാഭ്യാസ അവകാശത്തെ ഘടനാപരമായ അസമത്വ-വിവേചന പ്രശ്നങ്ങളെ മുൻനിർത്തി പരിഗണിക്കുന്നതിനു പകരം കേവലം കൊഴിഞ്ഞുപോക്കായി വിലയിരുത്തുകയും അതു പരിഹരിക്കാൻ സിവിൽ സമൂഹ സംഘടനകളെ ചുമതലപ്പെടുത്തുന്നതുമായ രീതിയാണ് വിദ്യാഭ്യാസ നയത്തിലുള്ളത്. ദാരിദ്ര്യവും തൊഴിലില്ലായ്മയും സാമൂഹിക സാമ്പത്തിക അസമത്വങ്ങളും സാമൂഹിക പുറന്തള്ളൽ രൂപങ്ങളും സമൂഹത്തിൽ നിലനില്ക്കുന്ന ജാതി- ലിംഗ വിവേചന മുൻ വിധികളും ചൂഷണ രൂപങ്ങളും വ്യവസ്ഥാപരമായി കാണുകയും ഇത്തരം വിവേചനങ്ങൾക്കും പുറംതള്ളലിനും വിധേയരാകുന്ന സാമൂഹിക വിഭാഗങ്ങളെ കേന്ദ്രീകരിച്ച് തുല്യ അവസരവും പങ്കാളിത്തവും ലഭിക്കുന്ന വിദ്യാഭ്യാസ പദ്ധതി നടപ്പാക്കാനുമുള്ള ഒരു നിർദ്ദേശവും ഈ രേഖ മുന്നോട്ടുവെക്കുന്നില്ല. സാമ്പത്തിക-സാംസ്കാരിക അസമത്വത്തിനു ചരിത്രപരമായി വിധേയരായി പിൻതള്ളപ്പെട്ട സാമൂഹിക വിഭാഗങ്ങളെ ഈ നയരേഖയിൽ സൂചിപ്പിക്കുന്നത് (part 1, 3.5)സാമൂഹ്യവും സാമ്പത്തികവുമായ പോരായ്മയുള്ള വിഭാഗങ്ങൾ (Socio-Economically Disadvantaged Groups /SEDGs) എന്നു മാത്രമാണ്. എന്നാൽ ഇന്ത്യൻ സാമൂഹിക സാഹചര്യം ജാതി വ്യവസ്ഥയുടെ ദീർഘകാലത്തെ ചൂഷണ ചരിത്രമുള്ള ഒന്നായിരിക്കുകയും സാമൂഹിക സാമ്പത്തിക രംഗത്തെ പിന്നണി സമുദായങ്ങൾ ദളിതരും ആദിവാസികളും അതി പിന്നോക്ക വിഭാഗങ്ങളും മത്സ്യ തൊഴിലാളി സമൂഹങ്ങളും മുസ്ലിങ്ങളുമാണ്. ഇത്തരം സമൂഹങ്ങളെ

പ്രത്യക്ഷമായി തന്നെ അടയാളപ്പെടുത്താതെ സാമൂഹിക സാമ്പത്തിക പോരായ്മയിൽപ്പെട്ടവർ

(SEDGs) എന്ന് സ്ഥാനപ്പെടുത്തുകയാണ്. ഇന്ത്യയിൽ പ്രാഥമിക വിദ്യാഭ്യാസം മുതൽ ഉന്നത വിദ്യാഭ്യാസരംഗം വരെ പുറത്താക്കപ്പെടുന്നവരോ വിദ്യാഭ്യാസ സ്ഥാപനങ്ങളിൽ പ്രവേശനം സാധ്യമാകാത്തവരോ ആയവരിൽ ബഹുഭൂരിപക്ഷവും ഇത്തരം സാമൂഹിക വിഭാഗങ്ങളിൽപ്പെട്ട കുട്ടികളാണ്. എന്നാൽ ഈ പ്രശ്നത്തെ കൊഴിഞ്ഞുപോകലായി (drop out) കാണുകയും ഇത്തരം കൊഴിഞ്ഞുപോക്ക് തടഞ്ഞ് അവരിൽ സ്കൂൾ വിദ്യാഭ്യാസം എത്തിക്കാനുമായി ഔപചാരികവും അനൗപചാരികവുമായ രീതികൾ ഇവിടെ മുന്നോട്ടുവെക്കുന്നു. ഓപ്പൺ സ്കൂളും വിദൂര വിദ്യാഭ്യാസവുമാണ് (ODL)ആ നിർദേശങ്ങൾ. എല്ലാ കുട്ടികളെയും സ്കൂളിൽ എത്തിക്കാനോ സ്കൂളിൽ കുട്ടികൾ എത്താതിരിക്കുന്ന പ്രശ്നത്തെ പരിഹരിക്കുകനോ അല്ല രേഖ നിർദ്ദേശിക്കുന്നത്, മറിച്ച് പുറത്തായവർക്കും പുറത്താക്കപ്പെട്ടവർക്കും വിദൂര വിദ്യാഭ്യാസത്തെ ആശ്രയിക്കാമെന്ന നയമാണ് പറഞ്ഞുവെക്കുന്നത്. സ്കൂളിൽ വരാൻ കഴിയാത്ത കുട്ടികൾക്കായി സ്കൂൾ തലത്തിലെ 3, 5 ,8, ഗ്രേഡിന് തുല്യമായതും 10,12 ഗ്രേഡിനു തുല്യമായതുമായ തൊഴിലധിഷ്ഠിത കോഴ്സുകൾ/ പ്രോഗ്രാമുകൾ / യുവ സാക്ഷരത- ജീവിത തുടർച്ചാ പദ്ധതികൾ എന്നിവ ദേശിയ ഓപ്പൺ സ്കൂൾ ഇൻസ്റ്റിട്യൂട്ടും സംസ്ഥാനതല വിദൂര വിദ്യാഭാസ ഇൻസ്റ്റിറ്റ്യൂട്ടുകളും നടപ്പാക്കാനായി രേഖ നിർദ്ദേശിക്കുന്നു. ഇതിനായി പെൻഷൻ പറ്റിയ സർക്കാർ -അർദ്ധ സർക്കാർ ശാസ്ത്രജ്ഞർ, ഉദ്യോഗസ്ഥർ , സാക്ഷരതാ പ്രവർത്തകർ മുതലായവരെ ഉപയോഗിക്കണമെന്നും രേഖ പറയുന്നു. പുറത്താക്കപ്പെട്ടതും സാമൂഹിക അനീതികൾക്കിരയായി പുറന്തള്ളപ്പെട്ടതുമായ സമൂഹങ്ങളിലെ കുട്ടികൾ നേരിട്ട് സ്കൂളിൽ എത്തുന്നത് സാധ്യമാകാത്തവിധം ദാരിദ്ര്യം, ചൂഷണം എന്നിവയ്ക്കടിമപ്പെട്ടാണ് ജീവിക്കുന്നത്. സ്കൂളുകളിൽ നേരിട്ട് എത്താൻ കഴിയാത്ത, സാമൂഹികമായും വിദ്യാഭ്യാസപരമായും സാമ്പത്തികമായും പുറം തള്ളപ്പെട്ട സാമൂഹിക വിഭാഗങ്ങളുടെ തുല്യ വിദ്യാഭ്യാസ അവകാശത്തെയും വിദ്യാഭ്യാസത്തിലെ അവസര സമത്വത്തേയും പരിഗണിക്കാത്ത ഒരു പദ്ധതിയാണ് രേഖയിൽ പ്രഖ്യാപിച്ചിരിക്കുന്നത്. അതുവഴി വിദ്യാഭ്യാസ രംഗത്തെ അസമത്വത്തെ പരിഹരിക്കാതെ അസമത്വം വ്യവസ്ഥാപിതമായി സൃഷ്ടിക്കുകയും നിലനിർത്തുകയും ചെയ്യുന്ന രീതിയായി കൊഴിഞ്ഞുപോക്ക് പരിഹരിക്കാനായി നിർദ്ദേശിക്കുന്ന വിദ്യാഭാസ പദ്ധതി മാറുന്നു. പത്താം തരം കഴിയുമ്പോൾ സെക്കണ്ടറി വിദ്യാഭ്യാസത്തിൽ നിന്നും പുറത്തുപോകാനായി (exit) അവസരം

നൽകുന്ന തരത്തിലാണ് പുതിയ വിദ്യാഭാസ നയം സജ്ജീകരിച്ചി രിച്ചിരിക്കുന്നത്. നിലവിലുള്ള വിദ്യാഭ്യാസരീതി ഉരുവിട്ടു പഠിക്കുന്ന (culture of roten learning) രീതിയാണെന്ന് ആരോപിക്കുന്ന ഈ രേഖ പുതിയ വിദ്യാഭാസ പദ്ധതി 21-ആം നൂറ്റാണ്ടിലെ വൈദഗ്ധ്യ വിദ്യാഭ്യാസമാണ് ലക്ഷ്യമായി അകാശപ്പെടുന്നത് (Part-I, 4.4). ഒരു വ്യക്തിയിലെ പൂർണ്ണതയെ പുറത്തെടുക്കുന്നതിനായുള്ള കരിക്കുലവും ബോധന രീതിയുമാണ് ആവശ്യമെന്ന് പ്രഖ്യാപിക്കുന്ന ഈ നയം വൈദഗ്ധ്യവും സാങ്കേതികത്വവും പാരമ്പര്യ മൂല്യങ്ങളും കൂട്ടിയോജിക്കുന്നതിന് പ്രാമുഖ്യം കൽപിക്കുന്നു. സാങ്കേതിക വൈദഗ്ധ്യവും പാരമ്പര്യ മൂല്യവും സമ്മിശ്രപ്പെടുത്തുക വഴി കോർപ്പറേറ്റ് വികസനത്തിനാവശ്യമായ മാനേജീരിയൽ വിഭാഗങ്ങളെയും സാങ്കേതിക വിദഗ്ധരെയും സൃഷ്ടിക്കുന്നതിലാണ് ഊന്നൽ എന്നു വ്യക്തം. അംഗൻവാടി മുതൽ ഉന്നത വിദ്യാഭാസ തലം വരെ സാങ്കേതിക വിദ്യയും വൈദഗ്ധ്യവും പാരമ്പര്യ മൂല്യങ്ങളും യോജിപ്പിച്ചുള്ള വിദ്യാഭ്യാസമാണ് ഇതിനായി ആവശ്യമെന്നും രേഖ പ്രസ്താവിക്കുന്നു. ഇതിനായി ഇന്ത്യൻ ധർമ്മ ചിന്ത, സംസ്കാരം, കല എന്നിവ കൂട്ടിച്ചേർത്ത് എല്ലാ തലത്തിലുള്ള പഠന ഘട്ടത്തിലും ഇവ ഉൾപ്പെടുത്തുമെന്നും പറയുന്നതായി കാണുന്നു(Part I, 4.7). സംസ്കൃതം എല്ലാ തലത്തിലും ഉൾപ്പെടുത്തണമെന്ന് പറയുന്ന ഈ രേഖ സംസ്കാര വ്യവസ്ഥയുടെ (Cultural System) വ്യാപനത്തിനായി ലളിത സംസ്കൃതത്തിൽ സംസ്കൃത ജ്ഞാന വ്യവസ്ഥ പ്രചരിപ്പിക്കുമെന്നും പറയുന്നു. എന്നാൽ മറ്റെല്ലാ ഇന്ത്യൻ ഭാഷകളെയും സംസ്കൃതത്തിനു താഴെയായിക്കാണുന്ന രീതിയിലാണ് നയരേഖ അവതരിപ്പിക്കുന്നത്. സംസ്കൃത ഇതര ഭാഷകളിലെ വിജ്ഞാനവും സംസ്കാരവും പ്രോത്സാഹിപ്പിക്കുന്ന ലക്ഷ്യങ്ങളൊന്നും തന്നെ ഈ നയത്തിൽ കാണുന്നില്ല. മാത്രമല്ല അറബി ഭാഷയെയും സാഹിത്യത്തെയും പറ്റി ഒരൊറ്റ പരാമർശം പോലും ഈ നയരേഖയിലില്ല. ക്ലാസ്സിക്കൽ ഭാഷാ പഠനത്തിന്റെ പേരിലാണ് സംസ്കൃത ഭാഷക്ക് വലിയ പ്രാധാന്യവും പ്രോൽസാഹനവും നല്കിക്കാണുന്നത്. ഇന്ത്യൻ വിജ്ഞാന പാരമ്പര്യത്തെ സംസ്കൃതപാരമ്പര്യത്തിലൂടെ മാത്രം കാണുന്ന രീതിയായി ഇതിനെ മനസ്സിലാക്കാം. പ്രാചീന സംസ്കാരവും മൂല്യങ്ങളും സംസ്കൃതത്തിലൂടെ മാത്രം കാണുന്ന രീതി വരേണ്യമായ സംസ്കാരത്തെയും തരംതിരിവ്-അസമത്വ സാമൂഹിക വ്യവസ്ഥിതിയെയും സാധൂകരിക്കുന്ന വിദ്യാഭ്യാസ രീതിയായി മാറുകയാണ് ചെയ്യുക. ദേശിയ വിദ്യാഭ്യാസ നയത്തിനനുസൃതമായി ദേശിയ പാഠ്യപദ്ധതിക്ക് രൂപം നല്കുന്നതിന് (National Carriculam Frame work for School Education

- NCFSE - 2020-21) NCERT യെ ചുമതലപ്പെടുത്തുമെന്നും രേഖ പറയുന്നുണ്ട്. സ്കൂൾ നടത്തിപ്പിനും പാഠപുസ്തക നിർമ്മാണത്തിനും സിവിൽ സമൂഹത്തിലെ പൊതുസേവന പരോപകാര (Public Philanthropic Organisations) സംഘടകൾക്കും ഇത് അവസരം തുറന്നു നല്കുന്നു (Part I,3.6, 4.32). പൊതുവിദ്യാഭ്യാസം സംഘപരിവാർ വിദ്യാഭ്യാസ സംഘടനകൾ നിയന്ത്രിക്കുന്നതിലേക്കാണ് ഇത് എത്തിച്ചേരുകയെന്ന് ഊഹിക്കാവുന്നതേയുള്ളൂ. NCERT നിശ്ചയിക്കുന്ന ദേശീയ കരിക്കുലം മാതൃക സംസ്ഥാനങ്ങളും പിന്തുടരണമെന്നാണ് രേഖ പറയുന്നത്(Part 1,4.32). പ്രത്യേക കഴിവുകളുള്ള അനുഗ്രഹീത വിദ്യാർത്ഥികളും(gifted Student) സാധാരണ വിദ്യാർഥികളുമായി പഠിതാക്കളെ രണ്ടായി തിരിക്കുകയും രേഖ ചെയ്യുന്നു(part I, 4.43). ഇന്ത്യൻ സാഹചര്യത്താൽ ഏതൊരു സാമൂഹിക സാഹചര്യത്തിൽ നിന്നു വരുന്ന കുട്ടികൾക്കായിരിക്കും രണ്ടാം പദവി ലഭിക്കുന്നത് എന്ന് വ്യക്തമാണല്ലോ. പ്രാചീന ഗുരുക്കന്മാരെ പോലെ അദ്ധ്യാപകരെ കാണുന്ന ഈ വിദ്യാഭ്യാസ രീതിയിൽ പ്രത്യേക കഴിവുകളുള്ള അനുഗ്രഹീത വിദ്യാർത്ഥികളെ കണ്ടെത്തി പ്രോൽസാഹിപ്പിക്കുകയാണ് അദ്ധ്യാപകർ ചെയ്യേണ്ടത് എന്നു പ്രസ്താവിക്കുക വഴി ഏതു സാമൂഹിക സാഹചര്യത്തിൽ നിന്നും വരുന്ന കുട്ടികൾക്കാണ് പഠന അധ്യയന പ്രക്രിയയിൽ പ്രാധാന്യം എന്നും അടിവരയിടുന്നു.

ഉന്നത വിദ്യാഭ്യാസവും വരേണ്യ വിദ്യാവാദവും

ഗുണമേന്മയുള്ള സർവ്വകലാശാലകളും കോളേജുകളും നിലനിർത്തി 'അറിവ് സമ്പദ് വ്യവസ്ഥയിലേക്കും' 'അറിവ് സമൂഹത്തിലേക്കും' കുതിക്കുന്ന ഇന്ത്യയ്ക്ക് ആവശ്യമായ മൂല്യങ്ങളും വൈദഗ്ധ്യവും (values and skills) സൃഷ്ടിക്കുകയാണ് ഉന്നത വിദ്യാഭ്യാസത്തിന്റെ ലക്ഷ്യമെന്നാണ് പുതിയ വിദ്യാഭ്യാസ നയം അവകാശപ്പെടുന്നത്. ദേശീയ സമ്പദ്വ്യവസ്ഥയുടെ പുരോഗതിക്കാവശ്യമായ അറിവാണ് ഉന്നത വിദ്യാഭ്യാസ രംഗത്ത് ഉത്പാദിപ്പിക്കേണ്ടതെന്നും ഇത് പറയുന്നു. ഇതിനായി ബഹു വിഷയ (multidisciplinary) സർവ്വകലാശാലകളും കോളേജുകളും ഉണ്ടാകണം. ബഹുവിഷയ ഗ്രാഡുവേഷൻ പഠനത്തിനായി സ്വയംഭരണ കോളേജുകളാണ് ഉണ്ടാവേണ്ടത്. വിദ്യാഭ്യാസ സ്ഥാപനങ്ങൾക്കും അദ്ധ്യാപകർക്കും ഓട്ടോണമി വേണം. അതനുസരിച്ച് ഉന്നത വിദ്യാഭ്യാസ രംഗത്തെ കരിക്കുലത്തിലും ബോധനം, മൂല്യനിർണ്ണയം എന്നിവയിലും മാറ്റംവരുത്തണം. ദേശീയ ഗവേഷണ ഫൗണ്ടേഷൻ സ്ഥാപിക്കുക, ഉന്നതേ വിദ്യാഭ്യാസേ സ്ഥാപനങ്ങുടെ മേൽനോട്ടത്തിനും നിയന്ത്രണത്തിനും സ്വതന്ത്ര ബോർഡുകളെ ഉണ്ടാക്കുക, ലളിതവും എന്നാൽ കർക്കശവുമായ നിയമങ്ങും

ചട്ടങ്ങളും നിർമ്മിക്കുക, 3000 വിദ്യാർത്ഥികളെ ഉൾക്കൊള്ളുന്ന വിധം ബഹുവിഷയ സർവ്വകലാശാലകൾ ഉണ്ടാക്കുക, ഗവേഷണത്തിനു മാത്രമായി പ്രത്യേക യൂണിവേഴ്സിറ്റികൾ സ്ഥാപിക്കുക എന്നിങ്ങനെ പല തരത്തിലുള്ള ഉദ്ദേശലക്ഷ്യങ്ങളാണ് ഉന്നത വിദ്യാഭ്യാസ രംഗത്ത് സമൂലമായി മാറ്റം വരുത്തുന്നതിനായി നടപ്പാക്കാനുദ്ദേശിക്കുന്ന പരിഷ്കാരങ്ങൾ. വിദ്യാഭ്യാസ രംഗത്തെ ഉൾചേർക്കലിനെപ്പറ്റി നിരന്തരം ഓർമ്മിപ്പിക്കുന്ന ഈ നയരേഖ ഉന്നത വിദ്യാഭ്യാസ രംഗത്തെ അവശരും പരിഗണാനാർഹരുമായ വിദ്യാർത്ഥികൾക്കുള്ള (dis advantaged and under privilaged) സ്കോളർഷിപ്പുകൾ, സ്വകാര്യ മേഖലയിൽ നിന്നും മാനവ സേവന മേഖലയിൽ നിന്നും (private and philanthropic) സമാഹരിക്കാനാണ് നിർദ്ദേശിക്കുന്നത്. വിദ്യാഭ്യാസ രംഗത്ത് വിദ്യാർത്ഥികൾക്ക് നൽകേണ്ട ധനസഹായത്തെ സ്വകാര്യ മാനവസേവ - ജീവകാരുണ്യ രീതിയായി കാണുന്ന സമീപനം ഇവിടെ സ്വീകരിക്കപ്പെടുന്നു. നിവിലുള്ള കോളേജുകൾ ഓട്ടോണമസ് ഡിഗ്രി കോളേജുകളാക്കി ക്രമേണ മാറ്റണം, അഫിലിയേറ്റഡ് യൂണിവേഴ്സിറ്റികൾ ഇല്ലാതാവണം, ഓട്ടോണമസ് കോളേജ്കളും യൂണിവേഴ്സിറ്റികളും ഉൾപ്പടെയുള്ള വിവിധ ഉന്നത വിദ്യാഭ്യാസ സ്ഥാപനങ്ങളിൽ തൊഴിലധിഷ്ഠിതവും പ്രഫഷണലുമായ വിദ്യാഭ്യാസത്തെ ഉൾച്ചേർത്ത് ഉന്നത വിദ്യാഭ്യാസം (integrated higher education) സംയോജന വിദ്യാഭ്യാസമായി മാറണം എന്നും നയരേഖ ഊന്നിപ്പറയുന്നു. ഈ സമന്വയ സ്വഭാവമുള്ള ഉന്നത വിദ്യാഭ്യാസം മാനവിക കലാ പഠന രംഗം, ശാസ്ത്ര സാങ്കേതിക എൻജിനിയറിംഗ് ഗണിത പഠനശാഖകളുമായി (STEM) ബന്ധിപ്പിക്കണമെന്നും പറയുന്നുണ്ട്. ഈ വിദ്യാഭ്യാസ രീതി ഏകാത്മകവും ബഹുവിഷയ ബദ്ധവുമാണ് (Holistic and multidesciplinary Education) എന്ന് നയരേഖ പ്രസ്താവിക്കുന്നു. ഇന്ത്യയിലെ പ്രാചീന സർവ്വകലാശാലകളായിരുന്ന നളന്ദ, തക്ഷശില എന്നിവയെ ചൂണ്ടിക്കാട്ടിയാണ്, വരേണ്യ പാരമ്പര്യ ജ്ഞാനമഹിമയെയും കലാപാരമ്പര്യത്തെയും പറ്റിയുള്ള മിഥ്യാഭിമാനത്തിൽ, ഉന്നത വിദ്യാഭ്യാസ രംഗത്ത് വലിയ പ്രത്യാഘാതങ്ങൾ സൃഷ്ടിക്കുന്ന നയങ്ങളെ സാധൂകരിക്കുന്നത്. ഇന്ത്യയുടെ പ്രാചീന വരേണ്യ സംസ്കാരത്തിൽ നിന്നും പ്രചോദനം സ്വീകരിച്ച് ഏകാത്മക ബഹുവിഷയ വിദ്യാദ്യാസത്തെ മുൻനിർത്തി ഇരുപത്തി ഒന്നാം നൂറ്റാണ്ടിൽ നാലാം വ്യവസായിക വിപ്ലവത്തിലേക്ക് ഇന്ത്യയെ നയിക്കുന്ന വിദ്യാഭ്യാസമാണ് ഈ നയം ലക്ഷ്യമിടുന്നതെന്നും അവകാശപ്പെടുന്നുണ്ട്. സത്യം ,ധർമ്മം, പ്രേമം, ശാന്തി, അഹിംസ എന്നീ മൂല്യങ്ങൾ ഉൾക്കൊള്ളുന്നതായിരിക്കും ഈ

ഏകാത്മക വിദ്യാഭ്യാസ നയം എന്നും പറഞ്ഞു കാണാം. മോഡൽ പബ്ളിക് യൂണിവേഴ്സിറ്റികൾ ഈ കാഴ്ച്ചപ്പാടിൽ രൂപപ്പെടുത്തുമെന്നു പറയുന്ന രേഖ ബഹുവിഷയ ഗവേഷണ സർവ്വകലാശാലകൾ (MERUs) സ്ഥാപിച്ച് ഗവേഷണത്തെ ചിട്ടപ്പെടുത്തുമെന്നും പറയുന്നു. വിദ്യാഭ്യാസ സ്ഥാപന വികസന പദ്ധതി (IDP) യുമായി അക്കാദമിക് പ്ലാനും കരിക്കുലവും ബന്ധിപ്പിക്കും. സമഗ്രാധിപത്യ സ്വഭാവമുള്ള ഒരു ഭരണ സംവിധാനത്തിനും ഭരണവ്യവസ്ഥയ്ക്കും അനുയോജിക്കുന്ന രീതിയിൽ കേന്ദ്രീകരണ സ്വഭാവമുള്ളതും വരേണ്യ സാമൂഹിക വിഭാഗങ്ങൾക്ക് മാത്രം പ്രയോജനം ലഭിക്കുന്നതുമായ രീതിയിലാണ് ഉന്നത വിദ്യാഭ്യാസ രംഗത്തെ യഥാർത്ഥത്തിൽ സംവിധാനം ചെയ്തിരിക്കുന്നത്. പട്ടികജാതി/വർഗ്ഗ വിഭാഗങ്ങളും ന്യൂനപക്ഷ മത സമൂഹങ്ങളും പിന്നോക്കജാതി സമൂഹങ്ങളും സ്ത്രീകളും ഉൾപ്പെടുന്ന ബഹു ഭൂരിപക്ഷം വരുന്ന ഇന്ത്യയിലെ ജനങ്ങളെ മുൻനിർത്തി അവർക്ക് ഗുണപരവും തുല്യതയുള്ളതുമായ വിദ്യാഭ്യാസവും വിദ്യാഭ്യാസ രംഗത്തെ അവസരസമത്വവും മുൻനിർത്തിയല്ല ഉന്നത വിദ്യാഭ്യാസ രംഗത്തെ സ്ഥാപനങ്ങളും പഠനവിഷയങ്ങളും ഈ നയത്തിൽ രൂപകല്പന ചെയ്തിരിക്കുന്നത്. ഈ സമൂഹങ്ങളുടെ സംവരണ അവകാശങ്ങൾക്കും ഭരണഘടനാ പരിരക്ഷകർക്കും അനുസൃതമായ നയങ്ങളും പദ്ധതികളും നിയമമായിക്കഴിഞ്ഞ ഈ രേഖയിലില്ല. ഈ സമൂഹങ്ങൾക്ക് ഉന്നത വിദ്യാഭ്യാസ രംഗത്ത് ആനുപാതികപങ്കാളിത്തം ഉറപ്പാക്കാൻ ക്രിയാത്മകമായ ഒരു പദ്ധതിയും നിദ്ദേശവും ഇല്ലാത്ത നയരേഖ ഇന്ത്യയെ ഒരു ആഗോള പഠന സ്ഥലമാക്കുമെന്നും 'വിശ്വഗുരു'വാക്കുമെന്നും വൃഥാ അവകാശപ്പെടുന്നു എന്നു മാത്രം. ജാതിവ്യവസ്ഥയും സാമൂഹികമായ പിന്നോക്കാവസ്ഥയുമാണ് പട്ടിക വിഭാഗങ്ങളെയും മുസ്ലീങ്ങളെയും പിന്നോക്ക ജാതികളെയും ഉന്നത വിദ്യാഭ്യാസ മേഖലകളിൽ നിന്നും പുറം തള്ളിയത്. സാമൂഹികവും ജാതിയവുമായ വ്യവസ്ഥാപരമായ ഘടകങ്ങളാണ് വിദ്യാഭ്യാസ രംഗത്തെ ഈ വിഭാഗങ്ങളുടെ പ്രാധിനിത്യക്കുറവിന് കാരണമെന്ന കാഴ്ചപ്പാട് പുതിയ ദേശിയ വിദ്യാഭ്യാസ നയത്തിനില്ല; മറിച്ച് 'സാമൂഹികവും പ്രദേശപരവുമായ, അനുഗുണമല്ലാത്ത പിന്നോക്കാവസ്ഥ' എന്ന് സൂചിപ്പിച്ചുകൊണ്ട് ജാതി വ്യവസ്ഥയും സാമൂഹിക പുറന്തള്ളൽ രീതികളുമാണ് കീഴോർ ജാതി വിഭാഗങ്ങളുടെയും മുസ്ലിം ജനതയുടെയും വിദ്യാഭ്യാസ പിന്നോക്കാവസ്ഥയുടെ കാരണമായതെന്ന യാഥാർത്ഥ്യത്തിനു നേരെ പുറം തിരിഞ്ഞു നിലകൊള്ളുന്ന സമീപനമാണ് ഈ വിദ്യാഭാസ നയത്തിലുടനീളം കാണുന്നത് (Part I I_ 12.4 , 14 .3).

SC / ST / OBC / MUSLIM എന്നി സമൂഹങ്ങളെ ഈ പേരുകളിൽ പരിഗണിച്ചുകൊണ്ട് പ്രസ്തുത വിഭാഗങ്ങൾക്ക് തുല്യവും ഗുണപരമായ ഉന്നത വിദ്യാഭ്യാസം ഉറപ്പാക്കുമെന്നുള്ള യാതൊരു സൂചനയും പ്രസ്തുത രേഖയിൽ കാണുന്നില്ല. മറിച്ച് സാമ്പത്തിക സാമൂഹിക സൗകര്യമില്ലാത്തവർ എന്ന രീതിയിലുള്ള വ്യക്തികളായി ഈ സമൂഹങ്ങളെ കാണുന്ന രീതിയാണ് നയത്തിൽ പിന്തുടരപ്പെടുന്നത്. പുറന്തള്ളപ്പെട്ടവരും പിന്നോക്കവുമായ സമുദായങ്ങളെയും ജാതി വിഭാഗങ്ങളെയും ന്യൂനപക്ഷങ്ങളെയും ഒരു ജാതി-സാമൂഹിക- മത വിഭാഗമായി ഈ വിദ്യാഭ്യാസ നയം പരിഗണിക്കുന്നില്ല. അത്തരം സമുദായങ്ങളെയും വിഭാഗങ്ങളെയും 'സാമ്പത്തികമായി പിന്നോക്കം നില്ക്കുന്നവർ' എന്ന സാമ്പത്തിക സംവരണ നയപരമായ സങ്കല്പ ത്തിലാണ് ഉൾപ്പെടുത്തുന്നത്. സാമ്പത്തിക സംവരണത്തിന്റെയും വരേണ്യ ജാതിമൂല്യങ്ങളുടെയും സംസ്കാരത്തെ കോർപ്പറേറ്റ് വികസ നത്തിനനുസരിച്ച് ചിട്ടപ്പെടുത്തുന്ന രീതിയുമാണ് ഉന്നത വിദ്യാഭ്യാസ രംഗത്ത് സ്വീകരിച്ചിരിക്കുന്നത്. ഉന്നത വിദ്യാദ്യാസ രംഗത്ത് Sc/st/ obc/ muslim സമൂഹങ്ങളിലെ വിദ്യാർത്ഥികൾക്ക് രാജിവ് ഗാന്ധി ദേശിയ ഫെലോഷിപ്പ്, മൗലാന ആസാദ് ഫെലോഷിപ്പ്, യു.ജി. സിയും മറ്റു ദേശിയ വിദ്യാഭ്യാസ ഗവേഷണ സ്ഥാപനങ്ങളും നല്കുന്ന ഗവേഷണ ഫെലോഷിപ്പുകൾ എന്നിവയുള്ളതുകൊണ്ട് മാത്രമാണ് സ്ഥാപനപരമായ വിവേചനവും വരേണ്യമുൻ വിധികളും പുറംത ള്ളൽ-പുറത്താക്കൽ രൂപങ്ങളും അതിജീവിച്ച്, പാർശ്വവൽകൃത സമൂഹങ്ങളിലുള്ള വളരെ കുറച്ച് പേർക്കെങ്കിലും ഉന്നത വിദ്യാഭ്യാസ രംഗത്ത് എത്തിപ്പെടാൻ കഴിഞ്ഞത്. പുതിയ വിദ്യാഭ്യാസ നയത്തിൽ ഈ ഫെലോഷിപ്പുകൾ തുടരുമെന്നോ ഉന്നത വിദ്യാഭ്യാസത്തിനും ഗവേഷണ പഠനത്തിനും സാമ്പത്തിക പിന്തുണ നൽകുമെന്നോ മറ്റു തരത്തിലുള്ള ഫെല്ലോഷിപ്പുകളെപ്പറ്റിയോ കൃത്യമായതും വ്യക്തത യുള്ളതുമായ യാതൊരു ക്രിയാത്മകമായ നിർദ്ദേശവുമില്ല. ഉന്നത വിദ്യാഭ്യാസ രംഗത്തെ ഭരണ- നിയന്ത്രണ രീതികൾ, അക്രഡി റ്റേഷൻ എന്നിവയ്ക്കായി ഹയർ എഡ്യുക്കേഷൻ കമ്മീഷനും ദേശിയ ഹയർ എഡ്യൂക്കേഷൻ റെഗുലേഷൻ കൗൺസിലും (NHERC) സ്ഥാ പിക്കുമെന്ന് പറയുന്നുണ്ട്. അക്കാദമിക് ബോഡി എന്നതിനേക്കാൾ രാഷ്ട്രീയ- ബ്യൂറോക്രാറ്റിക് സമിതിയായിട്ടാണ് ഇത് വിഭാവനം ചെയ്തിട്ടുള്ളതെന്ന് മനസ്സിലാക്കാനാകും. സ്വകാര്യ മാനവ സേവന പദ്ധതികൾ (Private philanthropic) പ്രോത്സാഹിപ്പിച്ച് ഉന്നത വിദ്യാ ഭ്യാസ രംഗം വികസിപ്പിക്കുമെന്ന് പറയുന്നതു വഴി (part. II, 18.13 and 14) ഉന്നത വിദ്യാഭ്യാസ രംഗം സംഘപരിവാർ സംഘടനകളുടെ

സാമൂഹിക സേവന പ്രവർത്തനത്തിന് തുറന്നു കൊടുക്കുന്നതിലേക്കും സ്വകാര്യ വാണിജ്യ മൂലധന ഇടപെടലേക്കും നയിക്കും. സംസ്കൃതത്തെ ശ്രേഷ്ഠഭാഷാ പദ്ധതിയിൽ ഉൾപ്പെടുത്തി ത്രിഭാഷാ പദ്ധതിയുടെ ഭാഗമാക്കി പ്രചരിപ്പിക്കുന്നുണ്ട്. പരിവാർ ആശയങ്ങൾ സാമൂഹിക സേവന പ്രവർത്തനത്തിന്റെ പേരിൽ വിദ്യാഭ്യാസ രംഗത്ത് നേരിട്ട് ഇടപെടുന്നതിന് ഔദ്യോഗികമായി അംഗികാരം കൊടുക്കുകയും ചെയ്യുന്നു. ഡിജിറ്റൽ വിദ്യാഭ്യാസത്തെ പ്രോത്സാഹിപ്പിക്കുമെന്ന് പ്രഖ്യാപിക്കുന്ന ഈ നയത്തിൽ ഡിജിറ്റൽ വേർതിരിവിനെ പരിഹരിക്കാൻ പദ്ധതികളില്ല എന്നും കാണാം. മാനവവിഭവശേഷി മന്ത്രാലയത്തിന്റെ പേരുമാറ്റി വിദ്യാഭ്യാസ മന്ത്രാലയമെന്നാക്കി നേരിട്ടുള്ള രാഷ്ട്രീയ ബ്യൂറോക്രാറ്റിക് നിയന്ത്രണത്തിൽ ഉന്നത വിദ്യാഭ്യാസത്തെ കൊണ്ടുവരികയും ഭരിക്കുന്ന സർക്കാരിന്റെയും നേതൃത്യം കൊടുക്കുന്ന രാഷ്ട്രിയ പാർട്ടിയുടെയും രാഷ്ട്രീയ സാംസ്കാരിക മതബദ്ധ ആശയങ്ങളും രാഷ്ട്ര സങ്കല്പവും വിദ്യാഭ്യാസ നയമാക്കി മാറ്റിയിരിക്കുന്നു എന്നതുമാണ് ഈ വിദ്യാഭ്യാസ നയത്തിന്റെ കാതൽ.

അനീതിയുടെ സൗന്ദര്യവൽക്കരണം

കരടു നയത്തോടുള്ള വിമർശനങ്ങളെ ഉൾക്കൊണ്ടുള്ള ഒരു മാറ്റവും മന്ത്രിസഭ അംഗീകരിച്ചിരിച്ചിട്ടില്ല എന്നാണ് ഈ വിദ്യാഭ്യാസ നയരേഖ വെളിവാക്കുന്നത്. ഇന്ത്യപോലുള്ള ഒരു രാജ്യത്ത് വിദ്യാഭ്യാസ നയത്തിൽ ഘടനാപരവും നയപരവുമായ മാറ്റങ്ങൾ കൊണ്ടുവരുമ്പോൾ അവ വിവിധ തരത്തിലും നിലകളിലുമുള്ള സാമൂഹിക വിഭാഗങ്ങളായ സ്ത്രീകൾ, ദലിത്- ആദിവാസി സമൂഹങ്ങൾ, ന്യൂനപക്ഷങ്ങൾ, പിന്നോക്ക വിഭാഗങ്ങൾ എന്നിവരുടെ വിദ്യാഭ്യാസ അവകാശങ്ങളെയും അവരുടെ വിദ്യാഭ്യാസത്തിനുള്ള അവസരസമത്വത്തെയും ശാക്തീകരണത്തെയും മുൻനിർത്തിയുള്ളതാകേണ്ടതുണ്ട്. മത -ജാതി സാമുദായിക ഭേദ രൂപങ്ങളെയും ലിംഗവിവേചനങ്ങളെയും സാമൂഹിക അസമത്വങ്ങളെയും അഭിമുഖീകരിക്കുന്നതും വിവേചന രൂപങ്ങളെപ്പറ്റി അവബോധം സൃഷ്ടിക്കുന്നതും അതിന് പരിഹാരം സാധ്യമാക്കുന്ന ശിക്ഷണം ലാക്കാക്കുന്നതുമായിരിക്കണം വിദ്യാഭ്യാസ നയവും പദ്ധതിയും. ഇന്ത്യയുടെ ഭരണഘടനാ മൂല്യങ്ങളെയും സെക്കുലർ ജനാധിപത്യ ആശയങ്ങളെയും മുന്നോട്ടെടുക്കുന്നതും തുല്യപൗരത്വ ജനാധിപത്യത്തെ ഉയർത്തിപ്പിടിക്കുന്ന കാഴ്ച്ചപ്പാടിൽ സ്ഥാനപ്പെടുന്നതുമായിരിക്കണം വിദ്യാഭ്യാസ നയങ്ങൾ .എന്നാൽ പുതിയ ദേശിയ വിദ്യാഭ്യാസ നയം കേന്ദ്ര ഗവർമെൻറിന്റെ രാഷ്ട്രിയ സാമ്പത്തിക നയങ്ങൾക്കും രാഷ്ട്രീയ ആശയങ്ങൾക്കും സാംസ്കാരിക വീക്ഷണങ്ങൾക്കും

അനുസൃതമായി ചിട്ടപ്പെടുത്തിയിരിക്കുന്ന ഒന്നാണെന്നു വരുന്നു. ഇന്ത്യയെ ഒരു ഹിന്ദു രാജ്യമാക്കുമെന്ന പ്രഖ്യാപിത സാംസ്കാരിക കാഴ്ച്ചപ്പാടിനും വരേണ്യ ഹിന്ദുത്വമൂല്യങ്ങൾക്കും സാധർമ്യപ്പെട്ട് ബ്യൂറോക്രാറ്റുകൾ ഉണ്ടാക്കിയിരിക്കുന്നതാണ് ഫലത്തിൽ ഈ നയം. പ്രത്യക്ഷത്തിൽ ആദർശാത്മക വിദ്യാഭ്യാസത്തിന്റെ, ആലങ്കാരികഭാഷയിൽ പൊതിഞ്ഞതും മാറ്റത്തിനായി ആഹ്വാനം ചെയ്യുന്നതുമായ ഈ നയം വഴക്കവും (flexible) പരിവർത്തനവും ഉദ്ഘോഷിക്കുന്നു. എന്നാൽ ഈ നയരേഖ ലക്ഷ്യം വയ്ക്കുന്നത് ഉൾക്കൊള്ളൽ വിദ്യാഭ്യാസമോ വിമർശചിന്താബോധനമോ പ്രതിഫലനപരമായ നിർമ്മാണാത്മക വിദ്യാഭ്യാസമോ (reflexive constructionism) അല്ല. പകരമായി വിധേയത്വ ബോധവും ചോദ്യം ചെയ്യാൻ പാടില്ലാത്ത അനുസരണയുടെ അനുശീലനവും യാന്ത്രിക പ്രവർത്തിവാദവും അന്ധമായ സാങ്കേതിക വിദ്യാ അനുകരണവും ബോധന ലക്ഷ്യമായി കാണുന്നതാണ് ഈ വിദ്യാദ്യാസ പദ്ധതിയുടെ താത്വിക നിലപാടും രാഷ്ട്രീയ കാഴ്ച്ചപ്പാടും. ഈ നയമാറ്റം ഒരു രാഷ്ട്രിയ രേഖയായി അവതരിപ്പിക്കുന്നത് വരേണ്യപാരമ്പര്യവാദവും കോർപ്പറേറ്റ് യാന്ത്രിക സാങ്കേതിക വിദ്യാ വാദവും സമ്മിശ്രപ്പെടുത്തിയതും കോർപ്പറേറ്റ് മൂലധനത്തെയും പ്രാചീന ബ്രാഹ്മണ്യ ചിന്തയെയും പരസ്പര്യപ്പെടുത്തുന്നതുമായ രാഷ്ട്രിയത്തെയാണ് .തന്മൂലം വിദ്യാഭ്യാസ നയമെന്നത് കോർപ്പറേറ്റ് മൂലധന വാദവും ജാതി വരേണ്യ പാരമ്പര്യത്തെ സാംസ്കാരമായി കാണുന്നതുമായ വിദ്യാഭ്യാസ കാഴ്ച്ചപ്പാടായി മാറുന്നു. സാംസ്കാരികമായി ബ്രാഹ്മണ്യവും രാഷ്ട്രിയ ഹിന്ദുത്വവും കോർപ്പറേറ്റ് വികസനവും വിദ്യാഭ്യാസ നയമായി പരിണമിച്ച നയരേഖയാണിതെന്നു പറയാം. കോർപ്പറേറ്റ് മൂലധനവും ബ്രാഹ്മണ്യ ആശയവാദവും കൈകോർക്കപ്പെടുമ്പോൾ സംഭവിക്കുന്നത്; ഭൂരിപക്ഷം വരുന്ന ഇന്ത്യൻ ജനതയെ തുല്യനീതി , ജനാധിപത്യ ശാക്തികരണം ,വിഭവ പങ്കാളിത്തം, പങ്കാളിത്തപരമായ ഉൾക്കൊള്ളൽ വികസനം , അധികാര പ്രാതിനിധ്യം, ജനാധിപത്യ അവകാശങ്ങൾ ,തുല്യ പൗരത്വ അവകാശങ്ങൾ എന്നിവയിൽ നിന്നും സ്ഥാപനപരമായി പുറം തള്ളുന്ന ബോധന പ്രക്രിയയായി വിദ്യഭ്യാസ സംവിധാനമായി ഇത് മാറുന്നുവെന്നതാണ്. അതുവഴി ഈ വിദ്യാഭ്യാസ നയവും വിദ്യഭ്യാസ പദ്ധതിയും ഹിന്ദുത്വത്തിന്റെ ബോധന ശാസ്ത്രവും ഹിന്ദു രാഷ്ട്രത്തിന്റെ നയരേഖയുമാകുന്നു. സ്ഥാപനപരമായ പുറം തള്ളലും പുറത്താക്കലും ഭരണകൂടനയമാകുമ്പോൾ വിദ്യഭ്യാസ നയവും വിദ്യാഭ്യാസ പദ്ധതിയും സംവിധാനങ്ങളും അത് നടപ്പാക്കുന്ന സ്ഥാപന രൂപങ്ങളും ഏറ്റവും വഴക്കത്തോടെ

സമ്മതപ്പെടുത്തി പുറത്താക്കുന്ന രീതി അവലംബിക്കുന്നതായി പ്ര വർത്തിക്കുന്നു. ഇത്രയുമാണ് ഈ രേഖയുടെ വിദ്യാഭ്യാസ രാഷ്ട്രീയം.

സാമൂഹിക നീതിയെ പുറത്താക്കുന്ന വിദ്യാഭ്യാസം

ഈ നയരേഖ മതനിരപേക്ഷ ശിക്ഷണവും ശസ്ത്രാഭിമുഖ്യ അനു ശീലനവുമുള്ള ഒരു പൗരസമൂഹത്തെ നിർമ്മിക്കുക എന്ന ലക്ഷ്യം മുന്നോട്ടു വയ്ക്കുന്നതല്ല. മാനവിക ബോധ്യമുള്ള മൂലധനമായി പൗര സമൂഹത്തെ വാർത്തെടുക്കുന്ന ബോധന പദ്ധതിയായി വിദ്യാഭ്യാ സത്തെ ഇത് പരിഗണിക്കുന്നുമില്ല. രാജ്യത്തിന്റെ വൈവിധ്യങ്ങളെ അംഗീകരിക്കുന്നതും ഉൾക്കൊള്ളൽ ജനാധിപത്യ കാഴ്ച്ചപ്പാടും ഉൾകൊള്ളൽ വികസനവും ത്വരിതപ്പെടുത്തുന്ന സാമൂഹിക നീതി സങ്കല്പത്തെ പരുവപ്പെടുത്താൻ ഉതകുന്നതുമായ യാതൊന്നും ഈ വിദ്യാഭ്യാസ പദ്ധതിയിലില്ല. ഫെഡറൽ ജനാധിപത്യത്തെ പുഷ്ടിപ്പെടുത്തുന്ന സമീപനങ്ങൾക്കു പകരമായി സംസ്ഥാനങ്ങളുടെ അവകാശങ്ങളിൽ കടന്നു കയറുന്നതും ഓട്ടോണമിയെ പുറം തള്ളുന്ന കേന്ദ്രീകരണത്തോടു കൂടിയതും സമഗ്രാധിപത്യത്തെ ലക്ഷ്യം വയ്ക്കു ന്നതുമായ ബോധനക്രമത്തെയാണ് ഇത് ലക്ഷ്യമിടുന്നത്. പ്രാഥമിക തലം മുതൽ ഉന്നത വിദ്യാഭ്യാസ രംഗം വരെയുള്ള വിദ്യാഭ്യാസ സ്ഥാ പനങ്ങളുടെ പ്രവർത്തനം, ഭരണം, നിയന്ത്രണം, ധനവിനിയോഗം, ബോധനക്രമം, ആശയ പ്രസരണം, പഠനലക്ഷ്യങ്ങൾ മുതലായവ ചിട്ടപ്പെടുത്തിയിരിക്കുന്നത് സ്ഥാപനപരമായി ചില പ്രത്യേക സാമു ദായിക-മത വിഭാഗങ്ങളെയും ദലിത് ആദിവാസി സമൂഹങ്ങളെയും ഉന്നത വിദ്യാഭ്യാസ രംഗത്തു നിന്നും പുറത്താക്കാനുദ്ദേശിച്ചാണ്. ഈ പുറത്താക്കലും കൊഴിഞ്ഞുപോക്കും വിദ്യാഭ്യാസത്തിന്റെ വഴക്കമുള്ള (flexibility) സ്വഭാവമായും തൊഴിൽ വൈദഗ്ധ്യത്തിനനുസരിച്ച് ജോലി തെരഞ്ഞെടുക്കലായും വ്യവസ്ഥപ്പെടുത്തിയിരിക്കുന്നു.

വിദ്യഭ്യാസ രംഗത്തെ സ്വകാര്യവൽക്കരണം, കോർപ്പറേറ്റ് മൂല ധനത്തിന്റെ പൂർണ്ണമായ നിയന്ത്രണത്തിന് വഴി തുറക്കുന്ന ഒന്നായി മാറുന്നതും ഈ പുറം തള്ളൽ രീതിയുടെ മറ്റൊരു അവലംബമാണ്. വാണിജ്യ ലക്ഷ്യത്തോടെയും തൊഴിൽ നിപുണത ലക്ഷ്യം വച്ചും വിദ്യാഭ്യാസത്തെ കാണുന്ന രീതിയാണിതിൽ മുന്നിട്ടു നിൽക്കുന്നത്. ഇന്ത്യയിലെ സാമൂഹിക അസമത്വത്തെയും ചൂഷണക്രമത്തെയും ജാതി ലിംഗഭേദങ്ങളെയും അഭിമുഖീകരിച്ചു കൊണ്ട്, പുറത്താക്കപ്പെ ട്ട സാമൂഹിക വിഭാഗങ്ങളെയും ജാതികളെയും ഗോത്ര സമൂഹങ്ങളെ യും സ്ത്രീകളെയും ന്യൂനപക്ഷങ്ങളെയും ഉൾക്കൊണ്ടുകൊണ്ട് അവരെ ശാക്തീകരിക്കാനുള്ള സവിശേഷവും പ്രത്യേകവുമായ പദ്ധതികളും

നയവും ഈ വിദ്യാഭ്യാസ രേഖയിലില്ലാത്തതിന്റെ കാരണവും മറ്റൊന്നല്ല. ദലിതരുടെയും ആദിവാസികളുടെയും ന്യൂനപക്ഷ സമുദായങ്ങളുടെയും ഭരണഘടനാപരമായ വിദ്യാഭ്യാസ അവകാശത്തെ റദ്ദാക്കുന്ന രീതിയിലാണ് ഇത് വിദ്യഭ്യാസ രംഗത്തെ ചിട്ടപ്പെടുത്തിയിരിക്കുന്നത്. വിദ്യാഭാസ രംഗത്തെ ഭരണഘടനാപരമായ സംവരണാവകാശത്തെപ്പറ്റി ഈ നയം മൗനം പാലിക്കുകയും ചെയ്യുന്നു. ജാതി അതിക്രമങ്ങൾക്കും സാമൂഹിക പുറന്തള്ളലിനും വിധേയമായ ജനസമൂഹങ്ങൾക്ക് ഉൾക്കൊള്ളൽ വിദ്യാഭ്യാസവും അവസരസമത്വവും ഉറപ്പാക്കുന്ന ഒരു കാഴ്ച്ചപ്പാടോ പദ്ധതിയോ ഈ വിദ്യാഭ്യാസ നയത്തിലില്ല എന്നതാണ് ഈ നയത്തിന്റെ വരേണ്യ സ്വഭാവത്തെ വ്യക്തമാക്കുന്നത്. ജാതി അസമത്വത്തെയും ലിംഗവിവേചനത്തെയും 'സാമൂഹികവും പ്രദേശപരവുമായ പിന്നോക്കാവസ്ഥ ' മാത്രമായി സൂചിപ്പിക്കുക വഴി ഈ വിദ്യാഭ്യാസ നയരേഖ ജാതിമർദ്ദനങ്ങൾക്കും സ്ഥാപനപരമായ സാമൂഹിക പുറം തള്ളലിനും വിധേയരാകുന്ന സമൂഹങ്ങളുടെ വിദ്യാഭ്യാസ അവകാശത്തെ പരിഗണിക്കുന്നില്ല എന്നു വ്യക്തമാകുന്നു. ജനാധിപത്യദേശരാഷ്ട്രമെന്ന നിലയിൽ സെക്കുലർ ജനാധിപത്യ മൂല്യങ്ങളെയും ജനാധിപത്യ ആശയങ്ങളെയും മതനിരപേക്ഷ ബോധനത്തെയും വിദ്യാഭ്യാസത്തിന്റെ ലക്ഷ്യമായി ഈ രേഖ ഊന്നുന്നില്ല. രേഖയുടെ ആമുഖത്തിൽ ഉൾപ്പെടുത്തിയിരിക്കുന്ന ഭംഗിവാക്കുകൾക്കപ്പുറത്ത് നിലനിർത്തേണ്ടതും വിദ്യാഭ്യാസത്തിലൂടെ നിർമ്മിച്ചെടുക്കേണ്ടതുമായ ആശയങ്ങളും മൂല്യവുമായി ഭരണഘടനാ ധാർമ്മികതയും ഭരണഘടനാ മൂല്യവും ഈ നയരേഖയിൽ കടന്നു വരുന്നുമില്ല. സാമൂഹിക നീതി സ്ഥാപിച്ചെടുക്കുന്നതിന് വിദ്യാഭ്യാസം അടിത്തറയായി വർത്തിക്കേണ്ടതിന്റെ ആവശ്യകതയെപ്പറ്റി ഈ രേഖ കുറ്റകരമായ മൗനം പാലിക്കുകയാണ്. സംവരണവും പങ്കാളിത്ത ജനാധിപത്യവും ഇന്ത്യൻ വിദ്യാഭ്യാസത്തിന്റെ അടിത്തറയായാൽ മാത്രമേ സാമൂഹിക നീതിയും ഉൾക്കൊള്ളൽ വികസനവും പങ്കാളിത്ത ജനായത്തവും സാധ്യമാകു എന്ന ആശയം ഈ വിദ്യാഭ്യാസ നയ രേഖയിൽ ഒരിടത്തും കാണാൻ കഴിയില്ല. തന്മൂലം സാമൂഹിക നീതിക്കും സംവരണത്തിനും എതിരായ ബോധനം വിദ്യാർത്ഥികളിൽ നിർമ്മിക്കുന്ന രീതിയിലാണ് സ്കൂൾ തലം മുതലുള്ള വിദ്യാഭ്യാസം ക്രമപ്പെടുത്തിയിരിക്കുന്നത്.

മാതൃഭാഷാ വാദവും ഇംഗ്ലീഷ് വിദ്യാഭ്യാസവും

മാതൃഭാഷയോ പ്രദേശിക ഭാഷയോ ആയിരിക്കണം സ്കൂൾ വിദ്യാഭ്യാസത്തിൽ അഞ്ചോ എട്ടോ ക്ലാസുകൾ വരെയെങ്കിലും

ബോധന മാധ്യമമാകേണ്ടത് എന്ന നയം തത്വത്തിൽ ഗുണപരമായി തോന്നാമെങ്കിലും ഇന്ത്യൻ സാഹചര്യത്തിൽ മറ്റൊരു തരത്തിലുള്ള ഭാഷാ വിവേചനവും പുറന്തള്ളൽ രീതിയുമായി പ്രാന്തവൽക്കരിക്കരിക്കപ്പെട്ട സാമൂഹിക വിഭാഗങ്ങൾക്കുമേൽ ഇതു പ്രവർത്തിക്കും. ദലിത് ആദിവാസി മുസ്ലിം ജനസമൂഹങ്ങൾക്കും ദരിദ്രസമൂഹങ്ങൾക്കും ഇംഗ്ലിഷ് മാധ്യമത്തിലൂടെ പഠിക്കുവാനുള്ള അവസരത്തിൽ നിന്ന് സ്കൂൾ വിദ്യാഭ്യാസ ഘട്ടത്തിൽതന്നെ അവസരം നിഷേധിക്കുന്ന രീതിയായി തത്വത്തിൽ ഇത് മാറും. എന്നാൽ സമ്പന്നർക്കും വരേണ്യർക്കും പാരമ്പര്യമായി ഇംഗ്ലീഷ് വിദ്യാഭ്യാസ സംസ്കാരവും അവസരവും അവരുടെ സാമുദായിക ഘടനയിലും കുടുംബാന്തരീക്ഷത്തിലുമുള്ളതിനാൽ അത്തരം സമൂഹങ്ങളിൽ നിന്നു വരുന്ന കുട്ടികൾക്ക് ഇംഗ്ലീഷ് പ്രാവീണ്യം ഒരു സാംസ്കാരിക മൂലധനമായി കൈയ്യൊതുക്കാൻ സ്കൂൾ പഠനത്തിന്റെ ഘട്ടങ്ങളിൽ തന്നെ കഴിയും.

എന്നാൽ സാമുദായികവും കുടുംബപരവുമായി ഇത്തരം അവസരങ്ങൾ പാരമ്പര്യമായില്ലാത്ത പിന്നണി സമൂഹങ്ങളിലെ വിദ്യാർത്ഥികൾ ഇംഗ്ലീഷ് ഭാഷാ പഠനത്തിൽ നിന്നും ഇംഗ്ലീഷ് ഭാഷയിലെ പ്രാവീണ്യത്തിൽ നിന്നും പുറത്താക്കപ്പെടും. ആധുനിക ഇന്ത്യയിൽ ദലിത് ആദിവാസി പിന്നോക്ക സമുദായങ്ങളുടെയും മുസ്ലീം സമൂഹങ്ങളുടെയും വിദ്യാഭ്യാസ ശാക്തീകരണത്തിലെ ഇംഗ്ലിഷ് വിദ്യാഭ്യാസത്തിന്റെ നിർണ്ണായകമായ പങ്ക് ചരിത്രപരമായ ഒരു വസ്തുതയാണ്. ഇന്ത്യയിൽ നിലനിൽക്കുന്ന വരേണ്യ അക്കാദമിക് ലോകത്തിന്റെ വിവേചനപരവും വരേണ്യജാതി മുൻ വിധികളിൽ നിലനിൽക്കുന്നതുമായ അക്കാദമിക് പ്രക്രിയയോടൊപ്പം സ്ഥാപനപരമായ പുറന്തള്ളലും 'വിവിധ തരത്തിലുള്ള പുറം തള്ളലുകളായാണ്'' (multiple exclusion) പ്രവർത്തിക്കുന്നത്. കീഴാള സമൂഹങ്ങളിലെയും മുസ്ലീം സമുദായത്തിലെയും വിദ്യാർത്ഥികൾ നിരന്തരം ജാതിവിവേചനത്തിനും സ്ഥാപന കൊലയ്ക്കും ഇരയാകുന്നതാണ് നമ്മുടെ ഉന്നത വിദ്യാഭ്യാസ മേഖല. കീഴാള പിന്നോക്ക മുസ്ലിം ന്യൂനപക്ഷ സമൂഹങ്ങളിലെ വിദ്യാർത്ഥികളും ഗവേഷകരും അക്കാദമിഷ്യന്മാരും ഇംഗ്ലിഷ് വിദ്യാഭ്യാസത്തിലൂടെ ലഭിച്ച കരുത്തിലൂടെയും അത്മവിശ്വാസത്തിലൂടെയുമാണ് ഉന്നത വിദ്യാഭ്യാസ രംഗത്തെ സ്ഥാപനപരമായ വിവേചനത്തെയും പുറം തള്ളലിനെയും പ്രതിരോധിക്കുന്നത്. ഇംഗ്ലിഷ്, ദലിത് ഗോത്ര സമൂഹങ്ങളെയും കീഴാളരെയും മുസ്ലിംങ്ങളെയും ബൗദ്ധികമായും രാഷ്ട്രിയമായും ശാക്തികരിക്കുന്ന ഭാഷയായാണ് അത്തരം സമൂഹങ്ങളിൽ രാഷ്ട്രീയമായും ബൗദ്ധികമായും പ്രവർത്തിക്കുന്നത്. ഈ വിദ്യാഭ്യാസ നയം ഇംഗ്ലിഷ്

മാധ്യമത്തിൽ പഠിക്കുവാനുള്ള അവസരത്തെ സ്കൂൾ തലത്തിൽ തന്നെ പുറന്തള്ളുന്ന ഒരു രീതി വ്യവസ്ഥാപരമായി സ്ഥാപിക്കുന്നതു വഴി കീഴാള സമുദായങ്ങൾക്കും മുസ്ലിംങ്ങൾക്കും

വരേണ്യ അക്കാദമിക് മേഖലകളിലേക്ക് എത്തിച്ചേരാനുള്ള അവസരത്തെ സ്കൂൾ തലത്തിൽ തന്നെ റദ്ദാക്കുന്ന എന്നതാണ് പുറത്താക്കൽ വിദ്യാഭ്യാസ രീതിയായി ഈ വിദ്യാഭ്യാസ നയം പ്രവർത്തിക്കുന്നതിന്റെ ഭാഷാ അസമത്വ സ്വഭാവം. ആധുനിക ഇന്ത്യയിൽ ദലിത് ആദിവാസി സമൂഹങ്ങളുടെയും മുസ്ലിം ജനസമൂഹത്തിന്റെയും രാഷ്ട്രീയ ചലന ക്ഷമതയെയും അവകാശബോധത്തെയും സാമൂഹിക ഏകീകരണത്തെയും സ്വാധീനിച്ചതും ആ സമൂഹങ്ങളുടെ ബൗദ്ധിക മൂലധനത്തെ വികസിപ്പിച്ചതും ഈ സമൂഹങ്ങളിൽ നിന്നും ഉയർന്നു വന്ന ഇംഗ്ലീഷ് വിദ്യാഭ്യാസം നേടിയവരായ ബുദ്ധിജീവി വിഭാഗങ്ങളുടെ വളർച്ചയാണ് എന്നത് അനിഷേധ്യമായ ഒരു വസ്തുതയാണല്ലോ.

കൊഴിഞ്ഞുപോക്കും പുറത്താകലും

ഹിന്ദുത്വത്തിന്റെ സാംസ്കാരിക ദേശിയതയെ മുൻനിർത്തി ഹിന്ദുരാഷ്ട്ര നിർമ്മിതിക്കാവശ്യമായ സാംസ്കാരിക ബോധന പ്രക്രിയ നിർമ്മിച്ചെടുക്കുന്ന ഒരു രാഷ്ട്രീയ രേഖയായി ഈ വിദ്യാഭ്യാസ നയം മാറുന്നു. കോർപ്പറേറ്റ് മൂലധനത്തിനാവശ്യമായ മനേജീരിയൽ വിഭാഗത്തെയും ടെക്നോക്രാറ്റുകളെയും സാങ്കേതിക വിദഗ്ധരെയും വരേണ്യ വിഭാഗങ്ങളിൽ നിന്നുള്ള കുട്ടികളിൽ നിന്ന് സൃഷ്ടിക്കാനാണ് ഈ വിദ്യാഭ്യാസ നയം ലക്ഷ്യമിടുന്നത്. തൊഴിൽ പ്രാവീണ്യം, തൊഴിൽ നിപുണത എന്നിവ കൈതൊഴിൽ- കരകൗശല-കർഷക സമൂഹങ്ങളിൽ നിന്നും വരുന്ന വിദ്യാർത്ഥികളിൽ നിർമ്മിച്ച് സ്കൂൾ തലത്തിൽ തന്നെ സുതാര്യവും വഴക്കവുമുള്ള രീതിയിൽ കൊഴിഞ്ഞുപോക്ക് സൃഷ്ടിച്ചു കൊണ്ട് സ്കൂൾ വിദ്യാഭ്യാസത്തോടെ ജാതി/സാമുദായിക തൊഴിലുകളിലേക്ക് കീഴാള സമൂഹങ്ങളിലെ കുട്ടികളെ (അവർക്ക് അനുയോജ്യവും അഭിലഷണീയവുമായി കരുതിപ്പോരുന്ന കൊഴിഞ്ഞുപോക്കിലേക്ക് തന്നെ) വ്യവസ്ഥപ്പെടുത്തുന്നു. അപ്രകാരം ഈ വിദ്യാഭ്യാസ പദ്ധതി കൊഴിഞ്ഞുപോക്കിനെ ഒരു തരത്തിലുള്ള വഴക്കമായി (flexibility) സ്ഥാനപ്പെടുത്തുന്നു. തൊഴിൽ നിപുണതയുള്ള വിദ്യാർത്ഥിയും പഠന മനന ശേഷിയുള്ള അനുഗ്രഹീത വിദ്യാർത്ഥിയുമായി വിദ്യാർത്ഥികളെ വേർതിരിച്ച് വർണ്ണ ജാതി മൂല്യങ്ങളുടെയും ഗുണകർമ്മ സങ്കല്പങ്ങളുടെയും മൂല്യങ്ങളെ വിദ്യാഭ്യാസത്തിലൂടെത്തന്നെ സ്ഥാപനവൽക്കരിക്കുകയും ചെയ്യുന്നു. കോർപ്പറേറ്റ് മൂലധനം നിയന്ത്രിക്കുന്ന മാർക്കറ്റിന് അനുഗുണമായ സാങ്കേതിക

വിദഗ്ധരെയും മാനേജിരിയൽ വിഭാഗങ്ങളെയും ടെക്നോക്രാറ്റുകളായ കമ്പനി വിദഗ്ധരെയും മാനവിക ഭാഷാ- സാമൂഹിക ശാസ്ത്ര രംഗത്തെ പാണ്ഡിത്യമുള്ള സൈദ്ധാന്തിക വിദ്യാർത്ഥികളെയും വരേണ്യ കുടുംബങ്ങളിൽ നിന്നു വരുന്ന 'അനുഗ്രഹീത വിദ്യാർത്ഥി'കളിലൂടെ സൃഷ്ടിക്കുകയും ചെയ്യുന്നു. ചെറുകിട-ഇടത്തരം കൈതൊഴിൽ-കരകൗശല സംരംഭങ്ങളും കുടിൽ വ്യവസായവും ജാതി- പാരമ്പര്യതൊഴിലുകളും സേവനത്തൊഴിലുകളും തെരഞ്ഞെടുക്കാൻ മാത്രം കീഴാളർക്കും ദലിത് ആദിവാസി സമൂഹങ്ങളിലെ വിദ്യാർത്ഥികൾക്കും സാധ്യത സൃഷ്ടിക്കുന്ന വിദ്യാഭ്യാസമാണ് സ്കൂൾ തലം മുതൽ ഈ വിദ്യാഭ്യാസ പദ്ധതിയുടെ സാമൂഹിക വശമായി പ്രവർത്തിക്കുക. എന്നാൽ ഇത് വഴക്കത്തെ (flexible) എപ്പോൾ വേണമെങ്കിലും വിദ്യാഭ്യാസത്തിൽ പ്രവേശിക്കാനും പുറത്തു പോകാനുമുള്ള അവസരമായി സൗന്ദര്യവൽക്കരിച്ചും സാങ്കേതിക ഭാഷാ പൊലിമ കൊണ്ട് ആലങ്കാരികമാക്കിയുമാണ് നയരേഖയിൽ വിവരിച്ചിരിക്കുന്നത്. പാരമ്പര്യ ജാതി- സാമുദായിക തൊഴിൽ മേഖലയിൽ പ്രാവീണ്യം നൽകുന്ന പരിശീലന രീതിയും കീഴാളത്വത്തിൽ ചാക്രികമായി ബന്ധിപ്പിച്ചു നിർത്തുന്ന ബോധന രീതിയുമാണിത് സത്യത്തിൽ ലക്ഷ്യം വയ്ക്കുന്നത്. കീഴാളരെ വിധേയത്വത്തിൽ നിലനിർത്തുന്നതിനായി ആ സമൂഹത്തിലെ വിദ്യാർത്ഥികൾക്ക് നിരന്തരം കൊഴിഞ്ഞു പോകുന്നതിനുള്ള അന്തരീക്ഷം വ്യവസ്ഥാപിതമായി സൃഷ്ടിച്ചാണ് ഈ വിദ്യാഭ്യാസ രീതി സാമൂഹിക പുറന്തള്ളലിന് സമാന്തരമായി പാർശ്വവൽക്കരിക്കപ്പെട്ട സമൂഹങ്ങളിലെ വിദ്യാർത്ഥികളെ അനുയോജ്യമായ തെരഞ്ഞെടുപ്പ് എന്ന വ്യാജേന നിരന്തരം ജാതി തൊഴിലുകളിലേക്ക് പുറം തള്ളുന്നത്. അനുസരണയുള്ള വിധേയരായി ദലിത്- ഗോത്രസമൂഹങ്ങളിലെയും കീഴാളരിലെയും മുസ്ലിംങ്ങളിലെയും വിദ്യാർത്ഥികളെ അനുശീലിപ്പിക്കുന്ന പദ്ധതിയായി ഈ വിദ്യാഭ്യാസ രീതി പ്രവർത്തിക്കുമെന്നുറപ്പാണ്.

ജാതി ഹിന്ദുത്വവും വിദ്യാഭ്യാസത്തിന്റെ സാംസ്കാരികവൽക്കരണവും

ദേശിയ പ്രസ്ഥാനത്തിന്റെ ഘട്ടത്തിലാണ് കൊളോണിയൽ ചൂഷണത്തെ സാധൂകരിക്കുന്ന ബ്രിട്ടീഷ് വിദ്യാഭ്യാസ രീതിക്ക് ബദലായി ജനാധിപത്യ മതനിരപേക്ഷ സങ്കല്പ പ്രകാരമുള്ള സ്വയാശ്രയത്വ ജനായത്തത്തെ ലക്ഷ്യം വയ്ക്കുന്ന ഒരു വിദ്യാഭ്യാസ കാഴ്ചപ്പാട് ദേശിയ വാദികളിൽ രൂപപ്പെടുന്നത്. ദേശിയ പ്രസ്ഥാനത്തിന്റെ രാഷ്ട്രീയ സങ്കല്പങ്ങൾക്കും മതനിരപേക്ഷ ജനാധിപത്യ സമൂഹത്തിന്റെ സൃഷ്ടിക്കും അനുഗുണമായ വിദ്യാഭ്യാസ സങ്കല്പമായിരുന്നു അന്ന്

ദേശീയ പ്രസ്ഥാനം ഉയർത്തിക്കൊണ്ടുവന്നത്. കൊളോണിയൽ ദാസ്യത്തെ മറികടക്കുന്ന ബോധന ശാസ്ത്രമായാണ് കോളോണിയൽ വിരുദ്ധ ദേശിയതയുടെ അടിസ്ഥാനത്തിൽ ഈ കാഴ്ചപ്പാട് വികസിച്ചുവന്നത്. എന്നാൽ ഈ ഘട്ടത്തിൽ തന്നെ പ്രാചീന ഇന്ത്യയെപ്പറ്റി പാശ്ചാത്യ ഓറിയന്റലിസ്റ്റുകളും ഇന്ത്യയിലെ വരേണ്യ ത്രൈവർണ്ണിക പണ്ഡിതരും സവർണ്ണമായ ഒരു സുവർണ്ണ ഹിന്ദു ഭൂതകാലത്തെയും വേദ ഇതിഹാസങ്ങളെയും ധർമ്മശാസ്ത്ര പാരമ്പര്യങ്ങളെയും ഇന്ത്യയുടെ സംസ്കാരവും സാംസ്കാരിക സ്രോതസ്സായി കാണുന്ന ഒരു സാംസ്കാരിക രാഷ്ട്രീയം ഉയർത്തിക്കൊണ്ടു വരികയുണ്ടായി. ത്രൈവർണ്ണിക ഹിന്ദു ഭൂതകാലത്തിന്റെ പ്രതിച്ഛായയിൽ ഒരു അഖണ്ഡ ഭാരതത്തെ ഹിന്ദു രാജ്യമായി കണ്ടെടുക്കുന്ന ഭാവനയായ ഇത് ഒരു രാഷ്ട്രീയ പദ്ധതിയായി ഇരുപതാം നൂറ്റാണ്ടിന്റെ ആദ്യ ദശകങ്ങളിൽ വളർന്നു വന്നു. ബ്രിട്ടീഷ് ഇന്ത്യയിൽ ഒരു സാംസ്കാരിക ചരിത്ര വീക്ഷണമായും രാഷ്ട്രിയ ബോധനശാസ്ത്രമായും ഭാവി ഇന്ത്യയെ ഹിന്ദു സുവർണ്ണ ഭൂതകാലത്തിൽ കണ്ടെടുക്കുന്ന രാഷ്ട്രീയ വീക്ഷണമായും ഇത് ശക്തിപ്പെടുന്നു. ത്രൈവർണ്ണിക സാഹിത്യങ്ങളും അതിൽ ഉൾക്കൊള്ളുന്ന ആത്മീയവും സാംസ്കാരികവുമായ അധികാര കോയ്മയും സംസ്കാരവും ചരിത്രവും ഹിന്ദു മതവുമായി കൂട്ടിയിണക്കി പാഠവൽക്കരിച്ച കൊളോണിയൽ എഴുത്തു സംസ്കാരവും ബ്രിട്ടീഷ് ഉദ്യോഗസ്ഥ പണ്ഡിതരും പാശ്ചാത്യ ഇന്ത്യാ പഠിതാക്കളും യാഥാസ്ഥിതിക ബ്രാഹ്മണ പണ്ഡിറ്റുകളും നിർമ്മിച്ചെടുത്ത പ്രാചീന ഇന്ത്യയെപ്പറ്റിയുള്ള കൊളോണിയൽ എഴുത്തധികാരവുമായിരുന്നു ഈ വരേണ്യ ഹിന്ദു ചരിത്ര ഭൂതകാലത്തെപ്പറ്റിയുള്ള ബോധന സംസ്കാരത്തിന്റെ അടിസ്ഥാനം.

ആധുനിക വിദ്യാഭ്യാസ രംഗവും സാമൂഹിക പുറം തള്ളലും

'സ്വാതന്ത്ര്യാനന്തര ഇന്ത്യയുടെ വിദ്യാഭ്യാസ നയം രൂപപ്പെട്ടത് സെക്കുലർ ജനാധിപത്യവും റിപ്പബ്ലിക്കൻ ദേശരാഷ്ട്ര സങ്കല്പവും ഉച്ചേർന്ന ഭരണഘടനാ മൂല്യങ്ങളെ ഉൾക്കൊണ്ടായിരുന്നു. ക്ഷേമ രാഷ്ട്ര സങ്കല്പത്തിന്റെയും പദ്ധതി ആസൂത്രണ വികസനത്തിന്റെയും മുൻഗണനാ വിഷയങ്ങൾക്കനുസൃതമായ മനുഷ്യവിഭവശേഷി സൃഷ്ടിക്കുകയും ജനാധിപത്യ പൗരസമൂഹത്തെ വിമർശബോധ്യത്തോടെയും ശാസ്ത്രാഭിമുഖ്യ മനോഭാവത്തോടെയും നിർമ്മിക്കുക എന്നതുമായിരുന്നു പ്രധാനപ്പെട്ട വിദ്യാഭ്യാസ ലക്ഷ്യങ്ങൾ. എന്നാൽ സാമൂഹിക നീതിയും ഉൾക്കൊള്ളൽ വിദ്യാഭ്യാസവും തൊണ്ണൂറുകൾക്ക് ശേഷം മാത്രമാണ് ഇന്ത്യൻ വിദ്യാഭ്യാസ പദ്ധതികളുടെ പരിഗണനാ വിഷയമായത്. മതനിരപേക്ഷ ശാസ്ത്രീയ വിദ്യാഭ്യാസം

സ്വാതന്ത്ര്യാനന്തര ഇന്ത്യൻ വിദ്യാഭ്യാസത്തിന്റെ സ്വഭാവമായിരുന്നെങ്കിലും സാമൂഹിക അസമത്വവും സാമൂഹിക പുറംതള്ളലും സൃഷ്ടിച്ച സാമൂഹിക അനീതികളും വിദ്യാഭ്യാസ രംഗത്തെ ആദിവാസി ദലിത് പിന്നാക്ക വിഭാഗങ്ങളുടെയും മുസ്ലിം ന്യൂനപക്ഷത്തിന്റെയും പങ്കാളിത്തമില്ലായ്മയിലേക്ക് നയിച്ചു. ഈ സമൂഹങ്ങളുടെ പ്രാതിനിധ്യക്കുറവും പങ്കാളിത്തമില്ലായ്മയും പരിഹരിക്കുന്ന നിർദ്ദേശങ്ങൾ വിദ്യാഭ്യാസ നയത്തിൽ 2000 ത്തിനു ശേഷം മാത്രമാണ് ചർച്ചയാകുന്നത്. കീഴാള-മുസ്ലിം ജനസമൂഹങ്ങളുടെ വിദ്യഭ്യാസ രംഗത്തെ അവസരസമത്വമില്ലായ്മയും പ്രാതിനിധ്യക്കുറവും അവരെ സ്ഥാപന പരമായി പുറം തള്ളുന്ന നയങ്ങളും വിദ്യാഭ്യാസ രീതിയും ശക്തമായി നിലനില്ക്കുമ്പോഴാണ് ഇന്ത്യൻ യൂണിവേഴ്സിറ്റികളിലും ഇന്ത്യയിലെ പ്രമുഖ അക്കാദമിക സ്ഥാപനങ്ങളിലും മുസ്ലിങ്ങൾക്കും ദലിത്-ആദിവാസി സമൂഹങ്ങൾക്കും ജാതി-മത വിവേചനവും സ്ഥാപനപരമായ പുറംതള്ളലും നേരിടേണ്ടിവരുന്നത്. ഇത്തരം സമൂഹങ്ങളിലെ വിദ്യാർത്ഥികൾ സ്ഥാപന കൊലകൾക്കിരയാകുന്നതും പുറത്താക്കപ്പെട്ട് പഠനമുപേക്ഷിക്കപ്പെടുന്നതും നിത്യസംഭവമായിരിക്കുന്നു. വിദ്യാഭ്യാസ രംഗത്തെ ഈ രീതി ഒരു വ്യവസ്ഥാക്രമമായി നിലനിർത്തുന്ന വരേണ്യസമുദായ - ജാതി മുൻ വിധികളും ജാതി ശക്തികൾ വിദ്യാഭ്യാസ മൂലധനത്തെയും സർക്കാർ തൊഴിലിനെയും കുത്തകയാക്കിയ രീതിയും വിവേചന വ്യവസ്ഥയായി തുടരുന്നത് പരിഹരിക്കാനുള്ള ഉൾക്കൊള്ളൽ വിദ്യാഭ്യാസ സമീപനം ഇരുപത്തിയൊന്നാം നൂറ്റാണ്ടിന്റെ ആദ്യ ദശകങ്ങളിൽ മാത്രമാണ് ഇന്ത്യൻ വിദ്യാഭ്യാസ രംഗത്ത് ചർച്ച പോലുമാകുന്നത്. ഈ സന്ദർഭത്തിൽ വരേണ്യ സംസ്കാരത്തിന്റെയും ജാതിമൂല്യങ്ങളുടെയും വിവേചന സംസ്കാരത്തെ, ആദർശ പൗരാണിക മൂല്യവും പ്രാചീന സനാതന ജ്ഞാനവ്യവസ്ഥയും കോർപ്പറേറ്റ് മൂലധനവും ത്രൈവർണ്ണിക ആധിപത്യവുമായി കൂട്ടിച്ചേർത്ത വിദ്യാഭ്യാസ പദ്ധതി പുത്തൻ ദേശിയ വിദ്യാഭ്യാസ നയമായി അടിച്ചേൽപ്പിക്കപ്പെടുന്നത് ദൂരവ്യാപകമായ പ്രത്യാഘാതങ്ങൾ സൃഷ്ടിക്കുമെന്ന കാര്യത്തിൽ സംശയമില്ല.

www.ingramcontent.com/pod-product-compliance
Lightning Source LLC
LaVergne TN
LVHW100834051026
849519LV00006B/2295
* 9 7 8 9 3 9 0 5 3 5 4 2 2 *